'फाईव्ह पॉइंट समवन' हे पुस्तक 'लाट' बनू शकेल.

– आऊटलुक

लेखकाचा हा पहिलाच प्रयत्न आहे ही गोष्ट कुठेही जाणवत नाही. कॉलेज-जीवनावर सौम्य, विनोदी पद्धतीने भाष्य करणारी, वाचलीच पाहिजे अशी कादंबरी...

– Hindustantimes.com

विनोदाचा प्रसन्न शिडकावा आणि वाचकाला खेचून घेणारी संवादशैली.

– द हिंदू

निखळ मौजेच्या या कादंबरीला दहापैकी दहा!

– ट्रिब्यून

....हलकीशी झुळूक... यातील पात्रांचे सार्वत्रिक रूप बहुतेकजणांना भावेल.

– Timesofindia.com

लेखक... पुस्तक हळुवार बनवण्यात यशस्वी झाला आहे. पात्रांना संपूर्णपणे प्रकट करण्याचे श्रेय वाचक लेखकाला देतील हे निःसंशय.

– पायोनिअर

...थेट काळजापासून निघालेली कहाणी... तुम्ही या कादंबरीतील पात्रांच्या प्रेमात पडणारच...

– jobsahead.com

चेतन भगत यांचे हे पहिलेवहिले पुस्तक तुम्हाला आयआयटीच्या मौजेच्या सफरीला नेते.

– *इकॉनॉमिक टाईम्स*

...शूमाचरच्या हॉटव्हील्स इतकीच सणसणीत व खट्याळ आणि वूडी ॲलेनच्या सेक्स्कॅपेड्सइतकीच इंटरेस्टिंग...

– *डेक्कन हेराल्ड*

आत्मचरित्रात्मक परिघात वावरणारी पात्रे कुणालाही आपली वाटू शकतील इतकी साधी आहेत. सुबोध भाषेतील ही कादंबरी म्हणजे तरुण शब्दकाराची सुस्पष्ट कहाणी आहे. हलक्याफुलक्या विनोदाचे तुषार अंगावर उडवणारे हे पुस्तक वाचनीय करण्यात लेखक यशस्वी ठरला आहे.

– *Timesofindia.com*

आयआयटीचा माजी विद्यार्थी असणारा लेखक त्याच्या पहिल्या कादंबरीत आपल्याला भारतातील सर्वांत प्रतिष्ठित इंजिनिअरिंग संस्थांमधल्या विक्षिप्त व श्रेष्ठ मानणाऱ्या जगताची झलक दाखवतो.

– *इंडियन एक्स्प्रेस*

...उत्तम पात्रे व मनमोहक कथानक असलेले उत्तमरित्या गुंफलेले पुस्तक. दहा पॉइंटच्या पट्टीवर या पुस्तकाचे स्थान 'फाईव्ह पॉइंट समथिंग'च्या उजव्या बाजूला आहे.

– *इंडिया टुडे*

फाईव्ह पॉइंट समवन

व्हॉट नॉट टु डू
अॅट
आयआयटी

मूळ इंग्रजी लेखक

चेतन भगत

अनुवाद

सुप्रिया वकील

मेहता पब्लिशिंग हाऊस

Please contact us at **Mehta Publishing House,** 1941, Madiwale Colony, Sadashiv Peth, Pune 411030.
✆ +91 020-24476924 / 24460313
Email : info@mehtapublishinghouse.com
production@mehtapublishinghouse.com
sales@mehtapublishinghouse.com
Website : www.mehtapublishinghouse.com

FIVE POINT SOMEONE by CHETAN BHAGAT

Published by Arrangement with Rupa & Co., New Delhi.
Translated into Marathi Language by Supriya Vakil

फाईव्ह पॉइंट समवन / अनुवादित कादंबरी

अनुवाद : सुप्रिया वकील
supriyawakil@gmail.com

प्रकाशक : सुनील अनिल मेहता, मेहता पब्लिशिंग हाऊस,
१९४१ सदाशिव पेठ, माडीवाले कॉलनी, पुणे – ४११०३०.

मुद्रक : मुद्रा, ३८३ नारायण पेठ, पुणे – ४११०३०.

मुखपृष्ठ : चंद्रमोहन कुलकर्णी

प्रथमावृत्ती : जानेवारी, २००७ / जून, २००८ / मार्च, २००९
जानेवारी, २०१० / ऑगस्ट, २०१० / मार्च, २०१२
सप्टेंबर, २०१३ / पुनर्मुद्रण : जानेवारी, २०१७

किंमत : ₹ २४०/-

P Book ISBN 9788177667202

माझ्या आईस,

माझी मातृसंस्था- ***आयआयटीस***

प्रस्तावना

याआधी मी कधीही रुग्णवाहिकेत बसलो नव्हतो. आतमध्ये अगदी भयानक वाटत होतं. झटपट बांधाबांध करून निघायला सांगण्यात आलं होतं. दोन बिछाने... त्या भोवती उपकरणं, कॅथेटर्स, नळ्या आणि औषधांचा डबा. आलोक अस्ताव्यस्त पसरलेला असल्यामुळे मला आणि रायनला उभं राहायलासुद्धा जागा नव्हती. तेरा तेरा ठिकाणी अस्थिभंग झाल्यावर बिछान्यावर पडावं लागणारच, तिथे अंथरलेलं कापड मूळचं पांढरशुभ्र होतं, पण आता ते आलोकच्या रक्तानं पूर्ण माखलं होतं. आलोक ओळखण्यापलीकडल्या अवस्थेत होता. डोळे पांढरे झालेले... जीभ तोंडातून बाहेर लुळी पडलेली, डॉक्टरनी नंतर आम्हाला सांगितलं, त्याचे पुढचे चारी दातही गेले होते.

त्याचं शरीर निश्चेष्ट झालं होतं, त्याच्या वडिलांच्या उजव्या बाजूसारखं. त्याचा उजवा गुडघा असा काही दुमडला होता की, बघून तुम्हाला आलोक बिनहाडांचा आहे असं वाटलं असतं. तो निर्जीव दिसत होता, मला पैज लावायची असती तर मी नक्की सांगितलं असतं की, आलोक गेला आहे.

"आलोक जर यातून सहीसलामत वाचला, तर मी आमच्या या वेड्या दिवसांवर पुस्तकं लिहीन... खरंच लिहीन." मी शपथ घेतली.

जेव्हा डोक्यात खरंच गंभीर गोंधळ सुरू असतो आणि सलग पन्नास तास डोळ्याला डोळा लागलेला नसतो तेव्हा आपण स्वत:शीच असल्या आचरट शपथा घेतो...

– चेतन भगत

१

प्रारंभ

या पुस्तकाला प्रारंभ करण्याआधी, मी हे पुस्तक कशाबद्दल 'नाही' ते आधी सांगतो. हे पुस्तक म्हणजे कॉलेजमधला जीवनप्रवास कसा पूर्ण करावा हे सांगणारं मार्गदर्शक नाही. उलट, हे पुस्तक म्हणजे जर तुम्ही 'सरळ' विचार केला नाहीत तर तुमचं कॉलेज जीवन कसं अडचणीचं होऊ शकतं, याचं उत्तम उदाहरण ठरू शकेल. अर्थात, हे झालं माझं मत! तुम्हाला या मताशी सहमत वा असहमत असण्याचं स्वातंत्र्य आहे. रायन आणि आलोक हे दोन यडचाप प्राणी या लेखनानंतर बहुधा मला ठार करतील, पण मला त्याची पर्वा नाही. जर त्यांना ही 'कहाणी' त्यांच्या चष्म्यातून मांडायची असती, तर तेही लिहू शकले असते. पण, आलोक काही झालं तरी लिहू शकणार नाही आणि रायन– त्याला हवं ते खरोखर करू शकत असला तरी खुर्चीवर बूड टेकवून टंकलेखन करण्याचा अतिशय कंटाळा करणार. त्यामुळे मित्रांनो, सांगायचा मुद्दा असा– ही माझी कहाणी आहे... ती मी लिहीत आहे... मला हव्या त्या पद्धतीनं ती मी तुम्हाला सांगत आहे.

आणखी एक गोष्ट. हे पुस्तक कशाबद्दल 'नाही' त्याविषयीची. या पुस्तकाची तुम्हाला आयआयटीत प्रवेश मिळवण्यासाठी मदत होणार नाही. मला वाटतं, या जगतातली अर्धी एक झाडं आयआयटी प्रवेश परीक्षेची मार्गदर्शक पुस्तकं बनवण्यासाठी धराशायी होत असतील. त्यातली बरीचशी भंपकच असतात, पण त्यांची तुम्हाला या पुस्तकापेक्षा अधिक मदत होऊ शकेल.

रायन, आलोक आणि मी... तुम्ही आयआयटीत प्रवेश घेण्याबाबत चौकशी कराल, तर आम्ही तुम्हाला सल्ल्यादाखल फक्त इतकंच सांगू की, तुम्ही दोन वर्षं पुस्तकांच्या विळख्यात स्वत:ला एका खोलीत कोंडून घेऊन, खोलीच्या कुलूपाची किल्ली फेकून देऊ शकत असाल, तर बहुतेक... तुम्ही इथे तरून

जाल. तुमचे हायस्कूलमधले दिवस माझ्या त्या काळाच्या अनुभवाच्या निम्म्याने जरी दुःखद असले तरी तुम्हाला पुस्तकांच्या राशीत बुडून जाण्याची कल्पना इतकी महाभयंकर वाटणार नाही. माझ्या शालेय जीवनातली अखेरीची दोन वर्षं म्हणजे जिवंतपणी नरकवास होता... तुम्ही बास्केटबॉल संघाचं नेतृत्व केलं असेल किंवा वयाच्या सहाव्या वर्षापासून इलेक्ट्रिक गिटारवर सूर छेडले असतील, तर बहुधा तुमची अवस्थाही तशीच असणार. असो. मला त्या जंजाळात आत्ता मुळीच शिरायचं नाहीय.

मला वाटतं मी माझी बाजू सांगितली. आता मी कहाणीला प्रारंभ करतो.

वेल, मला माझ्या कहाणीला कुठूनतरी सुरुवात करावी लागणार. मग मी 'इंडियन इन्स्टिट्यूट ऑफ टेक्नॉलॉजी'मध्ये प्रवेश केला आणि रायन व आलोकला सर्वप्रथम भेटलो त्या दिवसापासून सांगायला सुरुवात करतो. त्यापेक्षा चांगला 'मुहूर्त' कुठला असणार? कुमावन होस्टेलमध्ये आम्ही तिघेही दुसऱ्या मजल्यावर शेजार-शेजारच्या खोल्यांत राहणार होतो. परंपरेनुसार, मध्यरात्रीच्या सुमाराला 'सिनिअर्स'नी आम्हाला 'रॅगिंग' करण्यासाठी बाल्कनीत एकत्र गोळा केलं. मी अजून डोळे चोळत होतो. आम्ही तिघेही 'हल्ला' झेलण्यासाठी सज्ज होतो आणि तीन 'सिनिअर्स' आमच्यासमोर उभे होते.

अनुराग नामक 'सिनिअर' भिंतीला टेकून उभा होता. दुसरा 'सिनिअर' माझ्या भयभीत नजरेला फालतू पौराणिक दूरदर्शन मालिकांतल्या राक्षसासारखा भासला. सहा फूट इतकी भक्कम उंची, शंभर किलोंच्यावर वजन, काळाकुट्ट, केसाळ आणि भयंकर दंतपक्ती... ऑर्थोडॉन्टिस्टला भेटायला दहा वर्षे उशीर झाल्यासारखी. तो दहशत निर्माण करत असला तरी मितभाषी दिसत होता आणि बाकू नामक 'बॉस'च्या मदतीला तत्पर दिसत होता. बाकू या लुंगीधारी प्राण्याला मानवी टूथपिक म्हणता आलं असतं. तो तसाच 'वास'युक्तही असणार असा माझा अंदाज!

"यू ब्लडी फ्रेशर्स... घोरताय अं? हरामखोरांनो, ओळख कोण करून देणार?" तो कडाडला.

"मी हरी कुमार सर, मेकॅनिकल इंजिनिअरिंगचा विद्यार्थी, ऑल इंडिया रँक तीनशे सव्वीस."

मी दडपणाखालीसुद्धा प्रामाणिकपणे बोललो.

"मी आलोक गुप्ता सर, मेकॅनिकल इंजिनिअरिंग, रँक चारशे त्रेपन्न." आलोक म्हणाला.

त्यावेळी मी प्रथमच त्याच्याकडे पाहिलं. तो माझ्याच उंचीचा होता, पाच फूट

पाच इंच... थोडक्यात काय... अगदी बुटका... आणि त्याला चांगला जाडजूड भिंगांचा चष्मा होता. त्याच्या तुंदील तनूवर व्यवस्थित इस्त्री केलेला पांढरा कुर्ता-पायजमा होता.

''रायन ओबेरॉय, मेकॅनिकल इंजिनिअरिंग, रँक एक्क्याण्णव, सर,'' रायन दमदार खर्जात बोलला. त्याबरोबर सगळ्या नजरा त्याच्याकडे वळल्या.

रायन ओबेरॉय... मी मनातल्या मनात त्याचं नाव पुन्हा उच्चारलं. असा माणूस तुम्हाला आयआयटीमध्ये सारखा-सारखा पाहायला मिळत नाही... ताडमाड उंची... थोडी जास्तच, अतिशय बांधेसूद आणि अत्यंत देखणा. त्याच्या अंगात करड्या रंगाचा सैलसर टी-शर्ट होता, त्याच्या छातीवर मोठ्या निळ्या अक्षरांत 'जीएपी' अशी इंग्रजी अक्षरं झळकत होती आणि चकचकीत काळी, गुडघ्यापर्यंतची शॉर्टस्. नक्कीच याचे नातेवाईक परदेशात असणार... माझ्या मनात आलं... नाहीतर झोपताना कुणी 'जीएपी' घालत नाही.

''यू बास्टर्डस्'' बाकू कर्कश किंचाळला,

''कपडे उतरवा.''

''ए बाकू, आपण आधी त्यांच्याशी थोडं बोलू,'' अनुरागने बाकूला विरोध केला. तो भिंतीला रेलून सिगरेटचे झुरके घेत होता.

''नो टॉकिंग!'' बाकू तुरकाठीसारखा हात उंचावत म्हणाला.

''नो टॉकिंग, ते साले कपडे उतरवा.''

तो दुसरा राक्षस दर काही सेकंदांनी उघड्या पोटावर थापट्या मारत आमच्याकडे बघून खिदळत होता. आमच्यापुढे कुठला पर्यायच नसल्यामुळे आम्ही आमचे सगळे कपडे उतरवले. बाकूच्या चेहऱ्यावरचा आसुरी आनंद पाहून भीतीनं गाळण उडाली होती. तो आमच्यापैकी प्रत्येकाजवळ येऊन आम्हाला निरखून खिदळत होता.

नग्नतेनं आमच्या देहयष्टीतला फरक अधिकच गडद केला होता. त्यामुळे आलोक आणि मी अत्यंत शरमेनं खाली मान घालून पायाच्या बोटांनी जमिनीवर चित्रं काढत होतो. आमच्या वळयायुक्त फुग्याच्या आकाराच्या देहाबद्दल काही वाटून न घ्यायचा... सहजता दाखवण्याचा प्रयत्न करत. तुम्हाला सांगतो, रायनचा देह म्हणजे कुठेही बोट ठेवायला जागा नाही इतका परिपूर्ण... निर्दोष होता. त्याची देहयष्टी आकर्षक, मजबूत होती. स्नायूंचे सुयोग्य ठिकाणी 'कटस्' आणि एकूण शरीरयष्टी... जीवशास्त्राच्या पुस्तकांत मानवी शरीराचं चित्र असतं तशी. त्याच्या शरीराचं वर्णन 'शिल्प' अशा शब्दांत करता आलं असतं आणि आलोक व मी आम्ही दोघं म्हणजे... तुम्ही ज्याला 'कलात्मक' म्हणणार नाही, नेमके तसे.

बाकूनं आलोकला व मला पुढे यायला सांगितलं, सिनियर्सना आणखी

'नीट' दिसावं आणि गडगडाटी हसता यावं यासाठी.

"बघा त्यांच्याकडे, आयांनी त्यांना फुटेस्तोवर खाऊ घातलंय, लिटल् फॅरेक्स बेबीज," बाकू कर्णकटू हसला.

तो राक्षसही हास्यात सामील झाला. अनुराग गडद धुम्रवलयांमागे हसला. त्यानं आता दुसरी सिगारेट चेतवली होती... तिच्या सहाय्यानं तो स्वत:चे 'स्पेशल इफेक्टस्' निर्माण करत होता.

"सर, प्लीज सर, आम्हाला जाऊ द्या सर," आलोकनं बाकूला विनंती केली. बाकू जवळ आला.

"काय? तुम्हाला जाऊ देऊ? अजून आम्ही तुमच्या सौंदर्याला स्पर्शसुद्धा केलेला नाही. कमॉन, दोन्ही हात टेकून उभे राहा, तुम्ही... दोन्ही लडदूंनो."

मी आलोककडे पाहिलं. त्याच्या चष्म्याच्या जाडजूड, बुलेटप्रूफ काचांमधून त्याचे डोळे दिसत नसले तरी त्याच्या व्याकूळ चेहेऱ्यावरून मी नक्कीच सांगू शकत होतो, तो रडायच्या घाईला आला होता... माझ्यासारखाच.

"कमॉन, तो सांगतोय तसं करा," राक्षसानं फर्मावलं. त्याचं आणि बाकूचं काहीतरी घट्टमुट्ट नातं दिसतं होतं; बाकूला त्याची निर्बुद्ध सामर्थ्यासाठी गरज होती, तर त्या लाळघोट्या राक्षसाला बाकूची मार्गदर्शनासाठी.

आलोक आणि मी दोन्ही हात जमिनीवर टेकून उभे राहिलो... चार पायांवर उभे राहिल्यासारखे. त्यापाठोपाठ आमच्या डोक्याच्या वरच्या दिशेनं हास्याचे आणखी फवारे उडाले. राक्षसानं आमची पळायची शर्यत लावण्याची सूचना केली... इतक्या वेळात त्याचं हे स्वत:चं असं पहिलंवहिलं मत होतं, पण बाकूनं त्याकडे दुर्लक्ष केलं.

"शर्यतबिर्यत काही नाही, माझ्या मनात चांगली कल्पना आहे. थोडं थांबा, मी माझ्या खोलीत जाऊन येतो. आणि तुम्ही नागड्या बैलांनो... वर बघू नका."

बाकू कॉरीडॉरमधून वेगानं धावत गेला. आम्ही वीस तणावपूर्ण क्षण प्रतीक्षा करत होतो. जमिनीकडे नजर लावून मी बाजूला नजर टाकली, आलोकच्या डोक्याजवळ पाण्याचं थारोळं साचलं होतं... त्याच्या डोळ्यांतून अश्रू टपटप वाहत होते.

दरम्यान, त्या राक्षसानं रायनला पिळदार स्नायू दाखवत 'पोजेस' घ्यायला लावल्या. तो अगदी 'फोटोजेनिक' दिसत असणार याची मला खात्री आहे, पण खातरजमा करून घेण्याचं धैर्य मात्र मी दाखवलं नाही.

आमच्या कानांनी बाकूच्या धावतपळत येणाऱ्या पावलांचा आवाज टिपला.

"बघा. मी काय आणलंय," तो हात उंचावत म्हणाला,

"बाकू, हे कशाला आणलं आहेस?" अनुरागनं चौकशी केली.

आम्ही माना वर करून पाहिलं.

बाकूच्या दोन्ही हातांत कोकच्या रिकाम्या बाटल्या होत्या.

"अंदाज करा." त्या बाटल्यांचा एकमेकांवर खणखणाट करत, त्यानं सूचक हावभाव केले.

रायनचा चेहरा उग्र झाला, अजून तो मॉडेलिंग पोज मध्येच होता. तो अचानक म्हणाला,

"सर, तुम्ही नेमकं काय करत आहात?"

"काय करणार ते उघड आहे... नाही का? आणि तू कोण विचारणार मला?" बाकूला बोलता येईना.

"सर, थांबा." रायन चढ्या आवाजात बोलला.

"फक ऑफ." बाकूनं धुडकावून लावलं. त्याच्या प्रदीर्घ सत्तेविरुद्धचं हे बंडाचं उघड निशाण पाहून त्याच्या विस्फारलेल्या डोळ्यांत अविश्वास दाटला होता.

बाकूनं त्या बाटल्या सरसावल्या, त्याबरोबर रायननं त्याची 'पिन-अप' पोज मोडून उडी घेतली. त्याला बेसावध अवस्थेत पकडून त्यानं त्या दोन्ही बाटल्या धरल्या आणि बाकूच्या पायावर जोरानं पाय हाणला. त्याबरोबर बाकूनं हातांची पकड सैल केली... बाटल्या रायनच्या हातात आल्या... जेम्स बॉण्ड स्टाईल!

रायनच्या पायावर पाय देण्यानं बाकू चांगलाच कळवळल्याचं आम्हाला कळलं... त्याची किंकाळी 'अल्ट्रासोनिक' होती!

"धरा या रांडेच्याला," बाकू आत्यंतिक वेदनेनं किंचाळला.

या सगळ्या घटनांनी राक्षसाचा बुद्ध्यांक झाकोळला असला, तरी त्याच्या कानांनी कृतीसाठी सज्ज होण्याच्या आदेशाची नोंद घेतली आणि प्रतिसादादाखल तो सावरला, तोपर्यंत रायनने बाल्कनीच्या पॅरापेटवर दोन्ही कोकच्या बाटल्या आपटून फोडल्या होत्या. दोन्ही बाटल्यांची तोंडं फुटली होती. रायनने त्या फुटक्या बाटल्या हवेत पसरल्या.

"कम, यू बास्टर्डस्" रायननं शिवी हासडली.

त्याचा चेहरा कलिंगडाच्या फोडीसारखा लालबुंद झाला होता.

बाकू आणि तो राक्षस चार पावलं मागे सरकले. इतका वेळ पार्श्वभूमीवर मंद अस्तित्व दाखवत असणारा अनुराग पुढे सरसावला.

"हेऽ कूल इट एव्हरीवन हिअर... जाऊ दे. हे काय? तुझं नाव काय– रायन, टेक इट इझी मॅन. ही फक्त गंमत आहे."

"माझ्या दृष्टीनं ही गंमत नाही," रायन रागानं गुरगरला, "इथून चालायला लागा."

आलोक आणि मी, आम्ही एकमेकांकडे पाहिलं. रायनला आपण काय करतोय त्याचं भान यावं असं मला वाटत होतं. तो आमच्या पार्श्वभागाचं कोकच्या बाटलीपासून रक्षण करत होता, यात शंकाच नव्हती. पण कोकच्या फुटक्या बाटल्या... त्यामुळे प्रसंग आणखी बाका होऊ शकला असता.

"एक यार," अनुरागनं बोलायला सुरुवात केली, पण रायननं त्याला मध्येच तोडलं.

"आधी चालायला लाग," रायन इतक्या कडक शब्दांत गरजला, की बाकू त्या आवाजानेच उडून गेला असता. प्रत्यक्षात बाकू हळूहळू मागे सरकत होता आणि तो राक्षस त्याच्या मागोमाग जात होता. अनुरागने क्षणभर रायनकडे आ वासून पाहिलं आणि नंतर आमच्याकडे.

"त्याला स्वत:वर ताबा ठेवायला सांगा, नाहीतर एखाद्या दिवशी तो तुम्हालासुद्धा पायाखाली घेईल," अनुराग म्हणाला.

आलोक आणि मी उठलो, कपडे चढवले.

"थँक्स रायन, मी तर अगदी घाबरलो होतो," आलोक म्हणाला, त्यानं अश्रू आणि शेंबूड पुसण्यासाठी चष्मा उतरवला होता. अखेर तो त्याच्या 'हीरो'च्या आमनेसामने होता.

पुरुषांनी रडू नये असं म्हणतात, त्यामागे कारण आहे... ते इतके वाईट दिसतात सांगतो! आलोकच्या डोळ्यावरचा चष्मा पुरेसा दु:खद होताच, पण त्याचे लहान पोरासारखे डबडबलेले रडके डोळे आत्महत्येचा विचार मनात यावा इतकं नैराश्य आणणारे होते.

"होय, थँक्स रायन, तू धोका पत्करलास. तो बाकू हा प्राणी विकृत आहे. त्यांनी काही केलं असतं असं तुला वाटतं?" मी म्हणालो. मला घुसमटत्या हवेत थोडा गारवा मिळावासा वाटत होता.

"काय माहीत? बहुतेक नसतं," रायन खांदे गोलाकार फिरवत म्हणाला, "पण जेव्हा माणसं गर्दीच्या मनोवृत्तीची शिकार होतात, तेव्हा काही सांगता येत नाही. ट्रस्ट मी, मी बऱ्याच बोर्डिंग स्कूलमध्ये राहिलो आहे."

रायनचं वीरोचित शौर्य आमचे सर्वांचे भावबंध घट्ट जुळायला बास होतं... अगदी फेव्हिकॉलपेक्षाही घट्ट भावबंध! शिवाय आम्ही होस्टेलमधले सख्खे शेजारी होतो आणि इंजिनिअरिंगच्या एकाच विभागातले. असं म्हणतात की, पहिल्यावहिल्या 'डेट'मध्येच तुमच्याबरोबर झोपणाऱ्या माणसांशी संबंध जोडू नयेत. वेल, आम्ही एकत्र झोपलो नसलो तरी, आम्ही पहिल्या भेटीतच एकमेकांना दिगंबरावस्थेत पाहिलं होतं, त्यामुळे आम्ही मैत्रीचं नातं गुंफण्यापासून परावृत्त व्हायला हवं होतं... पण आमचं त्रिकूट जमणं अपरिहार्य होतं... अगदी अटळ.

“एम– ए– सी– एच– आय– एन– ई” फळ्यावर ठळक अक्षरं झळकत होती– मशीन.

आम्ही ॲम्फी थिएटरच्या आकाराच्या वर्गात प्रवेश केला तेव्हा प्रत्येकाला छापील कागदांचा गठ्ठा देण्यात आला. एखाद्या गबदूल किड्यासारखे दिसणारे इन्स्ट्रक्टर आम्ही स्थिरस्थावर होताना पाहत फळ्याजवळ बसले होते, कुजबुजत्या चर्चा विरण्याच्या प्रतीक्षेत.

ते साधारण चाळिशीतले वाटत होते. तीन चमचे खोबरेल तेल थापून प्रकाशमान झालेले करडे केस... बिन-टकचा फिकट निळ्या रंगाचा शर्ट, शर्टच्या दर्शनी खिशात तीन पेनं अडकवलेली, शिवाय खडू... बंदुकीच्या गोळ्या असाव्यात तसे.

“वेलकम एव्हरीवन. मी प्रोफेसर दुबे. मेकॅनिकल इंजिनिअरिंग डिपार्टमेंट... सो... कॉलेजचा पहिला दिवस. तुम्हाला काही खास वाटतंय?” ते एकाच सुरात बोलत होते.

वर्ग गप्प होता. आम्ही तो कागदांचा गठ्ठा चाळण्यात गुंग होऊन कळपातल्या मेंढरांसारखे बसलो होतो.

विषयाचं नाव होतं ‘मॅन्युफॅक्चरिंग प्रोसेसेस.’ उच्चारायला सोपं व्हावं म्हणून त्याचं नेहमी संक्षिप्त रूप केलं जातं– मॅन प्रो. त्या छापील कागदांवर विषयाची एकूण रूपरेषा दिली होती, उत्पादन प्रक्रियेतील मूलभूत तंत्रे– वेल्डिंग, मशिनिंग, कास्टिंग, बेन्डिंग, शेपिंग अशासारखी. या रूपरेषेबरोबरच त्यामध्ये विषयाची गुणविभागणीही दिली होती.

मेजर्स– चाळीस टक्के

मायनर्स– वीस टक्के

प्रॅक्टिकल्स– वीस टक्के

असाईनमेंटस (६ ते ८) व सरप्राईज क्विजेस (३ ते ४)– वीस टक्के

प्रोफेसर दुबेंनी स्वागताला मिळालेला पेंगळा प्रतिसाद पाहून आवाजात आणखी उत्साही सळसळ आणायचा प्रयत्न केला.

“ते कागद नंतर बघा. काळजी करू नका. तुम्हाला प्रत्येक विषयासाठी असा एक सेट मिळणार आहे. आत्ता ते बाजूला ठेवा.” असं म्हणून ते फळ्याच्या दिशेनं गेले.

त्यांनी खिशातून खडू बाहेर काढला... हातबॉम्ब वगैरे फेकण्यासाठी राखीव असलेल्या लिंबू-टिंबू दहशतवाद्याच्या कौशल्यानं आणि फळ्यावरचा ‘मशीन’ हा शब्द साधारण सहा एक वेळा अधोरेखित केला. त्यानंतर ते आमच्या दिशेनं वळून म्हणाले,

"मशीन, कुणाही मेकॅनिकल इंजिनिअरच्या अस्तित्वाचं मूलभूत कारण... तुम्ही शिकलेल्या प्रत्येक गोष्टीचा मशीनमध्ये उपयोग झालेला दिसतो. आता, मशीन म्हणजे काय, याचं उत्तर कुणी मला सांगू शकेल का?"

वर्गात आणखीनच सन्नाटा पसरला. हा पहिला धडा : मौनाचे निरनिराळे प्रकार.

"कोण सांगतंय?" प्रोफेसर महोदयांनी पुन्हा प्रश्न केला. आता ते विद्यार्थ्यांच्या रांगांमधून फिरत होते. वर्गात पुढे बसलेले आपण कुणीतरी जास्तच शहाणे आहोत अशा तोऱ्यात होते, नजर टाळत होते. मी वर्गातल्या नव्या सहाध्यायींकडे नजर टाकली. वर्गात आम्ही सत्तरएक विद्यार्थी हजर असू. आमच्या बॅचमध्ये तीनशे मुलं होती. माझ्या पुढे बसलेला मुलगा इन्स्ट्रक्टरकडे टक लावून पाहण्यात गुंग होता. तोंड अर्धवट उघडं टाकून... त्याची मान त्यांच्या हालचालीसोबत हलत होती. "तू," प्रोफेसर दुबेंनी त्यांचं पहिलंवहिलं सावज म्हणून मलाच निवडलं. माझी अवस्था म्हणजे... जीभ टाळ्याला चिकटलेली... शरीर थिजलेलं... रक्तवाहिन्या फुटलेल्या आणि बादल्याच्या बादल्या घाम...

"तू, मी तुझ्याशी बोलतोय," प्रोफेसरनी स्पष्ट करून सांगितलं.

"हरी, हरी..." माझ्या आतून कुणीतरी आवाज देत होतं, पण त्याला फक्त माझ्या 'आन्सरिंग मशीन'पर्यंतच पोचता आलं. मी उत्तर देण्याचा प्रयत्न करू शकलो असतो किंवा निदान 'मला माहीत नाही'चा बावळटपणा तरी करू शकलो असतो, पण जणू माझा स्वरच हरवला होता.

"स्ट्रेन्ज," असा तर्क लढवत प्रो. दुबे दुसऱ्या विद्यार्थ्यांकडे वळले.

"तू... चौकड्यांचा शर्ट. तुला काय वाटतं?"

चौकड्यांचा शर्ट आत्तापर्यंत प्रोफेसर महादयांची नजर चुकवण्यासाठी नोट्स घेत असल्याचा बहाणा करत होता.

"सर, मशिन सर... मशिन म्हणजे एक साधन... मोठ्या भागांसारखं... सर मोठ्या गियर्ससारखं आणि सगळ्या..."

"क्काय?" प्रोफेसर दुबे चौकड्यांच्या शर्टवर तुच्छतादर्शक थुंकल्याच्या स्वरात म्हणाले.

"बघा, दर वर्षी गुणवत्ता आणखी घसरत चालली आहे. आपल्याकडचे प्रवेशाचे निकष पुरेसे कडक नाहीत."

त्यांनी तेलकट टाळकं हलवलं... त्यामध्ये या ग्रहावरची सगळी माहिती भरलेली होती, मशीन्सच्या व्याख्येसह.

"येस, बरोबर. इथं येण्यासाठी मी दोन वर्ष घासली आहे. यांचं कधीच समाधान व्हायचं नाही," रायन माझ्या कानाशी कुजबुजला.

"श्श्यूऽऽ" प्रोफेसर दुबेंनी आम्हा तिघांकडे पाहत फर्मावलं.

"एनीवे, मशीनची व्याख्या अगदी सरळसोपी आहे. इट इज एनिथिंग दॅट रिड्यूसेस ह्यूमन एफर्ट... मानवी श्रम कमी करणारी गोष्ट... कुठलीही. आता, तुमच्याभोवती जगाकडे नजर टाकून बघा... जग मशीन्सनी भरलं आहे."

मानवी श्रम कमी करणारी कोणतीही गोष्ट... मी मनात पुन्हा उजळणी केली. वेल, खरंच फार सोपं वाटलं!

"सो... भव्य पोलाद कारखान्यापासून ते साध्या झाडूंपर्यंत मानवाने बऱ्याच गोष्टींचा शोध लावला आहे... मानवी श्रम कमी करण्यासाठी," प्रोफेसर पुढे बोलू लागले. त्यांच्या साध्या, सोप्या स्पष्टीकरणानं वर्ग मंत्रमुग्ध झाल्याचं त्यांच्या लक्षात आलं होतं.

"विमान?" पहिल्या रांगेतला एक विद्यार्थी म्हणाला.

"मशीन," इन्स्ट्रक्टर म्हणाले.

"स्टेपलर," आणखी एकानं सुचवलं.

"मशीन."

खरंच आश्चर्य होतं... चमचा, गाडी, ब्लेन्डर, सुरी, खुर्ची... विद्यार्थी प्रोफेसरांवर एकेक उदाहरणांचा वर्षाव करत होते आणि सगळ्याचं उत्तर एकच होतं– मशीन.

"तुमच्या सभोवतालच्या जगाच्या प्रेमात पडा," प्रोफेसर दुबेंच्या चेहऱ्यावर प्रथमच हास्य विलसलं होतं, "म्हणजे तुम्ही मशीनचे मास्टर व्हाल."

अवघ्या वर्गाला दुबेंच्या चेहऱ्यावरचे आंबट भाव बदलून त्याजागी हास्य फुलवल्याचा आनंद झाला होता. "सर, जिममधल्या मशिनचं काय, म्हणजे बेंचप्रेस किंवा तशा प्रकारच्या?" रायन अगदी सुशीलपणे मध्येच म्हणाला.

"त्याचं काय?" प्रो. दुबेंच्या चेहऱ्यावरची झळाळी लोपली होती.

"त्यामुळे मानवी श्रम कमी होत नाहीत. उलट, वाढतात."

वर्गात पुन्हा सन्नाटा पसरला.

"वेल, आय मीन..." प्रोफेसर दुबे उत्तराचा विचार करत म्हणाले.

तुम्ही सांगा, रायनच्या प्रश्नात खरचं काही अर्थ होता का?

"मग व्याख्या अगदीच सोपी होईल?" रायन अगदी नाटकीपणे म्हणाला.

"तुला नेमकं काय करायचं आहे?" आमच्याजवळ पुन्हा येऊन प्रोफेसरनी ओठ घट्ट आवळत विचारलं, "तुला माझं चुकतंय असं म्हणायचं आहे का?"

"नाही सर, मला फक्त..."

"वॉच इट सन. माझ्या वर्गात... जस्ट वॉच इट," प्रो. दुबे पुन्हा वर्गासमोर जात म्हणाले.

"ओके, गंमत पुरे. आता आपण मॅन प्रोकडे वळू," फळ्यावरचा 'मशीन'

हा शब्द व त्याखालच्या सहा रेषा पुसत प्रोफेसर म्हणाले.

"माझा विषय अतिशय महत्त्वाचा आहे. बाकीचे प्रोफेसर्स तुम्हाला आपापल्या विषयांबद्दल सांगतीलच. पण मला मॅनप्रोची काळजी आहे. त्यामुळे दांड्या मारू नका, असाईनमेंट्स पूर्ण करा आणि तयारीत राहा... सरप्राईज क्विझ कधीही अकस्मात घेण्यात येईल."

त्यानंतर ते 'कास्टिंग' या धातूकामाशी संबंधित सर्वात जुन्या पद्धतीच्या मैदानात शिरले. पोलाद कसं वितळतं... ओतकाम करणारे कर्मचारी ते वितळलेलं पोलाद वाळूच्या साच्यांत कसं ओततात, यावर तासभर बडबडून त्यांनी त्या दिवसाची अखेर केली.

"आज इथंच थांबू. तुमच्या इथल्या वास्तव्यासाठी पुन्हा एकदा शुभेच्छा. लक्षात ठेवा, तुमचे विभागप्रमुख प्रो. चेरियन म्हणतात त्याप्रमाणे... द टफ वर्कलोड इज बाय डिझाईन, टू कीप यू ऑन युवर टोज. आणि ग्रेडिंग पद्धतीचं भान ठेवा. तुम्हाला चांगल्या ग्रेड मिळाल्या नाहीत तर तुम्हाला खात्रीनं सांगतो... तुम्हाला कुठेही नोकरी मिळणार नाही... काहीही भविष्य नाही. तुम्ही जर चांगली कामगिरी केलीत तर... द वर्ल्ड इज युवर ऑयस्टर... सारं जग खुलं आहे, त्यामुळे एकदाही ग्रेड्स घसरू देऊ नका... नाहीतर 'ऑयस्टर' मिळणार नाही, केवळ निसरडा चिखल लाभेल."

आमच्या सर्वांगातून भीतीची लहर सरसरत गेली. या वचनासोबतच प्रोफेसरनी टेबलावर डस्टर आपटला आणि खडूच्या भुकटीच्या ढगांतून ते वर्गाबाहेर पडले.

■

२

टर्मिनेटर

असं म्हणतात की, मजेचा काळ असतो तेव्हा दिवस कसे भुर्रकन उडून जातात. पहिल्या सेमिस्टरमध्येच सहा विषय होते, त्यातल्या चार विषयांची प्रॅक्टिकल्सही असायची... या दरम्यान दिवस पुढे रेटतच नव्हते, मजा... गंमत वगैरे कुठली! दररोज सकाळी आठ ते संध्याकाळी पाच वाजेपर्यंत आम्ही कॉलेजच्या आठ मजली इमारतीत लेक्चर्स, ट्यूटोरियल्स, प्रयोगशाळा... यांत डांबलेलो होतो. संध्याकाळचा वेळ ग्रंथालयात जायचा किंवा आपापल्या खोलीत, कारण आम्हाला रिपोर्ट तयार करायचे असत किंवा असाईनमेंट पूर्ण करायची असत. आणि या सगळ्यामध्ये 'टेस्ट' नव्हत्या! प्रत्येक विषयाच्या दोन 'मायनर' टेस्ट होत्या, एक 'मेजर' टेस्ट होती आणि तीन 'सरप्राईज क्विजेस' होते; सहा विषयांच्या सात-सात परीक्षा... म्हणजे अगदी आकडेवारीचं गणित सांगायचं तर दर सेमिस्टरला बेचाळीस परीक्षा! सुदैवाची गोष्ट म्हणजे, पहिल्या महिन्यात प्रोफेसर मंडळींनी आम्हाला 'सरप्राईज क्विज'मधून सूट दिली... रॅगिंगचा मौसम आणि अर्थातच तिथे रुळण्याचा काळ असल्यामुळे. रॅगिंगचा मौसम लवकरच ओसरला, म्हणजे आता कुठल्याही क्षणी 'क्विझ' उपटणार होता. वर्गात प्रत्येक तासाला आम्हाला पुढच्या तासाच्या वेळच्या संभाव्य क्विझबाबत इन्स्ट्रक्टरच्या गूढ सूचनांकडे लक्ष द्यावं लागत असे.

दरम्यान, माझी रायन आणि आलोकशी चांगली ओळख झाली होती. रायनच्या वडिलांचा हस्तकलाविषयक उद्योग होता. त्यांच्या कारखान्यात बनणाऱ्या फुलदाण्या युरोपमधल्या बाजारपेठेत रवाना होत असत. रायनचे आईवडील दोघेही या उद्योगात आकंठ बुडालेले होते. त्यांना सतत प्रवास करावा लागत असल्यामुळे रायनला मसूरीमधल्या एका महागड्या बोर्डिंग स्कूलमध्ये ठेवलं होतं.

आलोकचं कुटुंब 'लिमिटेड मीन्स'वालं... म्हणजे तो गरीब होता हे सांगण्याचा

सभ्य मार्ग होता इतकंच. त्याच्या घरातली एकमात्र मिळवती व्यक्ती म्हणजे त्याची आई. शिवाय तिचा निम्मा पगार नवऱ्याच्या औषधोपचारासाठी नियमित खर्च होत असे. त्याच वेळी आलोकची मोठी बहीण... तो शोकात्म चेहऱ्यानं ज्याला 'लग्नाची झाली आहे' म्हणत असे... त्या वयाच्या उंबरठ्याजवळ येत होती. त्याच्या घरातल्यांच्या चिंतेचं आणखी एक मोठं कारण. आलोकच्या दिसण्यावरून माझा अंदाज होता की, तीही काही लावण्यसंपन्न वगैरे नसणार.

मी कुमावनमध्ये रुळलो होतो. आमच्या 'विंग'मधल्या इतर मुलांशीही माझी ओळख झाली होती. मी काही त्या सगळ्यांबद्दल सांगत बसणार नाही, पण एका कोपऱ्यात सुखविंदर राहायचा, म्हणजेच 'हॅपी सर्ड'. त्याचं कारण असं की, माणसासारखं दिसणारं काही जरी समोर आलं तरी त्याच्या चेहऱ्यावर प्रफुल्ल, रुंद हास्य फुलत असे. त्याच्या पुढल्या खोलीत पुस्तकी किडा वेंकट राहायचा. त्यानं खोलीच्या खिडक्या जाड काळ्या कागदानं बंदिस्त केल्या होत्या. खोलीत तो स्वतःला कोंडून घेत असे. आणखी एक प्राणी म्हणजे 'खाज्या' राजेश. तो सतत देहाचा कुठला ना कुठला भाग खाजवत असायचा, कधी-कधी आक्षेपार्ह जागासुद्धा. दुसऱ्या बाजूला 'सिनियर्स'च्या खोल्या होत्या... बाकू, अनुराग आणि इतर प्राण्यांच्या.

रायन, आलोक आणि मी नेहमी संध्याकाळी एकत्र अभ्यास करायचो. पहिल्या सेमिस्टरमधल्या एका महिन्यात आम्ही माझ्या खोलीत बसून 'क्वान्टोफिजिक्स'चं असाईनमेंट पूर्ण करण्याची अंतिम तारीख गाठायचा प्रयत्न करत होतो.

"सालं," रायन आरामखुर्चीतून उठून पाठीचा प्रेक्षणीय कणा ताणत म्हणाला, "कसला आठवडा म्हणायचा? क्लासेस, असाईनमेंटस्, आणि क्लासेस... असाईनमेंटस् आणि आगामी आकर्षण... क्विझेस... त्याबद्दल बोलायलाच नको. याला जीवन म्हणायचं?"

आलोक टेबलावर बसला होता. चित्त फिजिक्स असाईनमेंटवर एकवटलेलं... डोकं खाली झुकवून, मान तिरकी करून... शीटपासून अवघ्या दोन इंचावर. तो नेहमी या पद्धतीनंच लिहितो... डोकं शीटच्या जवळ, बोटात पेन गच्च दाबून धरलेलं. पांढऱ्याशुभ्र शीटचा रंग त्याच्या चष्म्याच्या जाड भिंगावर परावर्तित झाला होता.

"क्का..." आलोकनं वर पाहिलं, मतिमंदासारखं.

"मी म्हणालो, याला जीवन म्हणायचं का?" रायननं या खेपेला माझ्याकडे बघत प्रश्न केला.

मी बिछान्यावर पायांची फुली करून बसलो होतो. ड्रॉईंग बोर्डवर लावलेलं

असाईनमेंट पूर्ण करण्याच्या प्रयत्नात होतो. मलाही विसावा हवा होता, म्हणून मी पेन बाजूला ठेवलं.

"तुला काय हवं ते म्हण याला," मी जांभई देत म्हणालो, "पण त्यामुळे यात काहीही बदल होणार नाही."

"मला हा तुरुंग वाटतो. खरंच हा तुरुंग आहे. साला तुरुंग," रायन पोपडे उडालेल्या भिंतीवर मूठ आपटत म्हणाला.

"आपण आयआयटीमध्ये आहोत, देशातल्या सर्वोत्तम कॉलेजमध्ये, हे बहुधा तू विसरतोयस," आलोक कडाकडा बोटं मोडत म्हणाला.

"मग? म्हणून तुम्ही विद्यार्थ्यांना तुरुंगात डांबणार?" रायननं पार्श्वभागावर हात ठेवत प्रश्न केला.

"नाही. पण विशिष्ट गुणवत्ता अपेक्षित असते," उंचीची खूण दाखवण्यासाठी हात उंचावत आलोक म्हणाला.

"ही उच्च गुणवत्ता आहे? मध्यरात्रीपर्यंत आचरटासारखं राबत राहणं ही? काल मॅनप्रो, परवा ॲपमेक, आज क्वान्टो... हे कधी संपतच नाही," रायन कुरकुरला.

"मला 'ब्रेक'ची गरज आहे बाबा. सिनेमाला कोण येतंय?"

"आणि असाईनमेंटचं काय करायचं?" आलोकचे डोळे चमकले.

"प्रियाला 'टर्मिनेटर' लागला आहे," रायननं मोहजाल पसरलं.

"मग आपण झोपायचं कधी?" आलोकनं विचारलं.

"तू खरोखरचा घासू आहेस रे!" रायनं त्याला लाडानं म्हणाला.

"मी येणार," मी ड्रॉईंग बोर्ड बाजूला ठेवत म्हणालो, "चल आलोक, आपण हे नंतर करू."

"उशीर होईल बघ," आलोक द्विधा मनस्थितीत सावध करत म्हणाला.

मी उठलो, त्याचं पेन काढून घेऊन ते त्याच्या कंपासपेटीत ठेवलं. होय, आलोककडे कंपासपेटी होती, बारा वर्षांच्या मुलासारखी.

"चल, उठ," मी म्हणालो. तितक्यात त्याच्या कंपासपेटीतले दोन रंगाचे ब्रश माझ्या नजरेला पडले.

"हे, हे रंगाचे ब्रश कशाला ठेवले आहेस?"

"काही नाही," आलोक पुटपुटला.

मी ते ब्रश घेऊन हवेत काल्पनिक कंस रेखाटले.

"मग कशाला ठेवले आहेस? सर्किट डायग्राम रंगवायला?" मी ते ब्रश हवेत परजत, स्वत:च्याच विनोदावर हसत विचारलं, "का... मॅनप्रोच्या तासाला तुझ्या आत्म्याची अभिव्यक्ती करण्यासाठी? का... प्रोफेसर दुबेंचा आठ्यायुक्त

चेहरा चितारण्यासाठी?''

''नाही, खरं तर, हे ब्रश माझ्या वडिलांचे आहेत. ते कलावंत होते पण आता त्यांना पक्षाघात झाला आहे.''

आयुष्यात काही काही क्षण असे येतात की, त्यावेळी वाटतं डायनासोर लुप्त व्हायला नको होते... शिटी वाजवली की येऊन आपल्याला मटकावतील तर बरं! मी एकदम स्तब्ध झालो.

रायननं माझा चेहरा पाहिला आणि दातांवर दात घट्ट आवळले... एकाचवेळी आलोककडे पाहून चुकचुकत, मला पाहून हसणं आवरण्यासाठी.

''खरंच आलोक? हे खरंच वाईट झालं. आय ॲम सॉरी मॅन,'' तो आलोकच्या खांद्याभोवती हात टाकत म्हणाला. रांडेचा... माझी काहीही चूक नसताना मला कानकोंडं व्हायला लावत होता.

''इट्स ओके. बरेच दिवस झाले. आता आम्हाला त्यांच्या या अवस्थेची सवय झाली आहे,'' आलोक सिनेमाला जाण्यासाठी उठला. मला मात्र अजूनही आपण बाष्पीभवन होऊन उडून जावं असं वाटत होतं.

आम्ही बाहेर पडलो तेव्हा रायन आलोकसोबत चालत होता आणि मी... त्यांच्यामागे सहा पावलांवर.

''वेल, मी आयुष्यभर बोर्डिंग स्कूलमध्ये राहिलो आहे, त्यामुळे मला खरंच हे कळत नाही, पण तुमच्या दृष्टीनं हे फार अवघड असणार. म्हणजे मला असं विचारायचं आहे की, तुम्ही सगळं कसं काय सांभाळलंत?'' रायननं विचारलं.

''खरंतर सगळ्याला कसंबसं तोंड दिलं. माझी आई जीवशास्त्राची शिक्षिका आहे. तिची मिळकत हाच उत्पन्नाचा एकमात्र मार्ग होता. मोठी बहीण अजून कॉलेजमध्ये आहे.''

मी मान डोलावली. त्याची कहाणी ऐकून मलासुद्धा किती अनुकंपा वाटली आहे हे दाखवण्याचा माझा प्रयत्न होता.

''मी आयआयटीत कसा आलो असं तुला वाटतं? मी गेली दोन वर्ष त्यांची शुश्रूषा करत होतो.''

''असं होय?'' मी म्हणालो. अखेर मला संभाषणात उतरण्याची संधी एकदाची मिळाली.

''होय, दररोज शाळा सुटल्यावर मी त्यांची सेवा करायचो आणि अभ्यास करायचो.''

रायनकडे स्कूटर होती, त्यामुळे आम्हाला 'प्रिया'पर्यंत पोचणं सुकर होतं. एकावेळी तीन माणसांना तिहेरी सँडविच केल्यासारखं स्कूटरवर बसून जाणं

अवैध होतं पण समजा पोलिसांनी अडवलंच तर ते वीस रुपड्यांहून अधिक पैसे क्वचितच मागत असत. शिवाय अडवलं जाण्याची शक्यता दहास एक या प्रमाणापेक्षाही कमी होती. त्यामुळे रायनचं म्हणणं होतं की, समजा अडवलं तरीसुद्धा हाच मार्ग आपल्याला स्वस्त पडेल.

रात्रीच्या वेळचं 'प्रिया'तलं वातावरण आमच्या शान्त कॅम्पसच्या अगदी पूर्ण दुसऱ्या टोकाचं निराळं होतं. कुटुंब, जोडपी, तरुणांचे घोळके ताज्या 'हिट' चित्रपटासाठी रांगा लावून उभे होते. आम्ही पुढच्या रांगेतली तिकिटं काढली कारण, आलोकला जास्त खर्च होऊ द्यायचा नव्हता. माझं व्यक्तिशः असं मत होतं की, मागच्या रांगांत लांबून सिनेमा पाहण्याच्या दृष्टीने तो ठार आंधळा होता. काहीही असलं तरी, हा सिनेमा होता सायन्स फिक्शन... म्हणजे विज्ञान काल्पनिका. रायनची पसंती आहे यावरून ते माझ्या लक्षात यायला हवं होतं; तो नेहमी विज्ञान काल्पनिकांचा चित्रपट निवडत असतो. मला या विज्ञान काल्पनिकांचा अगदी तिटकारा आहे, पण मला कोण विचारतंय? या चित्रपटात 'टाईम ट्रॅव्हल' संकल्पना होती, मानवी रोबो होते, लेसर बंदूका होत्या... सगळं अजिबात गंमत वाटू नये अशा पद्धतीनं सादर केलेलं होतं. पहिल्या दहा मिनिटांतच, सिनेमातल्या किळसवाण्या पिळदार स्नायूंच्या नायकाचं शौर्य अगदी हसूसुद्धा येऊ नये इतकं आचरट वाटलं. मला कड्‌कड् जांभया आवरता येत नव्हत्या.

"वॉव!" खलनायकानं बॅकपॅक मधून क्षेपणास्त्र काढल्यावर रायन तोंडावर हात नेत उद्‌गारला.

"तू असल्या सिनेमांत काय बघतोस?" मी त्याच्या भारलेपणाच्या फुग्याला टाचणी लावत म्हणालो.

"अरे, त्या सगळ्या गोष्टी बघ!"

"पण ते सगळं खोटं आहे, काल्पनिक."

"होय, पण एखाद्या दिवशी आपल्याजवळ ते सगळं असू शकेल."

"टाईम ट्रॅव्हल? तुला खरंच असं वाटतं की, आपण कालप्रवास करू शकू?"

रायन रोमांचित झाला की अगदी मजेशीर दिसतो.

"श्श्यूऽ... आधीच हे उच्चार समजायला कठीण आहेत," आलोकनं हरकत नोंदवली.

मध्यरात्रीच्या सुमाराला आम्ही कुमावनमध्ये परत आलो तेव्हा अक्षरशः आमची फाटायची वेळ होती... म्हणजे शब्दशः नव्हे... पण वेंकटपासून सुखविंदरपर्यंत सर्वजण वह्या-पुस्तकं घेऊन धावाधाव करत होते.

"सरप्राईज क्विझ! ॲपमेकचा क्विझ असल्याची जोरदार अफवा आहे," हॅपी सर्डनं नोट्स त्वेषानं चाळत माहिती पुरवली. तो आम्हाला पाहून प्रफुल्ल हसायचंसुद्धा विसरला होता.

ॲपमेक म्हणजे ॲप्लाईड मेकॅनिक्स. निलगिरी होस्टेलमधला कुणीतरी विद्यार्थी त्या दिवशी संध्याकाळी असाईनमेंट उशीरा सबमिट करायला प्रोफेसरांच्या ऑफिसमध्ये गेला होता. त्यावेळी प्रोफेसर महोदयांनी त्याला 'नोट्सची उजळणी करत राहा' असा अभद्र सल्ला देताना डावी भुवई उडवली होती. एवढी धोक्याची घंटा पुरेशी होती... त्यामुळे ही वार्ता कॅम्पसमध्ये वणव्यासारखी पसरली होती.

"सालं! आता आपल्याला ॲपमेकचा अभ्यास करावा लागणार. त्याला तासन्‌तास लागणार..." आलोक चिडचिड करत म्हणाला.

"आणि अजून आपल्याला क्वान्टोचं असाईनमेंटही पूर्ण करायचं आहे," मी स्मरण दिलं.

सगळेजण माझ्या खोलीत अभ्यासाला जमले. मध्यरात्री दोन वाजता आलोक म्हणाला, "सिनेमाला जायची ही सगळी कल्पनाच मूर्खपणाची होती, मी तुम्हाला सांगत होतो."

"मला काय माहीत होतं का? असू दे, तू उगीच टेन्शन का घेतोयस?" रायन म्हणाला.

"उगीच घेत नाहीय. इथं तुलनात्मक 'ग्रेडिंग' असतं त्यामुळे आपण अभ्यास केला नाही आणि इतरांनी केला, तर आपण संपलो," आलोक म्हणाला.

वाक्यातील शेवटच्या शब्दावर त्यानं इतका तीव्र जोर दिला की, रायनसुद्धा दचकला.

तितक्यात माझ्या बिछान्याखालून एक उंदीर सर्रकन् पळाला.

"पाहिलास?" रायन म्हणाला. तो विषय बदलायला अतिशय उत्सुक होता.

त्यानं स्लिपर्स काढल्या, त्याला नेम धरून त्या कुरतड्या उंदरावर हल्ला करायचा होता. मात्र त्या उंदराच्या आपल्या मृत्यूविषयी स्वत:च्या अशा निराळ्या कल्पना असल्यामुळे तो मुत्सद्दीपणे पुन्हा बिछान्याखाली लुप्त झाला.

"हो, माझ्या खोलीत हे भित्री भागुबाई उंदीर आहेत, इवले इवले हरामखोर साले." मी प्रेमभरानं म्हणालो.

"तू म्हणत असशील तर मारू का?" रायननं मदतीचा प्रस्ताव ठेवला.

"ते एवढं सोपं नाही. ते फारच हुशार आणि चपळ आहेत," मी म्हणालो.

"चॅलेंज?" रायननं आव्हान ठेवलं.

"भडव्यांहो, मी तुमच्या पाया पडतो, आत्ता नको. कृपया आपण अभ्यास

करूया का?'' आलोक अक्षरश: हात जोडत म्हणाला. हा प्राणी अतिशय नाटकी आहे.

रायननं पुन्हा खुर्चीत विसावत पादत्राणं चढवली. ॲपमेकचं पुस्तक उघडत त्यानं प्रदीर्घ उसासा सोडला.

''यस सर, आपण घासून घासून डोक्यात कोंबूया... नाहीतर आपण या महान देशातील थोर इंजिनिअर्स कसे बनणार?'' रायन उपहासात्मक सुस्कारा सोडत म्हणाला.

''शट अप!'' आलोक म्हणाला. त्याचं डोकं वर्कबुकात खुपसलेलं होतं.

त्यानंतर रायन गप्प बसला. मात्र अधूनमधून तो बिछान्याखाली वाकून पाहत होता. मला पक्कं माहीत होतं की त्याला कमीतकमी एक उंदीर तरी पकडायचा होता, पण ते इवले जीव चतुराईनं गनिमी कावा लढवत होते. आम्ही तासाभरात 'क्वान्टो' असाईनमेंट संपवलं आणि त्यानंतर पहाटे पाच वाजेपर्यंत ॲपमेकच्या नोटस्‌ची उजळणी केली. तोवर रायन जोरजोरात घोरू लागला होता. मीही जागं राहण्यासाठी धडपडत होतो आणि आलोकच्या डोळ्यांनासुद्धा पाणी येऊ लागलं होतं. अजून आमचा जवळजवळ एक तृतियांश भाग व्हायचा होता, पण थोडी तरी झोप मिळणं अत्यावश्यक होतं. शिवाय, 'क्विझ' होणार ही नुसती अफवा होती, ती खरोखर प्रत्यक्षात उतरणार का, तेही आम्हाला ठाऊक नव्हतं.

पण, अफवा, विशेषत: असल्या गलिच्छ अफवा नेहमी खऱ्या होतात. ॲपमेकच्या तासाला प्रोफेसर सेन यांनी दरवाजा बंद करून घेतला आणि काळी ब्रिफकेस उघडली.

''टाईम फॉर सम फन. हा आहे बहुपर्यायी उत्तरं दिलेल्या प्रश्नांचा झटपट क्विझ.'' ते म्हणाले.

प्रोफेसर सेननी पहिल्या रांगेतील विद्यार्थ्यांच्या हातात प्रश्नपत्रिका सरकवल्या, त्या त्यांनी मागच्या दिशेनं दिल्या, अशा प्रकारे प्रश्नपत्रिकांचा धबधबा वर्गभर पसरला. वर्गातल्या प्रत्येकाला ही 'अफवा (!)' ठाऊक होती आणि क्विझ म्हणजे... सायबेरियात बर्फ पडावं तसा विस्मयजनक! मी प्रश्नपत्रिका घेऊन, त्यातील प्रश्नांवर नजर फिरवली. त्यांतले बहुतेकसे प्रश्न अलीकडल्या लेक्चर्समधले होते... म्हणजे अभ्यासातल्या आम्ही उजळणी न केलेल्या भागातले.

''संपलं. आपण पाचव्या प्रश्नांपासून पुढल्या प्रश्नांच्या तासांनाच बसलेलो नाही,'' मी आलोकच्या कानाशी कुजबुजलो.

''आपण संपलो. आता निदान शान्त राहून संपूया.'' आलोक त्याची 'अभ्यासी मुद्रा' धारण करत... म्हणजे डोकं तिरकं करून डावा गाल उत्तरपत्रिकेला जवळपास चिकटवत म्हणाला.

त्या दिवशी कुमावनमध्ये परत आल्यावर आम्ही त्या क्विझविषयी काहीही बोललो नाही. इतर विद्यार्थी क्विझमध्ये घातलेल्या अभ्यासक्रमाबाहेरच्या काही प्रश्नांबाबत तावातावानं चर्चा करत होते. आमचा सगळा अभ्यासच झालेला नसल्यामुळे आम्हाला त्याबद्दल नीटसं माहीत नव्हतं हे उघड होतं! आम्हाला क्विझच्या 'निकाला'चीही जास्त प्रतिक्षा करावी लागली नाही. दोनच दिवसांनी प्रोफेसर सेननी वर्गात उत्तरपत्रिका वाटल्या.

"पाच? मला वीसपैकी पाच मिळालेत," मी आलोकला म्हणालो. तो वर्गात माझ्यापुढे बसला होता.

"मला सात मिळाले आहेत. डॅम ईट, सात." आलोक म्हणाला.

"मला तीन. कसे काय वाटले? एक, दोन, तीन..." रायन बोटं मोजत म्हणाला.

प्रोफेसर सेननी प्रथेनुसार फळ्यावर गोळाबेरीज मांडली.

ॲव्हरेज	:	११/२०
हाय	:	१७/२०
लो	:	३/२०

काहीकाळ त्यांनी ही आकडेवारी फळ्यावर तशीच ठेवली आणि त्यानंतर 'कॅन्टीलिव्हर बीम्स'वर लेक्चर सुरू केलं.

"मला सगळ्यात कमी आहेत. पाहिलंस?" रायन माझ्याजवळ कुजबुजला. 'कॅन्टीलिव्हर बीम्स'नी त्याचं लक्ष वेधलेलं दिसत नव्हतं. त्या क्षणी त्याला काय वाटत होतं ते समजणं मोठं कठीण होतं. तो शान्त आणि निर्विकार राहण्याचा प्रयत्न करत असला तरी, त्याला हा निकाल पचवताना यातना होत होत्या, हे नक्की. त्यानं उत्तरपत्रिका पुन्हा वाचून पाहिली... पण त्यानं गुण बदलणार नव्हते.

आलोक आणखी निराळ्या प्रतलावर होता. त्याचा चेहरा 'रॅगिंग'च्या त्या दिवसासारखा दिसत होता. त्यानं उत्तरपत्रिकेवर नजर टाकली... जणू कोकच्या बाटलीचा प्रयोग झाला असावा, तसे त्याच्या चेहऱ्यावर भाव होते... चिंता-यातना-दुःख यांचं मिश्रण असलेले. अशा क्षणी आलोक अगदी कोसळायच्याच बेतात असतो, तुम्ही त्याला जरासं टोका, तो रडायला लागेल नक्की! पण आता मात्र क्विझचा निकाल अगदी तिटकारा आणणारा होता. एवढं खरं!

मी माझी स्वतःची उत्तरपत्रिका पाहिली. इन्स्ट्रक्टरनी माझे गुण मोठ्या पण बेफिकीर अक्षरांत खरडले होते... भिंतीवर तुच्छतेनं मजकून चितारावा तशा अक्षरांत. आता मी म्हणजे कुणी आईनस्टाईन नव्हे, पण शाळेत असताना माझ्या बाबतीत असं कधीही झालं नव्हतं. मला वीस पैकी पाच गुण मिळाले

होते... पंचवीस टक्के! आजवरच्या आयुष्यात माझी या टक्केवारीच्या तिप्पटीपेक्षा कमी टक्केवारी कधीच नव्हती. आऊच! आयआयटीमधल्या या पहिल्याच क्विझनं चांगलीच ठेच दिली!

पण, रायनचे गुण बघा. माझ्या मनात आलं, एवढे गुण त्याच्या आदल्या रात्रीच्या अभ्यासाच्या लायकीचे तरी आहेत का? मला त्याच्यापेक्षा दोन गुण जास्त होते... थांबा... म्हणजे त्याच्यापेक्षा सहासष्ट टक्के जास्त! या कल्पनेनं मला बरं वाटलं, तौलनिक आनंदाबद्दल परमेश्वराचे आभार!

आमच्या त्रिकूटात आलोकची टक्केवारी सर्वाधिक होती. पण त्याला मात्र आमच्या दु:खात आनंद वाटला नव्हता, हे मी सांगू शकतो. त्यानं त्याचे गुण पाहिले, त्यानंतर त्यानं फळ्यावरचं 'ॲव्हरेज' पाहिलं. मी त्याचा चेहरा पाहत होतो... आपण चुकीचं उत्तर लिहिलेलं पाहून दर खेपेला त्याचा चेहरा पिळवटत होता.

आम्ही आपापल्या उत्तरपत्रिका... आमच्या नालायकपणाचा पुरावा– आपापल्या बॅगेत ठेवल्या आणि कुमावनवर परतलो. त्यानंतर आमची भेट झाली मेसमध्ये, रात्रीच्या जेवणाच्यावेळी. पाकसिद्धी नेहमीप्रमाणेच बेचव होती. आलोकनं वाकडं तोंड करत, पसरट बसकं नाक मुरडत हिरव्या रंगाचा दाट रचका पचक्कन् पानात वाढून घेतला. मेसमधले वाढपी त्या हिरव्या पदार्थाला 'भिंडी मसाला' म्हणत असत. सोबत दोन रोट्याही पानात आदळत. त्यानं दाल, रायता, पुलाव अशा 'सेमीसॉलिड' पदार्थांकडे पाठ फिरवली. रायननं आणि मी सगळं काही वाढून घेतलं... सगळ्या पदार्थांची चव सारखीच होती तरीही... निदान आम्हाला आमच्या पानात रंगांची विविधता तरी आणता आली होती.

अखेर, रात्री जेवताना आलोकनं क्विझचा विषय काढलाच.

"मग, आता तुम्हाला काही म्हणायचं नाही का?"

रायननं आणि मी एकमेकांकडे पाहिलं.

"काय म्हणायचं?" मी विचारलं.

"हेच की... हे सगळं किती आचरटपणाचं आहे..." आलोक म्हणाला.

"जेवण?" तो कशाबद्दल बोलतोय ते पूर्ण लक्षात येऊनही मी विचारलं.

"नो डॅम ईट! नॉट द डॅम फूल." आलोक म्हणाला, "ॲपमेक क्विझ."

त्याच्या चेहऱ्यावरचे नेहमीचे शोकात्म भाव जाऊन त्या जागी धगधगता संताप धुमसत होता. मला हे भाव पाहायला व तोंड द्यायला थोडे बरे वाटले.

"क्विझचं काय? आपली दांडी उडाली आहे. त्यात चर्चा करण्यासारखं काय आहे?" रायननं सोप्या शब्दांत सांगितलं.

"ओह, रियली. आपली दांडी उडाली आहे, त्यात काही शंकाच नाही... नो

डॅम डाऊट इन दॅट,'' आलोक म्हणाला.

मला वाटतं, आलोक एक शब्द निवडतो आणि तो इतके वेळा वापरतो की त्याचा 'परिणाम' कमी होतो. आत्ताही त्याच्या संवादात किती तरी 'डॅम्स' आले होते.

''मग, सोडून दे. नाही तरी, तुला आपल्या तिघांत सर्वाधिक गुण मिळाले आहेत याचा आनंद मान.''

''आनंद? होय, मी आनंदात आहे. 'ॲव्हरेज' अकरा आहे, कुणालातरी सतरा मिळाले आहेत आणि मी आहेच... ॲट डॅम सेव्हन. होय, मी आनंदात आहे... माय डॅम 'टर्मिनेटर' ॲस,'' आलोक उपहासानं हसत म्हणाला.

मी तुम्हाला सांगितलं ना, आलोक 'परिणाम' घालवतो. मला त्याला सांगावसं वाटत होतं की, तू 'डॅम' आत्ताच्याआत्ता बंद कर. पण पुन्हा मनात आलं की, आता तो शिव्यासुमनं उधळताना त्यातली मार्मिकता जाणू शकणार नाही.

''काय? आत्ता तू काय म्हणालास?'' रायन बशीत चमचा ठेवत म्हणाला, ''तू 'टर्मिनेटर'बद्दल म्हणालास?''

''होय. ती कल्पना मूर्खपणाची होती. तुझी मूर्ख कल्पना... स्टुपिड डॅम आयडिया.'' आलोक म्हणाला.

रायन जागीच थिजला. त्यानं आलोककडे अशा नजरेनं पाहिलं की, तो जणू कुठल्या परदेशी भाषेत बोलत असावा.

त्यानंतर तो माझ्याकडे वळून म्हणाला.

''हा काय म्हणतोय ते ऐकलंस? हरी, तू ऐकलंस? धिस इज अनबिलिव्हेबल मॅन.''

मी आलोकचं बोलणं ऐकलं होतं, पण त्यात 'डॅम्स' किती वेळा आले, तेवढं मोजणं सोडलं तर बाकी त्याकडे माझं लक्ष नव्हतं.

''हरी, माझ्यामुळे क्विझमध्ये दांडी उडालीय असं तुला वाटतं?'' रायननं सावकाश शब्द उच्चारले.

मी आलोक आणि रायन दोघांकडेही एकापाठोपाठ एक झटकन् पाहिलं.

''रायन, तुला तीन गुण मिळाले आहेत. तुझी दांडी उडाली आहे, हे मी तुला सांगायला हवं?'' मी मला अजूनही न समजलेल्या गोष्टीवर चिंतन करत उलट प्रश्न केला.

''नाही. मला असं म्हणायचंय की... आलोक म्हणतोय की, मी तुम्हा दोघांना सिनेमाला घेऊन गेल्यामुळे... माझ्यामुळे क्विझमध्ये तुम्हा दोघांची दांडी उडाली. तुलाही तसंच वाटतंय की...''

''मी असं म्हणालो नाही...'' आलोक मध्येच म्हणाला. रायननं त्याला हात

उंचावून गप्प राहायला सांगितलं तरीही.

रायनचा प्रश्न आत्ता माझ्या डोक्यात शिरला पण, कुणाचीच बाजू न घेता या प्रश्नाचं उत्तर कसं द्यावं ते मला समजत नव्हतं.

“पण त्यामुळे...”

“नाही, हरी, मला सांग तुमच्या सर्वात जिवलग मित्रांनी असं म्हणावं असं तुला वाटतं?” रायननं विचारलं.

“ते महत्त्वाचं नाही. आणि... तू काही आम्हाला तो भंगार सिनेमा पाहायला जबरदस्तीनं ओढून नेलं नव्हतंस.” पुन्हा कधी विज्ञान काल्पनिक पाहायची नाही असं स्वत:ला बजावत मी म्हणालो.

रायनचं माझ्या उत्तरानं समाधान झालं होतं. उंचावलेला हात सैलावून तो सस्मित वदला,

“सी, देअर यू गो.”

“पण, आलोकचंही बरोबर आहे. आपण मजा किती करायची यालाही मर्यादा ठेवायला हवी. आपण इथल्या पद्धतीची दांडी उडवायला गेलो, तर तीच आपल्यावर उलटून आपली दांडी उडवेल... क्विझ हे त्याचं उदाहरण आहे.”

“आभारी आहे सर,” आलोक म्हणाला, “मी नेमकं हेच म्हणतोय.”

कूल! मी यातून सहीसलामत बाहेर पडण्यात यशस्वी झालो. कधीकधी, आपण फक्त प्रत्येकाच्या बोलण्याची निराळ्या शब्दांत री ओढली तर आपल्याला चांगुलपणा मिळतो!

■

३

लोखंडावरची अनवाणी पावलं

'क्विझ' दुर्घटनेनं आम्हाला अभ्यासाच्या जबाबदारीची काही काळ तरी जोरदार जाणीव दिली. आम्ही खोलीत अभ्यास करत असायचो तेव्हा रायनसुद्धा गप्प असायचा, चित्रपटांपासून खाद्यपदार्थांपर्यंत, विज्ञान काल्पनिकांचं कथानक असलेल्या नव्या चित्रपटांपर्यंत विविध तातडीच्या विषयांवर बोलण्याची निकड रोखून... आमची अधिक उपयुक्त अभ्याससत्रं सुरू होती. आमचे गुण वर्गात 'ॲव्हरेज'च्या जवळ गेले असले तरी काही काळानं असाईनमेंटस्चा वैताग येऊ लागतो... कुणालाही 'ब्रेक'ची गरज असते. रायन असाईनमेंटस्च्या दरम्यान बरेचदा डुलक्या घेत असायचा किंवा दर खेपेला नवं पुस्तक उघडताना शिव्यांची कुजबुजती लाखोली वाहत भिंतीच्या दिशेनं शून्यात नजर लावायचा.

"ओके देन." एके दिवशी असाईनमेंटला पिन मारता मारता रायन सुस्कारत म्हणाला, "मी आजचा भंपक प्रकार संपवला आहे. तुम्ही आणखी घासत बसणार आहात की कसं?"

"तू याला नेहमी भंपक प्रकार असं का म्हणतोस?" आलोक दिङ्मूढ होऊन म्हणाला.

"अंदाज कर बघू," रायन त्याचं असाईनमेंट एखादा वापरून झालेला टिश्श्यू पेपर फेकावा तसं टेबलावर भिरकावत म्हणाला.

"पण का?" आलोकनं विचारलं, "म्हणजे मला असं म्हणायचंय की, तू आयआयटीत येण्यासाठी नक्कीच खूप अभ्यास केला असणार, बरोबर?"

"होय, पण स्पष्ट सांगायचं तर, इथं माझा अपेक्षाभंग झाला आहे. ते स्वत:च जसं वर्णन करतात, तसं! हा विज्ञान आणि तंत्रज्ञानातील अत्याधुनिक अंतिम शब्द नव्हे."

मी या संभाषणात उतरण्यासाठी हातातलं पुस्तक मिटलं.

"बॉस, आयआयटीचा बिल्ला मिळवण्यासाठी घासघास घासणं ही किंमत चुकती करावी लागते. तुम्ही घासा, पास व्हा, तुम्हाला नोकरी मिळेल. तू कसल्या अपेक्षाभंगाबद्दल बोलतोयस?"

"हीच तर अडचण आहे, आधी ही मूर्ख पद्धत आहेच आणि तुझ्यासारखी मूर्ख माणसंही आहेत."

मला रायनची चीड येते. तो त्याची स्वत:ची मतं मांडत असतो तेव्हा आम्ही सगळे मूर्ख प्रभागात जातो.

"सतत घासायचं, परीक्षा द्यायच्या, असाईनमेंटस् पूर्ण करायची. नव्या कल्पना आजमावून बघायला वेळच कुठे आहे? दिवसभर फक्त बसून राहा आणि हरीसारखं लडदू व्हा."

रायनला 'घासणं' आवडत नाही. त्यामुळे मी मूर्ख... मी लडदू. त्याच्यासारख्या लोकांना वाटत असतं की, आपण म्हणजे या जगाला लाभलेलं दैवी लेणं आहोत.

"माझ्यापाशी कसल्याही नव्या कल्पना नाहीत आणि मी तितका लठ्ठही नाही... मी लठ्ठ आहे?" मी आलोककडे वळत म्हणालो. त्याच्याकडे पाहताच मला थोडं बरं वाटलं.

"जाड्या आरशात बघ. तू यासाठी काहीतरी करायला हवंस."

"हे आनुवंशिक आहे, मी एकदा टीव्हीवर माहितीपट पाहिला आहे," मी बचावाचा दुबळा प्रयत्न केला.

"आनुवंशिक... माय ॲस. मी तुझं वजन दहा किलोंनी घटवू शकतो," तो चुटक्या वाजवत म्हणाला.

रायन हा विषय कुठे नेतोय ते मला समजत नव्हतं, पण काहीही असलं तरी ते माझ्या दृष्टीनं सुखद असणार नव्हतं. कॉलेज बसच्या मागून धावणं किंवा कॉलेजच्या इमारतीचे जिने दिवसातून पन्नास वेळा चढणं यापेक्षा मला लठ्ठ... लडदू असणं अधिक आवडणारं होतं.

"रायन, माझ्याबद्दल असलं मनातसुद्धा आणू नकोस. तुला घासायचं नसलं तर आपण कॅन्टीनमध्ये पराठा खायला जायचं का?"

"बॉस. हीच तर खरी अडचण आहे... सगळं हादडायचं आणि व्यायाम अजिबात नाही. मी ठरवलं आहे, हरीनं व्यायामाचा नेम सुरू करायचा," रायन उडी मारत म्हणाला.

"मग... आपण उद्या सकाळी सुरुवात करतोय."

रायन इतर लोकांनी काय करायचं त्याचे निर्णय घ्यायचा. मला कळत नाही, त्याच्या देखणेपणामुळे की त्याच्या स्वत:विषयीच्या सुस्वभावी पोकळ

अहंकारामुळे... पण त्याला दुखवावंसं वाटायचं नाही आणि बरेचदा त्याचं फावायचं.

"थांब रायन, काय..." मी बोलायला सुरुवात केली.

"खरं तर, आलोक तू सुद्धा यायला हवंस. इन्टरेस्टेड?"

"गो टू हेल," आलोक तोंडातल्या तोंडात म्हणाला आणि शेंग मिळालेली खारोटी चुटकन् दिसेनाशी व्हावी तसा पुस्तकात अंतर्धान पावला.

माझ्या मनात दहा किलो वजन घटवण्याचे विचार सुरू झाले. आयुष्यभर लोक मला लठ्ठ माणूस म्हणत आले होते. खरं तर आता तुंदीलतनूपण हा माझ्या अस्तित्वाचाच भाग बनला होता. अर्थातच माझ्या अस्तित्वाच्या या भागाचा मला तिटकारा होता. रायनही हे समजून-उमजून करतोय असं दिसत होतं... शिवाय त्याची देहयष्टी अतिशय देखणी होती... ग्रेट!

ऽशशाऽ आपण प्रयत्न करायलाच हवा, माझ्या मनात आलं.

"मला काय करावं लागेल?" मी शरणागती पत्करत विचारलं.

"रोज सकाळी लवकर उठून संपूर्ण कॅम्पसभोवती जॉगिंग... साधारण चार किलोमीटर्स."

"नो वे, मी चार किलोमीटर अंतर नुसतं चालूसुद्धा शकत नाही," मी रायनला धुडकावून लावलं.

"अरे पेकळ्या, निदान प्रयत्न तरी कर. नंतर तुला एकदम मस्त वाटेल." रायन म्हणाला.

दुसऱ्या दिवशी पहाटे ठीक पाच वाजता रायननं माझ्या दारावर निर्दयी लाथ मारली... मला खात्री होतीच त्याची. मला रायनची चीड येते. तरी मी दार उघडलं. मी टी-शर्ट, शॉर्टस् परिधान करून सज्ज होईपर्यंत तो तिथेच वाट बघत थांबला.

"चार किलोमीटर्स?" माझ्या डोळ्यांत झोप मावत नव्हती, त्याच वेळी मनात कारुण्य दाटलं होतं.

"प्रयत्न कर, फक्त प्रयत्न कर," रायननं उत्साह चेतवला.

मी कुमावन मधून बाहेर पडलो तेव्हा बाहेर अजून अंधार होता. मला एवढी छोटीशी का होईना पण दयेची पाखर लाभल्याचा आनंद झाला... म्हणजे आता ऐंशी किलोचा पृथ्वीच्या गोलाच्या आकाराचा प्राणी रस्त्यावरून उसळत-उड्या घेत जाताना कुणी पाहणार नव्हतं. चार किलोमीटर अंतर पार करायचं म्हणजे कॅम्पसच्या दुसऱ्या टोकाच्या भोज्ज्याला जाऊन शिवायचं... वाटेतली होस्टेल्स, खेळाची मैदानं, कॉलेजची इमारत, मास्तरांची घरं... सगळं पार करून. आपण फसवाफसवी करून या अंतरात लबाडी करू शकू असं मनात आलं होतं, पण मला रायनला एक संधी द्यायची होती, मात्र त्याच्याबद्दलची माझी चीड जराही कमी

नव्हती.

माझा अवघा देह कुरकुरू लागला होता. आजवर कधी अस्तित्वही न जाणवलेले स्नायू परिचय घडवू लागले होते. पहिल्या दहा मिनिटांतच मी एव्हरेस्ट शिखरावरचा गिर्यारोहक ऑक्सिजनविना धापत असावा, तसा धापू लागलो होतो... पंधरा मिनिटांनी मला वाटलं... आता हृदयविकाराचा झटका येतोय. मग मी काही मिनिटं दम घेतला आणि पुन्हा सुरुवात केली... आता संस्थेची इमारत मागे पडली होती आणि मी मास्तरांची घरं असलेल्या वसाहतीत होतो.

आता उजाडू लागलं होतं. निगा राखलेली हिरवळ, वर्गात आम्हाला छळणाऱ्यांचे चित्रातल्यासारखे बंगले दिसू लागले होते. मी प्रोफेसर दुबेंचं घर ओलांडून पुढे गेलो. हा माणूस वर्गाबाहेर कसा असेल याची कल्पना करणंच कठीण होतं... घरात वावरतोय, टीव्ही पाहतोय, मुततोय, डायनिंग टेबलाशी बसून जेवतोय.

एव्हाना मी घामानं निथळत होतो आणि माझा चेहरा लालबुंद या रंगछटेच्या पलीकडे जाऊन जांभळ्या रंगाच्या दुर्मिळ छटांपर्यंत पोहोचला होता.

मी हाश्श्य हुश्श्य करत थांबलो... आणि अकस्मात गुडघ्यांवर धाडदिशी आपटलो.

मी या अनपेक्षित धक्क्यामुळे रस्त्यावर हतबुद्ध होऊन बसलो होतो, त्या धक्क्यातून व गुदमरल्या जाणीवेतून सावरत होतो, नंतर मी मागे वळून पाहिलं.

सगळ्या अनर्थाच्या मुळाशी ही लाल मारुती कार होती तर! धापा टाकता टाकता मी डोळ्याच्या कोपऱ्यातून गाडीच्या ड्रायव्हरकडे नजर टाकली. माझं प्राणोत्क्रमण होऊ घातलेलं असताना, मला मारायचा प्रयत्न कोण करतंय? माझा श्वास पुन्हा पूर्ववत होण्याची वाट पाहत मी विचार करत होतो.

"आय ॲम सो... सो सॉरी," एक बायकी आवाज आला.

साधारण माझ्याच वयाची एक तरुण मुलगी दिसली. सैल टीशर्ट व गुडघ्याच्या लांबीची शॉर्टस् अशा घरगुती वापराच्या कपड्यांत. ती खुळचटासारखी माझ्या दिशेनं दुडदुडत आली. बहुधा तो तिचा माझ्या दिशेनं पळत येण्याचा प्रयत्न असावा. ती अनवाणी असल्याचं माझ्या नजरेनं टिपलं.

"मला माफ कर. तू ठीक आहेस ना?" तिनं कानामागे बटा सारत चौकशी केली.

माझी अवस्था ठीक नव्हती, त्याला कारण तिची चूक होती. पण जेव्हा एखादी युवती एखाद्या माणसाला 'तू ठीक आहेस ना?' म्हणून विचारते तेव्हा... 'नाही, मी ठीक नाही' असं तो कधीही सांगू शकत नाही.

"हो. ठीक आहे," मी तळहात चोळत म्हणालो.

"मी तुला गाडीतून सोडू का?" तिनं मला उठून उभं राहायला मदत म्हणून

स्वत:चा हात देऊ करत पडल्या चेहऱ्यानं विचारलं.

ती जवळ आली तेव्हा मी तिच्याकडे बारकाईनं पाहिलं. कदाचित मी बऱ्याच काळानं एखादी स्त्री पाहिल्यामुळे असेल किंवा कशामुळेही... पण ती मला खरोखरच सुंदर भासली आणि तिचा तो नुकताच झोपेतून उठलेला एकूणच सगळा अवतार आवडला. रात्री झोपण्याच्या पोशाखात फक्त मुलीच तेवढ्या 'हॉट' दिसू शकतात. अगदी उदाहरणानिशी स्पष्ट करून सांगायचं तर, आलोक फाटका गंजीफ्रॉक व पायजमा अशा अवतारात दुर्धर व्याधीग्रस्त रुग्णासारखा दिसतो.

"मी जॉगिंग करत होतो," मी तिचा हात धरून शक्य तितक्या कूर्मगतीनं उठता उठता (व तसं न दाखवता) म्हणालो. एखाद्या सुंदर मुलीचा हात सोडावा असं कुणाला वाटतं? पण उठून उभं राहिल्यावर मात्र मला तिचा हात सोडावा लागला.

"हाय. बाय द वे... मी नेहा. आय ॲम रिअली सॉरी," ती पुन्हा हातानं केस मागे सारत म्हणाली, आत्ता नुकताच मी जो हात धरला होता, त्याच हातानं.

"हाय. मी हरी. अजून जिवंत आहे... सो ईट ईज ओके," मी दात विचकत म्हणालो.

"यस, मी गाडी चालवायला शिकतीय," तिनं गाडीच्या पुढच्या काचेवरील 'एल' चिन्हाकडे बोट करत सांगितलं. माझ्या मनात आलं, तुम्ही गाडी चालवायला शिकत असाल तर तुम्हाला लोकांना ठोकरण्याची परवानगी असते... हे अगदी समजण्याजोगं आहे... आणि विशेषत: तुम्ही जर इतके चिकणे असाल तर असतेच असते.

आता अगदी स्पष्ट, मोकळेपणानं सांगायचं तर मला कुठेही लागलं नव्हतं किंवा काहीही झालं नव्हतं. त्याचं एक कारण म्हणजे, ती ताशी सुमारे दोन किलोमीटर वेगानं गाडी चालवत होती आणि दुसरं म्हणजे इतर लोकांपेक्षा चरबीसंपन्न असणाऱ्या माझ्या ऊती धक्के जास्त उत्तमरित्या झेलू शकतात. मात्र तरीही मला त्या क्षणाचं 'सोनं' करायचं होतं.

"तुला मी गाडीतून सोडायची गरज नाही... नक्की? मला खरंच वाईट वाटतंय," ती हातावर हात दाबत म्हणाली.

"खरं तर, मला कुमावनपर्यंत गाडीतून जाण्याचा मोह होतोय," मी म्हणालो.

"शुअर. प्लीज गाडीत बस," ती म्हणाली. त्यानंतर मंद स्मित करत म्हणाली, "तुला माझ्या ड्रायव्हिंगचा भरवसा वाटत असेल तर."

आम्ही गाडीत बसलो. ती ड्रायव्हरच्या सीटवर अगदी काळजीपूर्वक बसली

होती. त्यानंतर तिनं तिचं अनवाणी पाऊल ॲक्सिलरेटरवर ठेवलं. आता कदाचित मी इंजिनिअर असल्यामुळे असेल, पण तिचं ते पाऊल भलतंच 'हॉट' दिसत होतं. धातूजवळ स्त्रीदेहाची अनावृत्त त्वचा प्रचंड सेक्सी दिसते. तिच्या पावलांच्या नखांवर गडद लालचुटूक नेलपॉलिश लावलेलं होतं आणि एखाद दुसऱ्या बोटात चंदेरी नागमोडी आकाराची विचित्र वळी होती... फक्त मुलींनी घालणंच योग्य ठरतील अशी. मला फक्त तिच्या पावलांकडे बघत राहायचं होतं, पण तिनं बोलायला सुरुवात केली.

"कुमावन होस्टेल... म्हणजे विद्यार्थी हं?"

"हो. प्रथम वर्ष. मेकॅनिकल इंजिनिअरिंग."

"कूल. मग कसं काय वाटतंय, कॉलेज आणि बाकीच्या गोष्टी? मौजेचं?"

"फारसं नाही... सगळं सांभाळण्यासाठी फक्त सर्व वेळ धावपळ."

"म्हणजे तुला खूप अभ्यास करावा लागतो. तुम्ही मुलं काय म्हणता त्याला... घासणं!"

"हो. आम्हाला घासावंच लागतं. काही साले प्रोफेसर मुलांना असं वेडं करण्यात दुष्ट आनंद मिळवतात..."

"माझे वडील प्रोफेसर आहेत," नेहा म्हणाली.

"होय?" मी जागीच उडालो. माझं सुदैव म्हणून मी माझी प्रोफेसरांविषयीची सगळी खरीखुरी मौलिक मतं तिच्यापुढे व्यक्त केली नव्हती. ती प्रोफेसर दूबेंची मुलगी असू नये असं मला वाटत होतं.

"हो, मी शिक्षक निवासात राहते," ती म्हणाली. गाडी शिक्षक निवासावरून पुढे निघाली होती. आता आम्ही कॉलेजच्या इमारतीजवळ येत होतो.

"आणि ते माझ्या डॅडचं ऑफिस," तिथल्या कित्येक डझन खोल्यांपैकी एका खोलीकडे बोट दर्शवत तिनं माहिती पुरवली.

"असं होय?" मी म्हणालो. आपण अडचणीत येऊ असं काही कृत्य आपल्या हातून घडलंय का त्याचा अदमास घेण्यासाठी माझं मन 'फ्लॅशबॅक'मध्ये धावलं.

"त्यांचं नाव काय?" मी सहजपणे प्रश्न केला.

"प्रोफेसर चेरियन. तुला बहुधा ते माहीत नसतील. तुम्ही तिसऱ्या वर्षात गेल्याशिवाय ते शिकवत नाहीत."

मी मान डोलवली. मी नाव ऐकून होतो, पण मी प्रोफेसर चेरियनना कधी पाहिलं नव्हतं. मग मला आमचा पहिला तास आठवला.

"ते मेकॅनिकल इंजिनिअरिंगचे विभागप्रमुख आहेत का?" मी मोठ्या कष्टानं तिच्या पायांवरची नजर बाजूला काढत विचारलं.

माझी चिंतातूर अवस्था जाणून तिनं तिसरा गिअर टाकता टाकता माझ्या हातावर थोपटलं.

"होय. पण असा गंभीर होऊ नकोस. ते प्रोफेसर आहेत, मी नाही. सो... रिलॅक्स."

ती खॉक्कन् हसली... जणू तिला माझं तिच्या पायांबद्दलचं आकर्षण समजलं असावं.

कॉलेजची इमारत ते होस्टेल या दरम्यानच्या रस्त्यावर आमच्या आणखी थोड्या गप्पा झाल्या. तिनं मला तिच्या कॉलेजबद्दल सांगितलं. ती फॅशन डिझाईनचा अभ्यास करत होती. ती या कॅम्पसमध्ये दहा वर्षांहून अधिक काळ राहत होती, तिला बहुतेकसे प्रोफेसर्स माहीत होते.

कुमावनशी आल्यावर तिनं पुन्हा एकदा दिलगिरी व्यक्त केली आणि माझ्यासाठी काही करू शकते का, अशी विचारणा केली.

"नको. खरंच, सगळं ठीक आहे." मी तिला धीर दिला.

"खरंच हरी, नक्की? मग... तू जॉगिंगला येशील तेव्हा आपण पुन्हा भेटू ना?"

"हो," मी म्हणालो. मनात रायनच्या प्रशिक्षणाच्या दुसऱ्या फेरीची धास्ती होतीच.

"ग्रेट. कधीतरी मी तुला कॅम्पसबाहेर... डिअरपार्कमध्ये नेईन. तिथे बरीच माणसं जॉगिंगला येतात. तिथे चहा-नाष्टाही अप्रतिम मिळतो. मग हा बेत माझ्याकडे लागला," ती म्हणाली.

माझ्या विभागप्रमुखांच्या मुलीच्या भेटीनं मला पुन्हा खिन्नता आली, पण तिची ही 'ऑफर', सर्वांत महत्त्वाचं म्हणजे तिनं स्वत:हून दिलेली... तिला नाही म्हणणं शक्यच नव्हतं.

"फारच छान बेत आहे." मी गाडीतून बाहेर उडी घेत म्हणालो, "फुकटातल्या पोटपूजेचं नेहमी स्वागतच आहे. अशीच धडकत राहा."

तिनं हसून, हात हलवला आणि ती इवली लाल गाडी दृष्टिआड झाली. कुमावनच्या हिरवळीशी आलो तरीही अजून तिची प्रतिमा माझ्या मनात रेंगाळत होती. रायन माझ्याआधी तिथे येऊन वाट बघत होता, पुश-अप्स की पुल-डाऊन्स काहीतरी करत. त्यानं मला गाडीतून उतरताना पाहिलं होतं. त्यानं माझ्याकडे संपूर्ण स्पष्टीकरण देण्याची मागणी केली. हे सगळं मला पुन्हा एकदा आलोकला सांगावं लागलं. त्यांनी मला ती कशी दिसते वगैरे सगळ्या गोष्टी विचारत सुयोग्य थरार दर्शविला, वर आणखी हेही सांगितलं की, तिच्यापासून लांबच राहा, ती प्रोफेसरची मुलगी असल्यामुळे!

पण या दोघांनी ना कधी तिला पाहिलं होतं, ना तिच्याशी बोलले होते. मी तिला

पुन्हा भेटण्यासाठी मरत होतो... पुन्हा एकदा तिच्या समोर लोटांगण घालण्याची प्रतिक्षा करत होतो आणि तिची अनावृत्त... अनवाणी पावलं डोळे भरून पाहण्याचीही!

■

४

लक्ष्मणरेषा

पहिल्या सेमिस्टरच्या मध्यात रायनची स्कूटर मोठ्या धुमधडाक्यात आली. त्याच्या आईवडिलांनी त्याला ख्रिसमसची भेट म्हणून डॉलर चेक पाठवला होता. युरोपमध्ये त्यांच्या अवतीभवती सगळेजण जसं करत होते, तसंच त्यांनीही केलं होतं. रायन ख्रिश्चन नव्हता आणि त्याला ख्रिसमसचंही अप्रूप नव्हतं. पण त्याला तो चेक मात्र फार आवडला होता. त्यानं तो वटवला आणि 'व्हायोला' स्कूटर आली... मेटॅलिक निळ्या चमचमत्या रंगाची देखणी कायनेटिक होंडा!

रायननं नवी स्कूटर कुमावनमध्ये आणली तेव्हा सगळे विद्यार्थी तिच्याभोवती स्वागताला जमले होते. पण फक्त आलोक आणि मी– आम्हा दोघांनाच आमची वजनदार बुडं स्कूटरवर टेकायची संधी मिळाली. ती गाडी दोन व्यक्तींसाठी होती, पण रायन आम्हा दोघांनाही तिच्यावरून न्यायचा. आम्ही त्या स्कूटरवरून वर्गात जायचो, कॅन्टीनमध्ये जायचो, क्वचित कधीतरी 'टर्मिनेटर'सारख्या चित्रपटाला जायचो. सगळं जग आमच्याकडे हेव्यानं बघत असायचं आणि स्कूटरकडे बहुधा कणवेनं... कारण तिला आमचं तिघांचं एकत्रित ओझं पेलावं लागायचं.

दरम्यान आमच्या वर्गामधली अवस्था अत्यंत बिकट झाली होती. प्रोफेसर्स दबाव वाढवत होते. 'ॲव्हरेज'च्या पुढे जाण्यासाठी... म्हणजेच 'ॲव्हरेज'ची मर्यादा आणखी उंचावण्यासाठी प्रोफेसर्स विद्यार्थ्यांवर अभ्यासाचं प्रचंड ओझं लादत होते. आम्ही अजूनही एकत्रच अभ्यास करत होतो, पण त्यात लक्ष एकवटण्याचा दृढनिश्चय मात्र डळमळत होता. आम्ही काही असाईनमेंटस्‌मध्ये ॲव्हरेज गुणांपर्यंत पोचण्यात कसेबसे यशस्वी झालो होतो, मात्र भौतिकशास्त्राचं अगदी वाटोळं झालं होतं.

एके दिवशी रात्री आलोकच्या घरून फोन आला. त्याचे वडील अचानक गप्पगार झाले का असंच काहीतरी झालं होतं, त्यामुळे कुणीतरी त्यांना ताबडतोब

रुग्णालयात नेणं आवश्यक होतं. आलोकच्या आईनं हे सगळं कधी एकटीनं केलं नसल्यामुळे तिला रुग्णालयात एकटीनं जाणं वगैरे कल्पनेनं फेफरं आलं होतं.

भौतिकशास्त्राच्या क्विझची जोरदार अफवा पसरली असली, तरी आलोकपुढे पर्यायच नव्हता. रायननं त्याला स्कूटर देऊ केली, पण आलोकला ती चालवता येत नव्हती. त्यामुळे रायनला त्याच्याबरोबर जावं लागणार होतं आणि मला एकट्यानं होस्टेलमध्ये थांबायचं नव्हतं. म्हणून मीही त्यांच्यासोबत गेलो.

त्यावेळी मी पहिल्यांदा आलोकचं घर पाहिलं. मी तुम्हाला सांगितलंच आहे की, तो गरीब घरातला आहे, म्हणजे जागतिक बँकेच्या जाहिरातींतल्यासारखा उपासमारीनं ग्रस्त वगैरे प्रकारचा गरीब नव्हे, पण त्याच्या घरात अगदी जेमतेम गोष्टी दिसत होत्या, जगण्यासाठी अत्यावश्यक असतात तेवढ्याच फक्त. त्याच्या घरात लाईट होते, पण दिव्यांना शेड नव्हत्या; दिवाणखाना होता पण कोच नव्हते, टीव्ही होता, पण रंगीत नव्हता. आलोकच्या वडिलांचा दिवाणखान्यात मुक्काम असे. तिथे ते टीव्हीवरच्या दोनपैकी एका वाहिनीसोबत मन रमवत असत. आम्ही त्याच्या घरी पोचलो तेव्हा ते जवळपास बेशुद्धावस्थेतच होतो. त्याची आई कधीपासून वाट पाहत होती, साडीच्या पदरानं अश्रू टिपत होती.

"आलोक, बाळा, बघ तू इथं नव्हतास तेव्हा काय घडलंय," ती इतक्या करुणाजनक स्वरात म्हणाली, की त्या स्वरानं हिटलरसुद्धा रडला असता.

मित्रांनो, आलोकला केविलवाणी पीरपीर करण्याची सिद्धी कुठे प्राप्त झाली असेल ते मला समजलं. असो. मी रिक्षा बोलावली, रायन आणि आलोकनं रुग्णाला उचलून रिक्षात ठेवलं. त्यानंतर आम्ही रुग्णालयात गेलो, त्यांना आत घेऊन गेलो आणि डॉक्टर येण्याची प्रतिक्षा करत थांबलो, त्यांनी आलोकच्या वडिलांना तपासेपर्यंत. प्रचंड गर्दीनं व्यापलेल्या मोफत सरकारी रुग्णालयात काम करणं म्हणजे डॉक्टरांचं दुर्दैवच होतं.

आम्ही पहाटे तीन वाजता कुमावनमध्ये परतलो, तेव्हा प्रचंड शीण आला होता आणि रुग्णालयातल्या वासांची शिसारीही.

या सगळ्यामुळे दुसऱ्या दिवशी काय घडलं असेल याची अर्थातच तुम्हाला कल्पना करता येईलच! भौतिकशास्त्राच्या क्विझमध्ये अपेक्षेप्रमाणेच घडलं... आमची सणकून दांडी उडाली. आम्हाला वीस पैकी दोन वगैरे गुण मिळाले! आलोकनं प्रोफेसरना पुन्हा क्विझ घेण्याबाबत विचारण्याचा प्रयत्न केला. त्यावर प्रोफेसर महोदयांनी त्याच्याकडे अशा काही नजरेनं पाहिलं की, जणू आलोकनं त्यांची दोन्ही मूत्रपिंडं काढून मागितली असावीत!

भौतिकशास्त्र क्विझच्या त्या अध्यायानं आलोक जरासा निवळला. अभ्यास करत असताना रायननं आमचं लक्ष दुसरीकडे वेधलं की, आलोक जो सावध पवित्रा

घ्यायचा, तो जरासा कमी झाला होता.

"यू नो गाईज, ही सगळी आयआयटी सिस्टीमच घाणेरडी आहे," रायननं घोषित केलं.

"झालं याचं पुन्हा सुरू," मी म्हणालो.

आम्ही तिघंही माझ्या खोलीत होतो.

मला आलोकनं रायनच्या बोलण्याकडे दुर्लक्ष करणं अपेक्षित होतं, पण या वेळी मात्र त्यानं रायनला बोलण्याची संधी दिली, केवळ एकाक्षरी प्रश्नानं.

"का?" आलोकनं विचारलं.

"कारण... मला सांग... थोर इंजिनिअर्स अथवा शास्त्रज्ञांपैकी कितीजण आयआयटीतून आले आहेत?"

"तुला काय म्हणायचं आहे? कितीतरी मुख्य कार्यकारी अधिकारी आणि नवउद्योजक आयआयटीतून आले आहेत," मी बोलण्याची चूक केली, कारण रायनचं अजून बोलून व्हायचं होतं.

"मला असं म्हणायचं आहे की, हे भारतातील सर्वोत्तम कॉलेज मानलं जातं. अब्जावधींच्या देशातली सर्वोत्तम तंत्रज्ञान संस्था. पण आयआयटीनं आजवर कधी कशाचा शोध लावला आहे का? किंवा भारतासाठी काही तांत्रिक योगदान दिलं आहे का?"

"इंजिनिअर घडवण्याचं योगदान देत नाही?" आलोक धप्पकन पुस्तक मिटत म्हणाला. आता आलोकच आमच्यावर अंकुश ठेवत नाहीय म्हटल्यावर त्या दिवशी अभ्यासाला सुट्टी, हे मी ओळखलं. मी सासीजमध्ये पराठे चापायला जाण्याचा व मेसमध्ये न जाण्याचा प्रस्ताव ठेवला. त्याला सर्वांची मान्यता लाभली.

रायन पुन्हा चिंतनात मग्न झाला.

"तीस वर्षांहून अधिक काळ आयआयटी फक्त एवढंच करतीय, बहुराष्ट्रीय कंपन्यांत काम करण्यासाठी काही बुद्धिवान मुलांना प्रशिक्षित करतीय. अमेरिकेतील एमआयटी बघा."

"ही अमेरिका नाही," मी सासीजच्या मदतनिसांना तीन प्लेट पराठे आणण्याची खूण करत म्हणालो.

"एमआयटीकडे कोट्यवधी डॉलर्सचा निधी असतो."

"आणि काहीही असलं तरी, इथं कुणाला पर्वा आहे... मला पदवी मिळवायची आहे आणि चांगली नोकरी," आलोक म्हणाला.

सासीज म्हणजे आयआयटी होस्टेलच्या प्रवेशद्वारालगत रस्त्याकडेला बेकायदेशीर उभारलेली टपरी, कधीही कोसळेल अशा अवस्थेतली. तंबू टाकून, स्टुलं मांडलेल्या

त्या टपरीत पराठा, लेमोनेड आणि सिगारेट्स मिळत असत. दोन रुपयांना एक लोणी माखलेला पराठा म्हणजे किफातशीर सौदा होता, अगदी विद्यार्थ्यांच्या खिशाचा स्तर विचारात घेतला तरीही परवडण्याजोगा. चालक सासी याला मेसमधल्या भोजनाचा दर्जा माहीत होता. दररोज प्रत्येक होस्टेलमधल्या डझनभर मुलांना खाऊ घातलं तरी त्याचा प्रचंड धंदा होत असे. आमच्यासमोर पराठ्यांच्या तीन थाळ्या आल्या. पराठ्यांवर वितळू लागलेला लोण्याचा गोळा आणि त्याचा स्वादिष्ट खमंग गंध...

"हे बघा, प्रत्येक वेळी पैशाचा मुद्दा नसतो," रायन सिगारेटच्या टोकावरची राख झटकत म्हणाला.

"आयआयटी अवकाश संशोधन करू शकणार नाही, पण आपण काही स्वस्त उत्पादनं नक्कीच बनवू शकतो. आणि स्पष्ट सांगायचं तर, पैसा ही फक्त एक सबब आहे. जर तितक्या मोलाची गोष्ट असेल तर औद्योगिक विश्व अगदी आयआयटीमध्येसुद्धा संशोधनासाठी पैसा पुरवेल."

"मग काय चुकीचं आहे?"

मी वैतागलो होतो. आता समोर खाद्य होतं, रायननं गप्प बसावं असं मला अत्यंतिक वाटत होतं. म्हणजे, त्याला अभ्यास करायचा नसेल, तर ठीक आहे ना, पण आम्हाला असली भिकारडी व्याख्यानं तरी देऊ नयेत... त्यामुळे पचनावर भयंकर वाईट परिणाम होतो.

"चुकीची आहे ती सिस्टीम," रायननं जोरदारपणे मत नोंदवलं. त्याचं बोलणं एखाद्या स्थानिक राजकारण्यासारखं भासत होतं. तुम्हाला नेमकं काही सांगता येत नसेल तर संपूर्ण सिस्टिमच्या माथी खापर फोडा!

पण रायनला अजूनही काही सांगायचं होतं.

"ही तुलनात्मक ग्रेडिंगची आणि विद्यार्थ्यांच्या माथ्यावर प्रचंड ओझं लादण्याची सिस्टिम. माझ्या मते, यामुळे तुमच्या आयुष्यातली मौजमजेची सर्वोत्तम वर्षं करपतात. शिवाय त्यामुळे आणखीही काही गोष्टी खलास होतात. मूलभूत विचारांना कुठे जागा असते? सर्जनशील आविष्कार घडवायला वेळ कुठे असतो? हे योग्य नाही."

"व्हॉट अबाऊट इट इज नॉट फेअर? इट गेटस् मी वर्क, दॅट्स ऑल आय केअर," आलोक समोरचं खाद्य अधाशीपणे खाता खाता मध्येच थांबून, खांदे उडवत म्हणाला.

"वॉव, हे तर यमक झालं, मी म्हणालो.

"हे बघ, तुझी ही वृत्ती... ही आणखी एक समस्या आहे. इफ यू डोन्ट गेट इट, फरगेट इट," रायन म्हणाला.

"हे सुद्धा यमक जुळलं!" मी म्हणालो.

आलोक आणि मी खिदळू लागलो.

माझ्यामुळे रायनचा तिळपापड होत होता, हे मला समजत होतं, पण मला खरंच त्यानं गप्प बसावं किंवा निदान त्यानं विषय तरी बदलावा, असं वाटत होतं. हा आळशी प्राणी गाढवगोंधळ घालण्यासाठी कुठलंही कारण शोधेल!

"उडत गेलास," देहबोलीसह शब्दांत व्यक्त करत रायन पराठ्यांचा समाचार घेऊ लागला.

"बरं," मी म्हणालो, "वीकेन्डचा काय बेत आहे?"

"काही नाही, का?" आलोक वर बघत म्हणाला.

"वेल, आता आपल्याकडे स्कूटर आहे."

रायन गप्प गप्प होता.

"हे, बायकांसारखं फुरंगटून बसू नकोस."

मी त्याच्या कोपराला माझ्या कोपरानं ढोसत राहिलो... तो हसेपर्यंत.

"येस, आपण जाऊ शकतो. कॅनॉट प्लेस?"

"का?" आलोकनं पुन्हा एकदा एकाक्षरी प्रश्न केला.

"वेल, तिथे एक स्वस्त ढाबा आहे. तिथे सर्वोत्तम बटर चिकन मिळतं, शिवाय छानपैकी हिंदी सिनेमा बघता येईल आणि त्यानंतर बाजारात पोरीबाळी बघता येऊ शकतील."

रायनचे डोळे भयंकर म्हणजे भयंकरच वैषयिक झाले होते.

"कल्पना चांगली आहे," मी म्हणालो. त्याच्या बोलण्यातील मुलींच्या उल्लेखानं माझ्या मनात नेहाचा विचार जागा झाला. मी तिच्यापुढे पुन्हा लोटांगण घातलं नव्हतं... परत जॉगिंगला जायला हवं!

"आलोक, तूसुद्धा येतोयस, होय ना? का तू दिवसभर घासत बसणार आहेस?"

"ओह... ॲपमेकचं वर्कशीट करायचं आहे... पण असू दे... गेलं उडत... यस, मी येणार." आलोक शरण आला.

त्या वीकेंडला आम्ही कॅनॉट प्लेसमध्ये जाऊन खरंच खूप मजा केली. सिनेमा नेहमीसारखा म्हणजे प्रत्येक हिंदी सिनेमा असतो तसाच होता– एका तरुण-तरुणीची भेट होते. तो तरुण गरीब आणि प्रामाणिक, मुलीचा बाप श्रीमंत आणि लुच्चा. मात्र सिनेमातली नायिका नवोदिता होती आणि दर्शकांना खूष करण्यासाठी आतुर, त्यामुळे तिनं पावसात चिंब आंघोळ केली, तोकड्या स्कर्टमध्ये टेनिस खेळली, शिष्टसंमत नसलेल्या पोशाखात डिस्कोत थिरकली. तिचे सगळे छंद अत्यल्प व पारदर्शक वस्त्रप्रावरणं परिधान करण्याशी गुंफलेले

असल्यामुळे दर्शकांना ती फार आवडली. नायिकेचे वडील आपल्या 'हॉट' मुलीशी प्रेमाराधन करणाऱ्या नायकाला जवळपास ठारच करायच्या बेतात असतात, पण अखेर नायकाचं प्रेम आणि कामवासना वरचढ ठरते. त्या नायकाला कुठली भिकारडी असाईनमेंट्स पूर्ण करायची नसतात की, कुठले चमत्कारिक प्रोफसर्स त्याच्या मानगुटीवर बसलेले नसतात. हे हिंदी सिनेमे सगळे भंपक असतात हे मला माहीत आहे, पण ते वास्तव जीवनातल्या सगळ्या भंपकपणापासून तुमचं मन दूर नेण्याचं काम करतात, तसं दुसऱ्या कशानंही होत नाही.

सिनेमा संपल्यानंतर भोजनाचा सोहळा झाला. ढाबा उत्तमच होता. रायनचं असल्या गोष्टीत नेहमी बरोबरच असतं. त्यानं सगळ्यांसाठी ऑर्डर दिली, नेहमीसारखीच. आणि तो ऑर्डरही भरभक्कम देतो... अगदी, बोनलेस बटर चिकन पासून डाल, पराठा, रायता... हे बिघडलेलं कारटं चक्क जास्त दराच्या कोकचीसुद्धा ऑर्डर देतं... आता कुठला विद्यार्थी उपहारगृहात कोकची ऑर्डर देईल? असो. जेवण मात्र मस्त होतं आणि जरा जादाच कार्यक्षम असणाऱ्या डेझर्ट-कूलरनं आमच्या तोंडावर पाण्याचे फवारे उडवत आसमंतही शीतल ठेवला होता.

भुकेनं व्याकूळलेल्या 'युनिसेफ' मुलासारख्या रोट्या मोडताना आलोकला कंठ फुटला.

"हे फारच मस्त आहे रे, इथलं चिकन तर नुसतं फंडू आहे."

"याआधीच्या जीवनाचा विचार करून बघ. म्हणजे... मला माहीत आहे की, तुझं तुझ्या वडिलांवर प्रेम आहे वगैरे. पण, गेली दोन वर्ष तू फक्त त्यांची सेवा-शुश्रूषा करत होतास आणि अभ्यास. आणि कॉलेज संपलं की, बहुतेक तुला पुन्हा त्यांच्यासोबत राहावं लागेल, बरोबर?"

"मी दिल्लीत नोकरी धरीन." आलोक मान डोलवत म्हणाला, थोडं अधिक गंभीरपणे. त्याचं मन अजूनही चिकनच्या धडामध्येच गुंतलेलं होतं, तरीही.

"बरोबर, म्हणजे पुन्हा तीच जबाबदारी. मला असं म्हणायचं आहे की, तू मिळवता होशील, सगळं होईल, तू नोकर ठेवशील, पण तरीही, तुला अशा प्रकारची मजा करणं शक्य असेल का?"

"रायन, माझं आईवडिलांवर प्रेम आहे, ते मला जबाबदारीचं ओझं वाटत नाहीत," आलोक म्हणाला. त्यानं खाणं थांबवलं होतं. मित्रांनो, त्याला हे 'लागलं' असावं कारण हा लडदू आयुष्यात कधी चिकन असं सहजासहजी सोडणार नाही.

"अर्थातच, तुझं त्यांच्यावर प्रेम आहे," रायन हात हलवत म्हणाला, "म्हणजे... हे मी समजू शकतो, माझं माझ्या आईवडिलांवर प्रेम नाही, तरीसुद्धा समजू

शकतो.''

''काय?'' मला त्यांच्या संभाषणात भाग घ्यायची इच्छा नसूनही मी प्रश्न केला.

''मी म्हणालो, माझं माझ्या आईवडिलांवर प्रेम नाही. त्यात फार काही मोठंसं आहे का?''

आलोकनं भुवया उंचावून माझ्याकडे पाहिलं.

म्हणजे असं बघा, जर आलोकचं त्याच्या वडिलांवर प्रेम असू शकतं... दृष्टी असलेला एखादा भाजीचा गड्डा म्हणावा तशा अस्तित्वावर... तर या कारट्याला आपल्या आईवडिलांबद्दल प्रेम कसं वाटत नाही? आणि त्याचे आईवडील चांगले होते... म्हणजे ते त्याला सगळं काही पुरवत होते– निळी स्कूटर, जीएपीचे कपडे, उपाहारगृहात कोलावर उडवायला पैसे... आयुष्यभर त्यांनी खूप खस्ता खाल्ल्या होत्या. अवघ्या दोन कारागिरांसमवेत त्यांनी फुलदाण्या बनवून, त्या विकायला सुरुवात केली होती आणि त्यानंतर ते नाव मिळवण्यासाठी भारतभर फिरत होते. दोन वर्षांपूर्वी ते परदेशी गेले होते. तिथे त्यांना काही बक्कळ पैसा मिळत नव्हता, तरीसुद्धा त्यांना या लाडोबाला सुखी ठेवायचं होतं... या बिघडलेल्या, हट्टी, अत्यंत राजबिंड्या गधड्याला... ज्याचं त्यांच्यावर प्रेमसुद्धा नव्हतं!

''उडत जा,'' मी आशीर्वाद दिला.

''तू जा उडत! तू माझं ऐकूनसुद्धा घेत नाहीस.'' रायन म्हणाला.

होय, बरोबर आहे, या वेडपटाची सदैव बडबड मी कधी ऐकली होती?

''का?'' आलोकनं पुन्हा भोजनाकडे मोर्चा वळवत विचारलं.

''का, ते नाही माहीत. मी सहा वर्षांचा असताना मला बोर्डिंग स्कूलमध्ये ठेवलं होतं. अर्थातच, सगळ्या मुलांसारखंच मलाही तिथे आवडलं नव्हतं. ते मला तिथे सोडून गेले तेव्हा मी रडलो होतो. पण नंतर, बोर्डिंग स्कूलमध्येच मला सगळं काही मिळालं. मी अभ्यासात चमकलो, खेळांत उठून दिसलो, आयुष्यात मजा लुटायला, आरामात जगायला शिकलो. सर्वोत्तम मित्र जोडले. त्यामुळे आता मला त्यांची अजिबात आठवण होत नाही. त्यांच्यापासून मी एक प्रकारे तुटलोय. आम्ही सुट्टीत भेटतो, ते पत्रं लिहितात, पैसे पाठवतात, सगळं काही मिळतं पण... ''

''पण?''

''पण मला त्यांची उणीव भासत नाही.''

''हे चुकीचं आहे असंही तुला वाटत नाही?'' आलोकनं विचारलं.

''छे, नाही. माझ्या लेखी माझे मित्रं माझं सर्वस्व आहेत, तेच माझं कुटुंब. मॉम

आणि डॅड चांगले आहेत, पण मी मित्रांवर जसं प्रेम करतो, तसं त्यांच्यावर करत नाही. आय मीन... माझं त्यांच्यावर नाही, पण मित्रांवर प्रेम आहे.''

''म्हणजे, रायन तुझं आमच्यावर प्रेम आहे? आय लव्ह यू,'' आलोक तारस्वरात म्हणाला. तो भरपेट भोजन करून तृप्त झालेला दिसत होता. त्याचा हलकाफुलका मूड त्याच्या अतिअधाशीपणे खादाडपणा करून झाल्यानंतरच्या सुशील वर्तनाचा पुरावा होता.

''अप युवर्स, लडदूंनो, लव्ह यू माय ॲस.'' रायनचे शब्द कानी पडताच काही डोकी आमच्याकडे वळली.

मात्र, रायन पुन्हा त्याच्या सिद्धान्ताच्या रुळावर परतला.

''असो, तर माझा मुद्दा असा आहे की, ही आपल्या आयुष्यातली सर्वोत्तम वर्षे आहेत. त्यामुळे एकतर आपण मरेस्तोवर घासायचं किंवा सिस्टिमला त्यात सुधारणा करायला सांगायचं.''

''आणि यात सुधारणा करायच्या, म्हणजे आपण सिस्टिमला नेमकं कसं सांगायचं?'' मी प्रश्न केला.

''मला असं म्हणायचं आहे की, अभ्यासाची घोकंपट्टी संपूर्ण थांबवायची नाही, पण काहीतरी लक्ष्मणरेषा आखून घ्यायची. आपण रोज दोन-तीन तास अभ्यास करू, पण इतरही गोष्टी करायला हव्यात. उदाहरणार्थ खेळ, तुम्ही कधी स्क्वॅश खेळला आहात? किंवा इतर कार्यक्रमांत– म्हणजे वक्तृत्व, स्क्रॅबलसारख्या खेळात वगैरे भाग घेतला आहे? कधी एखादा सिनेमा वगैरे. आपण इन्स्टिट्यूटमध्ये खूप काही करू शकतो.''

''होय, पण फार थोडे जण हे सगळं करतात आणि त्यांचे 'जीपीए' सर्वात वाईट असतात.''

''हे बघा, आपण अभ्यास थांबवायचा असं मी म्हणत नाही. आपण फक्त लक्ष्मणरेषा आखायची. दिवसभर तासांना जायचं, त्यानंतर दररोज तीन तास अभ्यास करायचा आणि त्यानंतरचा वेळ आपला. आपण प्रयत्न तर करून पाहूया, फक्त एका सेमिस्टरपुरता. ही कल्पना योग्य वाटत नाही? शिक्षणाचं एक प्रकारे विकेंद्रीकरण.''

आलोक आणि मी– आम्ही दोघांनी एकमेकांकडे पाहिलं. रायनचं म्हणणं बरोबर होतं. मी जर कॉलेजमध्ये कधीच स्क्वॅश खेळलो नाही, तर बहुधा पुन्हा कधीच खेळणार नाही. आत्ता जर मी स्क्रॅबलमध्ये भाग घेतला नाही, तर पुढे नोकरी लागल्यावर ते कधीच जमणार नाही.

''मी प्रयत्न करीन.'' मी म्हणालो. मी रायनशी बराचसा सहमत झालो होतो. अर्थात त्यानं अजून विषय थांबवला नव्हताच.

"तीन तास पुरेसे होणार नाहीत," आलोक साशंक होता.

"ठीक आहे. आपल्या या पट्टीच्या घाश्याला साडेतीन तास." रायन म्हणाला, "चालेल?"

आलोकनं मान्यता दिली. पण त्याचा आवाज इतका लीनदीन झाला होता की, जणू आत्ता त्याच्या पोटात गेलेलं चिकनच आतून बोलत असावं.

रायनच्या अंगात आनंदानं उत्साह संचारला होता. त्यानं आम्हाला स्कूटरवरून कुमावनपर्यंत अशा काही वेगानं आणलं की वाहतूक पोलिसालाच भोवळ आली. आम्हाला कुणीही अडवलं नाही किंवा आम्ही थांबलो नाही असं म्हणूया. मी पायानं नंबर प्लेट झाकली होती त्यामुळे पोलिसांना नंबर टिपता आला नाही. अहो, हा लक्ष्मणरेषा आखण्याचा आनंदसोहळा होता.

दरम्यानच्या काळात, कॅम्पसमधल्या पुस्तकांच्या दुकानात नेहा दिसली. मी तिच्या दिशेनं धावलो. तिनं मला ठार करण्याचा प्रयत्न केला होता. त्यानंतर आमची भेट झाली नव्हती आणि त्यात कुणाचीच चूक नव्हती. एकूण तो जॉगिंगचा बेत ही कल्पनाच भिकार होती. नेहाची भेट होण्याची शक्यता असूनही, मला उठणंच शक्य झालं नव्हतं. त्यानंतर मी एकदा प्रयत्न करून पाहिला होता, पण मला उशीर झाला आणि तिची गाडी काही दिसली नाही. त्यानंतर माझाही सगळा उत्साह डळमळला आणि रायननंही मला उठवायचं सोडून दिलं. त्याला सोडून द्यावंच लागलं कारण, मी त्याला त्याच्या लक्ष्मणरेषा आखून अभ्यास करण्याच्या बेतातून माघार घेण्याची एक प्रकारे धमकी दिली होती. तर सांगायचा मुद्दा असा की, त्यामुळे नेहा पुन्हा दिसली हे सुखद आश्चर्य होतं.

"हाय," मी तिचं लक्ष वेधण्यासाठी हात उंचावत म्हणालो.

तिनं माझ्याकडे पाहिलं... पाहत राहिली. पण चेहऱ्यावर ढिम्म भाव. ती मला ओळखलं नसल्याचं दाखवत होती. त्यानंतर ती नुकत्याच विकत घेतलेल्या वह्यांची पानं चाळू लागली. आता माझी अगदी धरणी दुभंगून पोटात घेईल तर बरं अशी अवस्था होती... म्हणजे समजा, तुम्ही सार्वजनिक ठिकाणी चार लोकांत एखाद्या मुलीला 'हाय' म्हणालात, अगदी प्रसन्न चेहऱ्यानं झळकत वगैरे आणि तिच्या चेहऱ्यावर 'आपली ओळख आहे का?' असे भाव!

दुकानदारानं माझ्याकडे पाहिलं आणि इतर काही ग्राहकांनीही. मला अगदी कसंसंच वाटलं तरीसुद्धा मी पुन्हा एकदा प्रयत्न केला म्हणजे... मला असं वाटलं की, अवघ्या काही आठवड्यांपूर्वी तर ती इतकी सहानुभूतीनं आणि मैत्रीपूर्ण वागली होती, आत्ता कदाचित तिनं ओळखलं नसेल.

"नेहा, मी! त्या दिवशी सकाळचा अपघात आठवतोय?" मी विचारलं.

"एक्स्क्यूज मी," नेहा चिडखोरपणे म्हणाली आणि निघून गेली.

या खेपेला दुकानदारानं माझ्याकडे असं पाहिलं की मी अगदी सराईत आंबटशौकिन गुन्हेगार असावा. या पोरीनं मला पाडलं, मला गाडीतून सोडलं... ऑल डॅम्मिट... मला अगदी किंचाळावंसं वाटत होतं. पण काय करणार... मी पेन्सिली आणि सुटे कागद खरेदी केले. मी काही तितका आकर्षक वगैरे नाही, पण हे काही एखाद्याला न ओळखण्याचं कारण नव्हे. शाळेत असताना मला अपयशाचे धक्के बसले होते, त्यामुळे माझ्यासाठी हा काही सर्वस्वी धक्का नव्हता. शाळेत असताना घडलेल्या एका प्रसंगामुळे मला या सगळ्यात पडण्याची इच्छाही नव्हती. पण कसं कोण जाणे मला काहीतरी विचित्रच वाटलं. नेहा तशी मुलगी तर दिसत नव्हती.

अपमानास्पद जाणिवेतून लवकर बाजूला होण्यासाठी मी दुकानातून शक्य तितक्या झटकन् बाहेर पडलो. मला अगदी कस्पटासमान वाटत होतं. निदान तिनं मला 'हाय' तरी करायचं. मला माहीत आहे, मी लडदू आहे. मी जर मुलगी असतो, तर बहुधा मी माझ्याशी बोललोसुद्धा नसतो. मी पुस्तकांचं दुकान ते होस्टेल यांना जोडणाऱ्या अरुंद रस्त्यावरून एकटाच चालत निघालो होतो, तितक्यात कुणीतरी माझ्या खांद्यावर टकटक केली. मी वळून पाहिलं... कोण असेल सांगा बघू?

"हाय," नेहा म्हणाली.

'खड्ड्यात गेलीस'... माझ्या मनात तत्क्षणी उमटलेली प्रतिक्रिया! पण मी तिच्याकडे वळून पाहिलं... साला... ती काय सुंदर होती! तिच्या उजव्या गालावरची ती एकुलती इवली खळी... ती हसली की प्रत्येक वेळी उजळत होती. आता तिला म्हण बघू... खड्ड्यात गेलीस!

"हाय. नेहा, बरोबर?" मी म्हणालो. या खेपेला खरोखर सावधपणे आणि सावकाश.

"अर्थात. हेऽ आय ॲम रिअली, रिअली, रिअली सॉरी. मी तिथे तुझ्याशी नीट बोलू शकले नाही. त्यामागे कारण आहे," तिनं रहस्यभेद केला.

मुली हे असं नेहमी करतात. त्यांना वाटतं की, अशा पद्धतीनं विशेषणांचा पुनरुच्चार केला की, आपलं बोलणं अधिक प्रभावी होतं. आत्ताची तिची ही तीन 'रिअली'सुद्धा दिलगिरी व्यक्त करण्यासाठी होती.

"कसलं कारण?" मी विचारलं.

"ते म्हणजे... एवढंच की... आपण ते सोडून देऊया का?"

"नाही, मला कारण काय ते सांग," मी आग्रह धरला.

"तो दुकानदार मला आणि माझ्या डॅडींना गेली दहा वर्षं ओळखतो आणि ते

दोघं रोज बोलतात.''

''मग?''

''माझे डॅड माझ्या मुलांशी बोलण्याबाबत फारच कडक आहेत आणि त्यांना जर समजलं की, माझी एखाद्या विद्यार्थ्याशी मैत्री आहे, तर ते अक्षरश: रागानं पिसाळतील.''

''रिअली? नुसती कुणाला हसून ओळख दिली तरी?''

''ते असेच आहेत. आणि कॅम्पसमध्ये अफवा पसरतात त्या नेहमी पराचा कावळा होऊन. प्लीज, आय ॲम सॉरी.''

तिचं बोलणं काहीसं हास्यास्पद होऊ लागलं होतं, पण तिची पार्श्वभूमी मला माहिती होती. काही मुलींचे बाप जरासे तापट असतात, शिवाय कॅम्पसमधली हजारांवर पोरं... त्यांच्या संख्येच्या प्रमाणात असणारी त्यांची संप्रेरकं... बापाला चिंता वाटणारच.

''वेल, म्हणजे मला तुला अजिबात भेटता येणार नाही, बरोबर?''

''भेटू शकतोस. फक्त एका अटीवर, कॅम्पसच्या बाहेर भेटायचं.''

''आपण इथं राहतो!''

''हो, पण बाहेरही एक जग आहे. आपण हौज खास मार्केटमध्ये जाऊ शकतो. तुला आईस्क्रीम खायचंय?''

सुंदर मुली किंवा आईस्क्रीम या दोन्ही गोष्टींना 'नाही' म्हणणं कठीणच असतं. पण या दोन्ही गोष्टी एकत्रच मिळणार असतील तेव्हा तर 'नाही' हे उत्तर केवळ अशक्य! मी होकार दिला. तिनं सूचना दिल्या... कॅम्पसच्या प्रवेशद्वाराबाहेर यायचं, त्यानंतर दोन ब्लॉक्स ओलांडून आईस्क्रीम पार्लरपर्यंत यायचं. तीसुद्धा तिथे येणार होती, पण तिनं मला पाच मिनिटं आधी निघायला सांगितलं आणि ती माझ्या मागून शान्तपणे येणार होती.

मला अशा रीतीनं एकट्यानं चालत जाताना अतिशय विचित्र... काहीतरीच वाटत होतं. माझ्या मनात सारखं येत होतं की, ती जर आलीच नाही, तर पार्लरमध्ये आपण एकटे किती यडपट दिसू. निदान, आपण आईस्क्रीम तरी खाऊ. मी विचार केला. खादाडीचे पदार्थ जवळपास मुलींइतकेच छान असतात!

पण, नेहा तिथे आली. त्या कॅडबरीज आईस्क्रीम पार्लरमध्ये तिचं निराळंच रूप पाहायला मिळालं.

''मग काय मिस्टर जॉगर, त्या दिवसानंतर पुन्हा दिसला नाहीत? माझ्यामुळे घाबरून यायचं बंद केलंत का?'' तिनं खुदुखुदू हसायला सुरुवात केली.

मुली सतत असं करत असतात. काहीतरी थोडंफार मजेशीर बोलायचं आणि

त्यावर स्वत:च हसत बसायचं.

"नाही, सकाळी लवकर उठणं नकोसं वाटतं."

"वेल, मला तू भेटशील असं वाटत होतं," तिनं कबुली दिली.

"हो, ते पुस्तकांच्या दुकानात पाहिलं."

"मी म्हणाले ना, आय ॲम सॉरी, हरी," आधीसारखीच माझ्या हाताला पुन्हा स्पर्श करत नेहा म्हणाली. मला ते फार आवडलं... म्हणजे कुठल्या पुरुषाला नाही आवडणार? तुमच्यासोबत अशी देखणी, सदैव सस्मित असणारी मुलगी आहे, ती 'सॉरी' म्हणत तुमच्या हाताला स्पर्श करतीय... तुम्हाला सांगतो, हे आईस्क्रीमपेक्षा अधिक छान असतं!

दिल्लीमध्ये दोन प्रकारच्या सुंदर मुली असतात. एक प्रकार म्हणजे आधुनिक– केस कापून, आखूड केशरचना ठेवणाऱ्या, जीन्स किंवा स्कर्ट असा पोशाख करणाऱ्या, कानात इवलीशी कर्णभूषणं घालणाऱ्या. दुसरा प्रकार म्हणजे पारंपरिक, पद्धतीनं राहणाऱ्या– सलवार-कमीज घालणाऱ्या, बहुरंगी टिकली लावणाऱ्या, कानात मोठमोठी कर्णभूषणं घालणाऱ्या. नेहा या दुसऱ्या प्रकाराकडे अधिक झुकणारी होती. तिनं फिकट निळ्या रंगाचा चिकनचा सूट घातला होता आणि त्याला मिळत्या-जुळत्या रंगाची कर्णभूषणं. मात्र, तिच्यावर पारंपरिक पद्धतीची सक्ती असावी अशी अवस्था नव्हती. जाडजूड मुलींचं कसं असतं... भारतीय पोशाख घालण्यावाचून दुसरा पर्यायच नसतो, तसं नेहाचं नव्हतं. ती अगदी छानशी होती, खरंतर माझ्या 'जातकुळी' बाहेरची. फिकट तपकिरी रंगाचे लांबसडक केस, ते ती बरेचदा मोकळे सोडत असे, एखादी बट तिच्या कपाळावर बेफिकिरपणे रुळत असायची. तिचा चेहरा अगदी पूर्ण वर्तुळाकार होता... गोलमटोल गबदुल असल्यामुळे नव्हे... अगदी नैसर्गिक छानसा आकार. मी तिच्याकडे पाहतच राहिलो... माझं स्ट्रॉबेरी आईस्क्रीम वितळलं होतं.

"फ्रेंड्स?"

"आय से सो. तुला सांगतो, तू तिथे माझ्याकडे दुर्लक्ष केलंस तेव्हा आधी मला वाटलं की, मी असा असल्यामुळे तू अशी वागलीस?"

"असा म्हणजे कसा?"

"जाऊ दे." मी म्हणालो.

मी नेहाला आमच्या अचाट साहसी शैक्षणिक बेताविषयी सांगितलं.

"तीन तास?" मोठं धाडसच म्हणावं लागेल. मला वाटतं, तुम्ही प्रोफेसरांना आणि त्यांच्या असाईनमेंट्स प्रेमाला फार कमी लेखताय," कपमध्ये उरलेलं अखेरचं आईस्क्रीम खरवडून काढत नेहा म्हणाली.

मी खांदे उडवले.

"जाऊ दे. तू तुझ्याविषयी सांग. ड्रायव्हिंग शिकलीस?"

"हो. मला गाडी चालवायचा परवानासुद्धा मिळाला," ती चिवचिवली आणि मला तो परवाना दाखवण्यासाठी पर्स उघडली. पर्समध्ये ते शोधताना त्यातून लक्षावधी वस्तू बाहेर पडल्या... लिपस्टिक्स, लिपबाम्स, क्रीम्स, टिकल्या, कानातली, पेनं, आरसे, ओले टिपकागद आणि बरंच काही... ज्यावाचून जगता येऊ शकतं अशा गोष्टी. अखेर तिला शोधत असलेली गोष्ट सापडली.

"वॉव. नेहा समीर चेरियन, स्त्री, १८ वर्षे." मी मोठ्यानं वाचलं.

"ए, गप्प बस. बायकांचं वय असं बघायचं नसतं."

"तो साठीतल्या स्त्रियांसाठी नियम. तू तर तरुण आहेस," मी तिच्याकडे परवाना परत करत म्हणालो.

"मला सर्वगुणसंपन्न पुरुष आवडतात."

ती पर्समध्ये त्या लक्षावधी वस्तू पुन्हा भरत म्हणाली.

मला तिच्या वाक्याचा अर्थ समजला नाही. म्हणजे... तिला मला तिला कुठल्या प्रकारचे पुरुष आवडतात ते सांगायचं होतं का, तिला जसे पुरुष आवडतात तसं मी व्हावं असं तिला वाटत होतं का, तिला मी आवडलो होतो. कुणास ठाऊक? बायकांच्या मनातलं ओळखणं मॅनप्रोच्या क्विझमध्ये पहिलं येण्याहून अधिक कठीण असतं!

"समीर हे नाव पुरुषाचं असतं ना?"

"ते माझ्या भावाचं नाव आहे. मी हा परवाना घेतला, तेव्हा मी हे नाव लावायचं ठरवलं."

"रियली? तुझा भाऊ काय करतो?"

"काही नाही," नेहा खांदे उडवत म्हणाली, "तो वारला आहे."

आता हे अगदी अनपेक्षित होतं. म्हणजे... मला वाटलं की, आपण तिला या पुरुषी नावावरून चिडवायचं पण याला तर भलतंच गंभीर वळण मिळालं होतं.

"ओह!" मी म्हणालो.

"ठीक आहे, असू दे. तो वर्षापूर्वी गेला. आमच्या दोघांत फक्त दोन वर्षांचं अंतर होतं. त्यामुळे माझी त्याच्याशी किती जवळीक असेल याची तुला कल्पना येईल."

मी मान डोलावली. तिचा सुंदर चेहरा दुःखानं झाकोळू लागला होता. माझ्या मनात आलं हा विषय बदलण्यासाठी काहीतरी विदूषकी चाळा करता यावा.

"हे कसं काय घडलं?" मी प्रश्न केला, कारण मला करण्याजोगी तेवढीच सभ्य गोष्ट वाटली.

"एक विचित्र अपघात. तो रेल्वे रूळ ओलांडत होता, त्याचवेळी रेल्वेची धडक

बसली.''

आता आपण संधी घेऊन तिचा हात धरावा का... काही मिनिटांपूर्वी तिनं माझा धरला होता तसा... खरंच, मी किती उथळपणे विचार करत होतो! इकडे तिचा कंठ दाटून आला होता आणि माझ्या मनात काय तर... आपण पाऊल पुढे टाकावं का!

मी माझा हात तिच्याजवळ नेला, पण तितक्यात तिनं पुन्हा बोलायला सुरुवात करताच मी दचकलो.

''आयुष्य सुरू राहतं, तुला सांगते. तो माझा एकुलता एक भाऊ होता, त्यामुळे हे पचवणं फार फार कठीण आहे, पण आयुष्य सुरू राहतं,'' ती पुन्हा म्हणाली, मला सांगत असण्यापेक्षा स्वत:शीच.

मी माझा हात मागे घेतला. ही सर्वोत्तम सुयोग्य वेळ नसल्याचं मी जाणलं.

''आईस्क्रीम? चल, आपण आईस्क्रीमची दुसरी फेरी सुरू करूया.'' असं उत्साहानं म्हणत ती माझी वाट न बघता काऊन्टरकडे गेली. ती दोन मोठे संडेज घेऊन परत आली. तिच्या चेहऱ्यावर स्मित पुन्हा फुललं होतं.

''म्हणजे त्याला रेल्वे अपघात झाला? दिल्लीत?''

''होय. तुला असं घडणार नाही असं वाटतं?'' तिनं ठासून प्रश्न केला.

''ना... ही.''

''कमॉन, मला तुमच्या होस्टेलबद्दल काहीतरी छान, मजेशीर सांग.''

मी तिला रायनच्या स्कूटरविषयी, त्यावरून आम्ही सुसाट वायुवेगे कसे जातो वगैरे सांगितलं. त्यात छान, मजेशीर असं काही नसलं तरी, त्यामुळे विषय बदलला. अंधार पडेपर्यंत आम्ही इतरही गप्पा मारत होतो, त्यानंतर नेहाच्या 'आतल्या' घड्याळानं टोला दिला.

''जायला हवं,'' ती ताडकन् उठली.

''आपण परत जाऊया?''

''हो, मात्र वेगळं वेगळं, बरोबर?''

''हो, सॉरी प्लीज,'' ती म्हणाली.

मीसुद्धा उठलो.

''मग, हरी?''

''मग काय?''

''तू मला बाहेर येणार का वगैरे विचारणार नाहीस?''

नेहाच्या या प्रश्नानं माझी दांडी उडवली. म्हणजे... अर्थातच मला विचारायचं होतं, पण मनात आलं की, ती नाही म्हणणार हे नक्की... मग मी रात्रभर स्वत:ला कस्पट समजत राहणार. माझं आईस्क्रीमवरसुद्धा समाधान झालं असतं,

पण ही काळजीपूर्वक हाताळण्याची गोष्ट होती आणि आता माझ्यापुढे पर्यायच नव्हता.

"हो. नक्कीच. नेहा, तू बाहेर येशील... माझ्यासोबत?"

तिनं हे माझ्यासाठी खूप सोपं केलं. पण तुम्हाला सांगतो, मुलीला पहिल्यांदा 'डेट'साठी विचारणं म्हणजे सर्वात कठीण गोष्ट... अगदी तोंडी परीक्षांवेळच्या इतकी तणावसंपन्न.

"हो, अर्थात, येईन. पुढल्या शनिवार मला याच पार्लरमध्ये भेट. आजच्याच वेळी."

मी मान डोलावली.

"आणि पुढच्या वेळी, असं लाजाळू आयआयटी बॉय सारखं करू नकोस... सरळ विचार."

मी हसलो.

"मग, आता कसली वाट बघतोयस? चल आता."

मी तिच्याआधी पाच मिनिटं साळसूदपणे तिथून बाहेर पडलो. होस्टेलकडे डुलत डुलत जाताना माझं स्त्री-मनाच्या 'मेकॅनिक्स'वर सुखद चिंतन सुरू होतं. ■

५

युद्ध नको... अभ्यास करा

आमच्या पहिल्या मेजरर्सच्या वेळी म्हणजेच पहिल्या सेमिस्टरच्या अखेरीला अमेरिका इराकवर हल्ला करणार होती. आमच्या कॅम्पसपासून हजारो किलोमीटर अंतरावर एका जुलमी हुकूमशहानं दुसऱ्या जुलमी हुकूमशहाच्या छोट्या देशाला आपल्या अधिपत्याखाली आणलं. दोन्ही देशांकडे तेलाचे रग्गड साठे असल्यामुळे अवघ्या जगानं या घटनेची नोंद घेतली. त्यानंतर जगातील सर्वात सामर्थ्यवान देशानं या हुकूमशहाला तिथून बाहेर पडायला सांगितलं. त्या बलाढ्य हुकूमशहानं त्याला नकार दिला आणि त्याच्यावर हल्ला होणार ही गोष्ट लगेचच स्पष्ट झाली.

आता तुम्ही म्हणाल या सगळ्याशी आयआयटीमधल्या आम्हा तिघांचा काय संबंध! समजा हा रायनच्या खुळचट विज्ञान काल्पनिकेवर आधारित चित्रपट असता, तर आम्ही तिघं एखाद्या कटात सहभागी झालो असतो. सीआयएला अधिक सामर्थ्यवान शस्त्रपुरवठा करण्यासाठी आयआयटीच्या प्रयोगशाळेचा उपयोग केला असता. पण ही काही विज्ञान काल्पनिका नव्हती. त्यामुळे आम्हा तिघांना मॅनप्रोमधलं वेल्डिंगच असाईनमेंट वेळेत पूर्ण करण्याचं भाग्य लाभलं. (त्यांना एकट्यालाच उत्तम युद्ध तंत्रज्ञान पुरवू दे!)

नव्हे नव्हे, आखाती युद्धानं आम्हाला काही व्यक्तिशः त्यात भाग घेण्याचं निमंत्रण धाडलं नव्हतं पण, त्या युद्धाच्या धडाक्यानं आमच्या पहिल्या सेमिस्टरमधल्या मेजर्सची वाट लावली.

पण त्याआधी तुम्हाला अल्पजीवी ठरलेल्या 'लक्ष्मणरेषा' धोरणाच्या वैभवशाली कारकीर्दीविषयी सांगतो. आम्ही अगदी योजनेबरहुकूम दररोज मोजून तीन तास अभ्यास केला, बरेचदा रात्री उशीरा... म्हणजे सायंकाळचा वेळ आम्हाला मजेसाठी मोकळा होता.

"आजवर शोध लागल्यांपैकी सर्वोत्तम क्रीडाप्रकार." रायन आम्हाला स्क्वॅशच्या

मैदानात नेत म्हणाला. आलोक आणि मी स्क्वॅशच्या मैदानापासून मैलावरसुद्धा न फिरकलेल्या माणसांसारखे दिसत होतो.

"या खेळांत मनाला विसावा मिळेल आणि जराशी चरबीसुद्धा वितळेल." शाळेत स्क्वॅशचा कर्णधार असणारा रायन मैदानात वॉर्म-अप् शॉट्स्नं प्रारंभ करत म्हणाला.

तुम्ही चॅम्पियन वगैरे नसाल, तर तुम्हाला हा खेळ किती कठीण आहे त्याची कल्पना असेल. रबरी चेंडू एखाद्या बेडकासारखा वर उडी घेतो, तुम्ही तो रॅकेटवर झेलण्यासाठी त्याच्या मागे धावता. रायन हा खेळ वर्षानुवर्षं खेळत होता, मात्र आलोक आणि मी या खेळात अगदीच ढिस होतो. मला सलग पाचही वेळा तो चेंडू रॅकेटवर घेता आला नाही. आलोकनं तर जागचं हलायचीसुद्धा तसदी घेतली नाही.

थोड्या वेळानं मीसुद्धा प्रयत्न सोडून दिला. रायननं खेळ सुरू ठेवण्याचा प्रयत्न केला. आम्ही मैदानावरच्या जादा खांबांमध्ये मख्ख उभे होतो.

"कमॉन बॉईज, निदान प्रयत्न तरी करा," रायन आम्हाला बोलवत होता.

"मला हे जमणार नाही," असं म्हणून आलोकनं मैदानात सरळ बसकण मारली. हा प्राणी म्हणजे असा रड्या आहे... म्हणजे मला असं म्हणायचं आहे की, मलासुद्धा स्क्वॅश अजिबात येत नाही, पण म्हणून मी मैदानावरच बसकण तरी मारणार नाही.

"आपण उद्या पुन्हा प्रयत्न करू." रायन आशावादीपणे म्हणाला.

तो आम्हाला ओळीनं रोज दहा दिवस मैदानात ओढून नेत होता पण आम्हा दोघांमध्ये रेसभर प्रगती नव्हती. चेंडूच्या मागे धावायचं तर दूरच पण आम्हाला तो चेंडू कुठे गेला आहे हे हेरणंसुद्धा फार जिकिरीचं वाटत होतं.

"रायन, आम्हाला नाही जमणार बाबा," आलोक केविलवाणेपणे जोरजोरानं धापत म्हणाला.

"तुला जर खरंच खेळायचं असेल तर तू दुसरे जोडीदार का शोधत नाहीस?"

"का? तुमची चांगली प्रगती होतेय," रायन म्हणाला.

हो, बरोबर आहे, होईल तीस-एक वर्षांत, माझ्या मनात आलं.

"म्हणजे, तुम्हाला यात मजा वाटत नाही?"

रायनला काय वाटत होतं कोण जाणे? मजा कसली? मजा? मला त्या चेंडूच्या पन्नास एक चिंधड्या उडवून देण्याइतकी सणक आलेली होती.

"खरंच नाही वाटत." मी सौम्यपणे कबूली दिली.

"ठीक आहे मग, आपण हे खेळायला नको. म्हणजे... मी स्क्वॅश सोडू

शकतो.'' रायन म्हणाला.

''नाही, तसं नाही... '' आलोक म्हणाला.

रायननं आधीच निर्णय घेतला होता. त्यामुळे आता त्याच्याशी वाद घालण्यात अर्थ नव्हता. त्यानं एकूणच 'जिथे माझे मित्र जातील, तिथे मी जाणार,' असा पवित्रा घेतला होता, पण मला मात्र त्याला त्याचा आवडता खेळ सोडायला लावण्याचं वाईट वाटत होतं.

''तू इतरांबरोबर खेळू शकतोस.'' मी सुचवून पाहिलं.

''इतर जण माझे मित्र नाहीत,'' रायन अगदी ठाम स्वरात म्हणाला... अगदी अंतिम निर्णय दिल्याच्या थाटात. आलोकनं आणि मी खांदे उडवले आणि आम्ही मैदानातून बाहेर पडलो.

स्क्वॅशनंतर थोडा सौम्य, कमी हालचालींचा खेळ सुरू झाला– बुद्धिबळ. आलोकला आणि मला हा आमच्यायोग्य प्रकार वाटला... या खेळात आम्हाला निदान सोंगट्यांना स्पर्श करून त्या हलवता तरी येत होत्या, स्क्वॅशमध्ये तेवढंही नव्हतं. पण या खेळात रायनच नेहमी जिंकायचा. मला त्या प्लॅस्टिकच्या सोंगट्या टप्पकन बाजूला टाकत, त्याच्याइतक्या झपाटलेपणे कधीही खेळता आलं नाही.

बुद्धिबळाखेरीज आमचा फावला वेळ रायनच्या स्कूटरवरून फिरण्यात जायचा... स्कूटरच्या वायुवेगामुळे आमच्या केसांतून वाऱ्याची जोरदार शीळ पार व्हायची. आम्ही सगळे नवे सिनेमे पाहिले, दिल्लीतली सगळी पर्यटन स्थळं पाहिली, सगळं काही केलं, सगळीकडे फिरलो.

अभ्यासासाठी नेमलेल्या तीन तासांचं वेळापत्रक आम्ही बहुतेकवेळा अगदी व्यवस्थित पाळलं. उजळणीला वेळच उरायचा नाही. या गोष्टीची आलोकला भयंकर काळजी वाटायची, विशेषकरून सेमिस्टरच्या अखेरची परीक्षा जवळ आल्यावर तर फारच. त्यावेळी त्यानं वेळमर्यादा वाढवण्याची सूचना केली. आम्ही त्याप्रमाणे केलंही असतं, जर मघाशी सांगितलं त्या आखाती युद्धात वेळ गेला नसता तर.

आता युद्धं काय सदैव सुरूच असतात आणि भारतानंसुद्धा आपल्या क्षमतेपेक्षा जास्त युद्ध एकट्यानं लढली आहेत. पण आखाती युद्धाची गोष्ट वेगळी होती. ते थेट टीव्हीवर दिसत होतं. सीएनएन या अमेरिकी वृत्तवाहिनीनं नुकतंच भारतात दुकान थाटलं होतं आणि इराकमधलं वाळवंट थेट आमच्या टीव्हीच्या खोलीत आणलं होतं.

''हे सीएनएनचं बगदादच्या रस्त्यावरून केलं जाणारं थेट वृत्तांकन आहे. पहिल्या हवाई हल्ल्यानं आभाळ उजळून निघालं आहे,'' एका नीटनेटकं आवरलेल्या

माणसानं आम्हाला माहिती पुरवली.

आलोक, रायन आणि मी... आम्ही तिघांनीही बुद्धिबळाच्या पटावरून टीव्हीच्या पडद्याकडे नजर वळवली. ते दृष्य खळबळजनक, प्रेक्षणीय आणि आजवर टीव्हीवर कधीही न पाहिलेलं होतं. तुम्हाला संदर्भ सांगतो, ही भारतात केबल अथवा कोणतीही खाजगी वाहिनी येण्याआधीची गोष्ट आहे. त्यावेळपर्यंत आपल्याकडे फक्त दोनच वैतागवाण्या सरकारी वाहिन्या होत्या... त्यावर बायका लुप्तप्राय वाद्यं वाजवत असत आणि कंटाळवाणे पुरुष निद्रानाशग्रस्त व मतिमंदांसाठी बातम्या वाचत असत.

रंगीत टीव्ही अवघ्या दोन वर्षांपूर्वी आले होते आणि अद्याप बरेचसे कार्यक्रम कृष्णधवलच होते. त्यानंतर अकस्मात झगमगाटी, चैतन्यपूर्ण आणि 'लाईव्ह'– सीएनएन आलं.

"हे खरंखुरं आहे? म्हणजे हे खरंच असं घडतंय?'' आलोकनं मति कुंठित झालेल्या अवस्थेत विचारलं.

"जाड्या, अर्थातच. तुला काय वाटलं... हे नाटक चाललंय?'' रायन उपहासानं हसला.

तितक्यात दोन अमेरिकी पायलट अगदी खऱ्याखुऱ्या शहरावर तासनतास् भडिमार करून परतले. सीएनएनची वृत्तप्रतिनिधी त्यांना त्यांच्या मोहिमेविषयी प्रश्न विचारत होती. त्या सैनिकांनी खंदकांवरील बॉम्बहल्ल्यांविषयी सांगितलं तसंच बगदादला विद्युतपुरवठा करणारं केंद्र ताब्यात घेतल्याबद्दल माहिती दिली.

"वॉव, अमेरिकी हे जिंकणार,'' आलोक म्हणाला.

"इराकींना कमी लेखू नकोस, त्यांनी दहा वर्षं युद्धं लढली आहेत. अमेरिकी फक्त हवाई हल्ले करत आहेत,'' रायन म्हणाला.

"हो, पण अमेरिका फारच सामर्थ्यवान आहे. सद्दामला याची कल्पना नाहीय.''

"त्याला कल्पना आहे, जमिनीवर युद्ध सुरू होऊ दे... तोपर्यंत थांब,'' रायननं आपली बाजू सावरली.

या युद्धानं आमचा अक्षरशः पाय खिळवून ठेवला होता. आलोक आणि रायन तर 'या युद्धात कोण जिंकणार' असल्या भंपक पैजांपर्यंत पोचले होते. म्हणजे असं बघा... आपण साधारण बारा वर्षांचे झालो की असला पोरकटपणा (सुपरमॅन किंवा बॅटमॅन!) करणं थांबवतो, पण या दोघांचं थांबण्याचं लक्षण नव्हतं. मलाही युद्ध पाहणं आवडायचं, मात्र मी कुणाचीही बाजू घ्यायचो नाही.

इराक त्यावेळी फारसं माहीतही नव्हतं, आमचा अमेरिकेला अगदी सरळसरळ पाठिंबा होता.

आयआयटीला अमेरिकेची काळजी होती. आमच्याकडे बहुतांश परदेशी

मदत श्रीमंत अमेरिकी कंपन्यांकडून येत असे आणि आणि आमच्याकडचे बहुसंख्य माजी विद्यार्थी शिष्यवृत्ती मिळवून तिथे गेले होते, तिथे नोकऱ्यांत होते. त्यामुळे आमचं काळीज अमेरिकेसाठी तुटत नसतं तरच नवल!

त्याच दरम्यान युद्धाची दृष्यं अधिकच भीषण होऊ लागली होती. अमेरिकेचा बगदादवर अविरत हल्ला सुरू होता... मला वाटत होतं की, सद्दाम त्याच्या एखाद्या खोलखोल तेलविहिरीत लपून बसला असावा. बरेचदा अमेरिकी हल्ले नागरी लक्ष्यांवर असायचे, त्यात लोक मरायचे... ते सगळं भयंकर होतं. म्हणजे... आयआयटीला मदत वगैरे सगळं ठीक आहे हो, पण इवल्याशा चिमुरड्यांवर बॉम्बहल्ले करण्याचं समर्थन कसं करता येईल? पण त्यानंतर सद्दाम या युद्धात हरल्यात जमा होता. त्यानं संतापाच्या भरात आपल्याच माणसांवर गोळ्या चालवल्या. ओह! आखाती युद्धात कुणाचीच बाजू घेणं अतिशय कठीण होतं. आणि काहीही असलं तरी, आमच्या दृष्टीनं हे सगळंच निरर्थक होतं. या दोघांना ते लवकरच समजेल!

"अरे बाबांनो, 'मेजर्स' आठ दिवसांवर आली आहे," अखेर एके दिवशी आलोक म्हणाला, "आपण टीव्ही बंदच करायला हवा."

"अजूनही आपण तीन तास अभ्यास करतो आहोत." रायन भुवई उडवत म्हणाला.

"तीन तासांनी काय होणार कप्पाळ! तेवढं पुरेसं नाही," मीही भर घातली.

"मला वाटतं... इराक जिंकेल," रायन म्हणाला.

"ते विसर आता, अमेरिकेनं त्याचं कंबरडं मोडलं आहे."

आलोक म्हणाला, "रायन मी तुझ्या पाया पडतो... पण आता आपलंही कंबरडं मोडायच्या आत आपण अभ्यासाला लागूया."

"अजून नाही, अजून जमिनीवर युद्ध सुरू झालेलं नाही," रायन सात्विकपणे म्हणाला.

सुदैवानं 'मेजर्स'च्या आधी पाच दिवस युद्ध संपलं. अमेरिकेनं यशाची पताका फडकवली. इराकींनी भूयुद्धाआधीच माघार घेतली. सद्दाम एकटा कुवेत सोडून गेला. आता जगातलं सगळं तेल जाळायला आपल्या मालकीचं, म्हणून अमेरिका आनंदली आणि एखाद-दुसरा दिवस रायनच्या घशाखाली घास उतरला नाही.

"हे योग्य नाही. खरी युद्धं जमिनीवरच लढली जातात," आम्ही खोलीत अंतिम परीक्षेसाठी अभ्यासाच्या उजळणीला सुरुवात करताच रायननं गळा काढला.

"गप्प बस रायन. अमेरिकी लोकांना हवं ते मिळालं आहे. आता आपण

अभ्यास करायचा का?'' मी विचारलं.

''हे अन्याय्य आहे. अमेरिकेचा आपल्यापेक्षा दुर्बल असणाऱ्यांना छळण्याचा प्रकार आहे.''

''ॲपमेक, ॲपमेक,'' आलोक मंत्र जपावा तसं पुटपुटत होता.

स्क्वॅश, बुद्धिबळ आणि युद्ध... आमच्या अभ्यासाच्या तासांत हे सगळं बाजूला पडलं. परीक्षेच्या आधी पाच दिवस आम्ही तीन तास अभ्यासाचा नियमही मोडला, म्हणजे आम्हाला मोडावाच लागला, एकेका विषयाच्या अभ्यासाच्या साहित्याचा ढीग एवढा प्रचंड होता की आम्ही दिवसभरात तीस तास जरी अभ्यास केला असता तरी तो सगळा हलवता आला नसता. रायनला डांबून ठेवणं फार महत्त्वाचं होतं. आम्ही रोज पहाटे तीनपर्यंत अभ्यास करायचो आणि कळकळीनं प्रार्थना करायचो की, आमच्या पहिल्या 'मेजर्स'च्या प्रात:काली भारतालाही युद्धाचा लाभ मिळावा!

'मेजर्स'च्या आदल्या दिवशी प्रॅक्टिकल परीक्षा होत्या. रायनचा अभ्यासातला एकमात्र आवडता भाग. त्यानं आम्हाला भौतिकशास्त्राच्या प्रयोगशाळेत अगदी लवकर ओढून नेलं. आम्ही एकाच गटात होतो. आम्हाला इलेक्ट्रिकल सेट-अपचं प्रात्यक्षिक करून दाखवल्यानंतर तोंडी परीक्षेला सामोरं जावं लागणार होतं.

मला प्रॅक्टिकल परीक्षा अजिबात आवडत नसे. मला सगळ्यात भीती वाटायची ती तोंडी परीक्षेची. मी तुम्हाला माझी अशावेळी काय अवस्था होते त्याबद्दल सांगितलं की नाही? अहो, मला असं कुणी थेट माझ्या डोळ्यात पाहून प्रश्न विचारायला लागलं की कससंच होतं. माझा अवघा देह थंडगार पडतो, भुवयांवर घर्मबिंदूंची धनुकली तयार होते आणि आवाजच फुटत नाही. आधीच मला तोंडी परीक्षेचा इतका तिरस्कार... त्यात रायन जेव्हा प्रात्यक्षिक करून दाखवण्यासाठी अगदी एक्साईट होऊन सर्किट जोडू लागला, तेव्हा मला त्याच्याबद्दलही तिरस्कार दाटून आला.

''हे गाईज, हे बघा,'' रायन सर्किटचे भाग हातात धरत म्हणाला.

आलोकनं वहीतून डोकं वर काढलं.

रायननं पुढची दहा मिनिटं रेझिस्टर्स, कपॅसिटर्स, स्विचेस, केबल्स परस्परांना जोडण्यात घालवली. याचा आमच्या प्रात्यक्षिकाशी काहीएक संबंध नव्हता. आलोक फारच चिंतातूर झाला होता.

''रायन, कृपा करून रेझिस्टर-व्होल्टेज सेटअप जोडशील का, म्हणजे आपल्याला प्रयोग सुरू करता येईल?'' आलोक म्हणाला.

''थांब जाड्या, आपल्याला प्रयोगाच्या प्रात्यक्षिकाला दोन तास वेळ आहे.

इथं छोटा स्पिकर आहे का?'' रायन प्रयोगशाळेतील पेटीतल्या वस्तू चिवडत म्हणाला.

''तुला स्पिकर कशाला हवा आहे?'' मी विचारलं. तितक्यात त्याला स्पिकर सापडला. त्याचं कनेक्शन जोडूनही झालं.

''यासाठी...'' असं म्हणून रायननं ते सर्किट सुरू केलं. थोडीफार कनेक्शन हलवल्यानंतर स्पिकरवर हिंदी गाणं सुरू झालं.

''घर आया मेरा परदेसी...''

''काय चाललंय काय!'' प्रयोगशाळेत जणू भूत प्रकटलं असावं तसा आलोक उडाला होता.

''हा रेडिओ आहे, मूर्खा,'' रायन म्हणाला. त्याचे डोळे चमकत होते.

''आपल्याजवळ रेडिओ बनवण्याचे सगळे सुटे भाग आहेत... मला माहिती होतं.''

''रायन.'' मी शक्य तितक्या कठोरपणे म्हणालो.

''काय?''

''आपण इथं मेजर परीक्षा देत आहोत,'' मी म्हणालो.

असा हा रायन! हा प्राणी अशा हुशारीच्या गोष्टी करतो पण नेमक्या चुकीच्या वेळी आणि चुकीच्या ठिकाणी.

आलोकही भयभीत झालेला होताच.

''आता वीस मिनिटांत तोंडी परीक्षा आहे, बॉस.''

रायननं त्याचं ते सर्किट उपसून अलग केलं आणि आमच्याकडे अशा तिरस्कारयुक्त तुच्छतेनं पाहिलं की, आम्ही म्हणजे जणू मोझार्टच्या जिवंत कलाविष्काराकडे पाठ फिरवणारे अरसिक करंटे!

आम्ही कसंबसं दिलेल्या वेळेत सर्किट तयार करतोय तितक्यात प्रोफेसर गोयल आले.

''हं...,'' प्रोफेसर सर्किटच्या वायर्स हिसकत म्हणाले. रायननं ते सर्किट तयार केलं होतं. त्याचा हा प्रांत उत्तम असल्यामुळे आमचा त्याच्यावर विश्वास होता.

''सो... रायन... मी जर शंभर ओहमच्या रेझिस्टरच्या जागी पाचशे ओहमचा रेझिस्टर लावला तर काय होईल?''

''सर, या सर्किटमध्ये जादा व्होल्टेज येईल आणि त्याचबरोबर अधिक उष्णता वाया जाईल.

''हं...'' प्रोफेसर गोयलनी प्रतिसादादाखल त्यांची हनुवटी खाजवली... म्हणजे... रायनचं उत्तर बरोबर होतं.

“सो... आलोक... रेझिस्टरवरच्या पट्ट्यांवरून तू ओहम रेझिस्टन्स कसा ठरवशील?”

“सर, लाल पट्टी म्हणजे शंभर ओहम, त्यानंतर निळी म्हणजे दहा... म्हणजे एकशेदहा ओहम.”

आमच्या गटाची कामगिरी समाधानकारक सुरू होती, पण अजून प्रोफेसर गोयल यांचं समाधान झालं नव्हतं. त्यांनी मला काही विचारू नये असं मला अगदी आर्ततेनं वाटत होतं, तरी ते माझ्याकडे वळलेच.

“सो... हरी... मी जर एकशे दहा ओहमच्या रेझिस्टरवर आणखी एक रेझिस्टर लावला तर विद्युतवहनावर त्याचा काय परिणाम होईल?”

फसवा प्रश्न! विद्युतवहन हे नवा रेझिस्टर कसा लावतात, म्हणजे एका श्रेणीत की समांतर... यावर अवलंबून असतं. एका श्रेणीत जोडले तर विद्युतवहन थांबेल, समांतर जोडले तर ते वाढेल. होय, असंच उत्तर होतं. मला तसंच वाटत होतं.

मी या उत्तराची मनातल्या मनात उजळणी केली होती, पण प्रोफेसर गोयल माझ्या एकट्यावरच नजर खिळवून उभे होते.

“सर...” माझ्या हाताला कंप सुटला होता. माझी अवस्था भयंकर झाली होती.

“विद्युतवहनावर काय परिणाम होईल?”

“सी... मी... सर,” मी आता संपूर्ण लकवा मारण्याच्या अवस्थेकडे चाललो होतो. मला त्या प्रश्नाचं उत्तर व्यवस्थित माहीत होतं, पण ते चुकीचं असलं तर? मी शब्द जुळवण्याचा प्रयत्न केला, पण मनातले विचार शब्दांत काही उतरले नाहीत!

“सर, विद्युतवहन...” रायन वेळ मारून नेण्यासाठी मध्येच बोलू लागला.

प्रोफसर गोयलनी तर्जनी उंचावली.

“गप्प बस. मी तुझ्या गटातील सदस्याला विचारतोय, तुला नाही.”

मी मान हलवली आणि खाली बघू लागलो. आता काही उपयोग नव्हता. मी प्रयत्न सोडून दिला होता.

“हं...” प्रोफेसर गोयल चेहऱ्याचा कुठलाही भाग न खाजवता म्हणाले.

“या संस्थेचा दर्जा दिवसेंदिवस घसरत चालला आहे. तुम्ही काय कॉमर्सचे विद्यार्थी आहात?”

आयआयटीवाल्यांना कॉमर्सचे विद्यार्थी म्हणून संबोधणं हा प्रोफेसर मंडळींचा आमचा सर्वात वाईट पद्धतीनं अपमान करण्याचा एक प्रकार होता, एखाद्या वेश्येनं तिच्या गिऱ्हाईकाला हांडग्या म्हणावं तसं... ही संस्था म्हणजे विज्ञानमंदिर

होतं आणि ठराविक गुणवत्तेखालचा कुणीही म्हणजे वाळीत टाकण्याजोगा किंवा कॉमर्सचा विद्यार्थी.

प्रोफेसर गोयलनी आमच्या गटाच्या प्रयोग पत्रिकेवर 'सी +' खरडून तो कागद आमच्याकडे भिरकावला. मला वाटतं रायननं तो झेलला.

दुसऱ्या दिवशी मेजर्स सुरू होणार असल्यामुळे आम्हाला भौतिकशास्त्राच्या प्रॅक्टिकल्सबद्दल चर्चा करण्याची फारशी संधीच मिळाली नाही. मी परीक्षा होईपर्यंत नेहाशी संकेत मीलनाचासुद्धा पुढे ढकलला होता. एकदा मी तिला फोन केला होता, मास्तरांच्या डिरेक्टरीतून तिचा नंबर मिळवून. माझ्या फोनमुळे तिला वेड लागायची वेळ आली असावी. तिनं मला बजावलं की, आधी सांगितल्याशिवाय घरी फोन करू नकोस. च्यायला! मी तिला 'आधी' कसं सांगू शकणार होतो? असो. आम्ही माझ्या 'मेजर्स' संपण्याच्या दुसऱ्या दिवशी भेटायचं ठरवलं.

'मेजर्स' असल्या की, कुमावनमधला प्रत्येकजण अभ्यासात असायचा, खोल्यांमध्ये पहाटेपर्यंत दिवे जळत असायचे, मुलं आपांपसांत क्वचितच बोलायची, अगदी जीवनमरणाचा प्रश्न असेल तरच... आणि रात्रभर अखंड चहाचं अग्निहोत्र धगधगत असायचं.

रायन, आलोक आणि मी– आम्ही तिघंही आमच्या सहा विषयांच्या उजळणीसाठी धडपडत होतो. परीक्षा सलग तीन दिवस होती, त्या वेळापत्रकात पेपर कसा गेला वगैरे चर्चेला फारसा वेळच नव्हता. मला काही विषयांचे पेपर्स उत्तम गेले होते, तरी काहींत दांडी उडाली होती. आलोकनं चेहऱ्यावर गंभीर भाव आणि कपाळावर आठ्यांचं कायमस्वरुपी जाळं धारण केलं होतं आणि रायनलाही त्याच्या आलिशान आरामदायी दिनक्रमात बदल न करणं मुष्किलीचंच झालं होतं.

मॅनप्रो, ॲपमेक, भौतिकशास्त्र, गणित, रसायनशास्त्र आणि कॉम्प्युटिंग... आम्ही एका मागून एक विषय संपवले. मेजर्स संपल्या तेव्हा एक भयानक स्वप्न संपल्यासारखं वाटलं... अर्थात केवळ दोनच आठवड्यांत निकाल समोर येणारच होता.

मेजर्स संपणं आणि निकाल हाती येणं... या दरम्यानचे ते दोन आठवडे म्हणजे परमसुखाचा काळ होता. दुसऱ्या सेमिस्टरला प्रारंभ झाला असला तरी अजूनी कुणी नव्या विषयांकडे वळलं नव्हतं. पहिल्या सेमिस्टरमध्ये काय उजेड पडलाय ते अजून समजायचं होतं. प्रोफेसर्स पेपर्स तपासणं, गुणांकन यात गर्क होते. नव्या असाईनमेंट्सचीही गडबड करत नव्हते. आम्हाला भरपूर फावला मेळ मिळत होता. रायननं आमची बुद्धिबळांपासून शब्दकोड्यांपर्यंत मजल नेली होती, गूढार्थांपासून ते यमक जुळणाऱ्या शब्दांपर्यंत ते शब्दांतील अक्षरांची

उलटापालट करून नवा शब्द बनवण्यापर्यंत.

दरम्यान, मी नेहाला दुसऱ्या सेमिस्टरच्या प्रारंभी एका उन्हाळी संध्याकाळी भेटलो. मी तिला फोन केला तेव्हा ती 'शॉटसर्किट' झालीच! पण आम्ही त्याच आईस्क्रीम पार्लरमध्ये पुन्हा भेटलो.

"अरे देवा, तुला वेड लागलंय की काय, घरी फोन केलास?" तिनं स्वागत केलं.

मला काय बोलावं समजेना. प्रोफेसरांच्या डिरेक्टरीतून फोन नंबर मिळवणं वगैरेत मला काही विशेष गंभीर वाटलं नव्हतं.

"नाहीतर मी तुझ्याशी संपर्क कसा साधणार?"

"माझे आईवडील मला मुलांचे फोन येण्याच्या बाबतीत फार कडक आहेत.

"तुझे आईवडील अगदी ठार यडचाप दिसतात." असं मी तिला म्हणू शकलो नाही. त्यामुळे मी तिला विचारलं, "स्ट्रॉबेरी?"

त्या दिवशी तिनं शालीन सफेद सलवार-कमीज घातलं होतं. माझ्या हातातून कोन घेताना तिनं माझा हात धरला. तुम्हाला सांगतो, शप्पत, ती अत्यंत देखणी आहे.

"मग मी तुझ्याशी संपर्क कसा साधायचा?"

"मला अकरा तारखेला फोन कर."

वितळून खाली ओघळू पाहणाऱ्या आईस्क्रीमच्या दिशेनं निघालेली गुलाबी जीभ पाहून माझं चित्त विचलित झालं होतं. "अं?"

"मला कोणत्याही महिन्यात अकरा तारखेला फोन करत जा."

आता नेहा सुंदर आहे, सगळं काही आहे, पण कधी कधी ती अगदी वेडपटासारखं वागते.

"काय? अकरा तारखेलाच का?"

"कारण त्या दिवशी घरी कुणीही नसतं, हे बघ, माझा भाऊ अकरा मे ला गेला. त्यामुळे दर महिन्याच्या अकरा तारखेला माझे आईवडील तो ज्या रेल्वेरुळावर वारला, त्याच्याजवळच्या मंदिरात जातात. ते बराचवेळ तिथे थांबतात.

"असं होय? आणि तू जात नाहीस?"

"मी जायची. पण मला त्यामुळे समीरची फार फार आठवण यायची. त्यानंतर पुढे कित्येक दिवस मी उदासवाणी खिन्न असायची म्हणून डॉक्टरनी मला जाऊ नको म्हणून सांगितलं आहे."

"तिनं वस्तुस्थिती अगदी सहजपणे सांगितली, हव्या त्या स्वादाचं आईस्क्रीम निवडावं तितक्या सहजतेनं. हे विचित्र होतं, पण रडायला-बिडायला सुरुवात

करण्यापेक्षा कितीतरी चांगलं! चार लोकांत रडायला सुरुवात करणारी माणसं मला सहन होत नाहीत.

"फक्त अकरा तारखेला?"

"वेल, आत्ता तरी फक्त तेवढा दिवसच सुरक्षित आहे," ती हसली.

"का? तुला आणखी वरचेवर बोलायचं आहे?"

मी त्यावर काहीच बोललो नाही. तिला महिन्यातल्या या विशिष्ट तारखेला फोन करणं म्हणजे डेन्टिस्टची आगाऊ वेळ घ्यावी तसं काहीतरी विचित्र वाटतंय असं तिला सांगावंस वाटत होतं. पण मुली असतातच विचित्र... मला उमजू लागलं होतं.

"मग?" ती विषय बदलण्यासाठी पुन्हा माझ्या हाताला स्पर्श करत म्हणाली, "मेजर्स कशा झाल्या?"

तिचं मला असं स्पर्श करणं मला फार आवडायचं... म्हणजे मी 'वंचित' होतो म्हणा अथवा पापी, पण माझ्या अंगावर छोटे छोटे रोमांचित काटे उमटले की, मी तिचा प्रश्नच विसरून जायचो.

"अं? मेजर्स... फार काही चांगल्या नाहीत. एखाद दुसऱ्या आठवड्यात निकाल येतील."

"चांगल्या गेल्या ना?"

"फारशा चांगल्या नाहीत."

"तुझे मार्क वाढवण्यासाठी मी डॅडकडे शब्द टाकावा असं तुला वाटतंय?"

"तू टाकू शकतेस?"

"मी गंमत केली."

अर्थातच. तिला माझ्या मनातलं कळलं असावं तशी ती खिदळली. मुलींना स्वत:च्याच विनोदावर हसणं फार प्रिय असतं.

मी अकस्मात पुढे झुकलो... माझा चेहरा तिच्या चेहऱ्याच्या अगदी जवळ नेत... नेहानं श्वास रोखला... ते खळाळतं हास्य, गुलाबी जीभ जागीच स्तब्ध झाली... ती डोळे विस्फारून माझ्याकडे बघत राहिली.

मी पँटच्या मागच्या खिशातून पैशाचं पाकीट बाहेर काढून पुन्हा खाली बसलो, अगदी सहजपणे.

"काय झालं?" मी सुस्तपणे विचारलं.

"मला वाटलं... जाऊ दे," नेहानं डोळे मिचकावले.

हाऽ समजलं!

■

६

फाईव्ह पॉइंट समथिंग

"दे आर आऊट!" शनिवारी सकाळी आलोक रायनचे खांदे गदागदा हलवत म्हणाला, जणू भारतानं विश्वचषक जिंकला असावा किंवा बाहेरच्या हिरवळीवर नग्न ललना पसरलेल्या असाव्यात, अशा थरारानं.

"मेजर'चा निकाल लागला!"

"मला झोपू दे," रायन गोधडीत गुडूप बुडून जात म्हणाला, पण अखेर आलोक गोधडी बाजूला करण्यात यशस्वी झालाच.

आम्ही कॉलेजमध्ये पोचलो तेव्हा विद्यार्थ्यांची गर्दी होतीच, पहिलेवहिले गुण पाहण्यासाठी. त्यावरून प्रत्येकजण आपलं 'ग्रेड पॉइंट ॲव्हरेज म्हणजे 'जीपीए' ठरवू शकणार होता. म्हणजे दहा पॉइंट्सचा मापदंड धरला, तर अग्रक्रमी असणारे दहाच्या जवळ आणि 'ॲव्हरेज' साडेसहाच्या जवळपास. मात्र आम्ही उलट्या टोकाच्या समीप होतो. आलोकनं सायंटिफिक कॅल्क्युलेटरवर टकटक करून आमच्या गुणांची आकडेवारी काढली.

"ओके, हरी पाच पूर्णांक सेहेचाळीस... रायन पाच पूर्णांक एक शतांश आणि मी... मी पाच पूर्णांक अठ्ठ्याऐंशीवर," आलोक म्हणाला.

"म्हणजे आपण सगळेजण पाच पॉइंटर," मी अगदी ज्ञानसंपन्न प्रतिक्रिया देत असल्याच्या थाटात म्हणालो.

"अभिनंदन आलोक, तू आपल्या तिघांत पहिला आला आहेस?" रायन म्हणाला.

आपल्या तिघांत पहिला... माझ्या मनात आलं... जसे आम्ही म्हणजे कुणी उच्चबुद्धीसंपन्न वगैरे वर्गातले होतो! आमचे गुण म्हणजे शोचनीयच होते. आम्ही तीनशे विद्यार्थ्यांच्या वर्गात दोनशेच्या जवळपास होतो. आलोकनं त्याच्या गुणांचा पुन्हा एकदा हिशोब करून बघितला, कॅल्क्यूलेटरवर काहीतरी चमत्कार घडेल

अशा आशेनं, पण आयआयटीमध्ये कधीही चमत्कार वगैरे घडत नाहीत, फक्त कस्पटासमान गुण तेवढे मिळतात.

"काय सालं, भिकार, मी फक्त पाच पूर्णांक अठ्ठ्याऐंशीवर आहे. हे ॲव्हरेजच्याही बरंच खाली आहे."

"आम्हाला ते माहीत आहे, कळलं?" रायन म्हणाला,

"असू दे. आलोक, आपण हा निकाल चिकन खाऊन साजरा करूया."

"साजरा करूया!" आलोक तोंडातल्या तोंडात बोलला, "इथं मी अमेरिकी शिष्यवृत्ती किंवा नोकरी मिळण्याची संधी पूर्ण गमावली आहे आणि तुला सालं साजरं करायचं आहे?"

"जाड्या, जरा सुधार की. तुला काय करायचं आहे? सुतकी चेहऱ्यानं आणखी घासघास घासायचंय?" रायन शान्त होता.

"फक यू," आलोक म्हणाला.

त्याच्या तोंडून प्रथमच 'फ'कार उमटला होता. त्याच्या तोंडी असला शब्द चमत्कारिक वाटला... कारण तो अजूनही अगदीच 'बच्चा' होता.

रायनचा शान्तपणा प्रोफेसरांच्या स्मितापेक्षाही जलद गतीनं मावळला.

"काय म्हणालास तू?"

त्यानंतर तो माझ्याकडे वळून म्हणाला, "हा जाड्या काय म्हणाला?"

आता हा रांडेचा मला कशाला यात ओढत होता कुणास ठाऊक? आलोक काय म्हणाला ते त्यानं व्यवस्थित ऐकलं होतं. खरं तर, ते आमच्या भोवती च्यावच्याव करत असणाऱ्या सगळ्या विद्यार्थ्यांनीसुद्धा ऐकलं होतं.

"चला बाबांनो, आपण हे प्रकरण होस्टेलवर जाऊन मग सोडवू." मी आर्जव केलं. त्या दोघांनी एकमेकांना ठार केलं असतं तरी मला त्याची पर्वा नव्हती, माझा मुख्य भर होता खाजगीपण जपण्यावर. मात्र ते दोघं हे सोडून देण्याच्या मन:स्थितीत नव्हते. क्षणभर मला वाटलं ते आता माझ्याकडे दुर्लक्ष करून, तिथेच मुठी वळून एकमेकांवर धावून जाणार. कशी कोण जाणे, पण ही काही रायन-आलोकची नेहमीसारखी वादावादी नाही याची मला जाणीव झाली होती. या संघर्षाच्या मुळाशी होता त्यांच्या मूलभूत व्यक्तिमत्त्वातील विरुद्ध टोकांचा फरक.

"चला, आपण जाऊया," असं मी पुन्हा म्हणालो. ते दोघं पाय ओढत स्कूटरपाशी आले. रायननं आम्हाला होस्टेलवर आणलं, शक्य तितक्या बेपर्वाईनं स्कूटर चालवत, रस्त्यावरच्या प्रत्येक उंचवट्यावरून जाणूनबुजून मुद्दाम स्कूटर नेत. तुम्हाला सांगतो, राग व्यक्त करण्याची त्याची स्वत:ची अशी विचित्र पद्धत आहे.

आम्ही रात्रीच्या जेवणानंतर रायनच्या खोलीत बसलो होतो. कॉलेजमधून निघाल्यापासून आम्ही एक शब्दसुद्धा बोललो नव्हतो. माझ्या एवढ्याशा तुटपुंज्या 'जीपीए'बद्दल मी फारसा विचारच केला नव्हता. होय, 'फाईव्ह पॉइंटर' होणं म्हणजे अगदी फालतू होतं. आता इथून पुढे प्रत्येक प्रोफेसरना मी 'ॲव्हरेज'च्याही खालचा विद्यार्थी असल्याचं समजणार होतं आणि त्याचा माझ्या पुढच्या विषयांतील गुणांवरही परिणाम होणार होता. मला मागच्या वर्षी कॅम्पसमध्ये नोकरभरतीसाठी जमलेले काही 'फाईव्ह-पॉइंटर्स' माहीत होते. ही अवस्था खरंच बिकट होती... अगदी कस्पटासमान... माझी अशी अवस्था कशी काय झाली? मी काय हुशार, चुणचुणीत नव्हतो? रात्री जेवणाच्या टेबलाशी बसलेले विद्यार्थी अगदी खिन्न चेहऱ्यानं तरी होते किंवा अत्यंतिक मोहरून गेलेले तरी. तिथे प्रचंड अभ्यासू वेंकटसुद्धा होता, खोलीतून कधीही बाहेर न पडणारा, जेवताना नेहमी गप्प असणारा. आज तो हसत होता. त्याला नऊ पूर्णांक पाच दशांश मिळाले होते. तो आलोकच्या शेजारी बसला होता. तो आलोकला सहापैकी चार विषयांत प्रथम आल्याचं सांगत होता. आलोक फक्त त्याच्याशी बोलत, आमच्याकडे पूर्ण दुर्लक्ष करत होता. तिथे इतर मुलंसुद्धा होती. आमच्या विंगमधल्या अगदी हॅपी सर्डनं सुद्धा सात पूर्णांक तीन दशांश असे सन्माननीय गुण मिळवण्यात यश मिळवलं होतं. मला वाटतं आम्ही तिघंच कुमावनमध्ये सगळ्यात ढोक होतो. मी माझ्या भविष्याबद्दल... नव्हे... नसलेल्या भविष्याबद्दल अधिक चिंतन करू शकलो असतो, पण रायन आणि आलोकच्या हुप्प चेहऱ्यांनी माझं लक्ष वेधून घेतलं होतं.

आम्ही रायनच्या खोलीत आल्यावर जवळजवळ अर्धा तास गप्प बसून होतो. कुणीही पुस्तक उघडलं नाही, एकमेकांकडे पाहिलं नाही किंवा एक शब्दसुद्धा बोललो नाही. माझ्या मनात आलं, आता आपण कायमचंच असं गप्प बसणार आहोत की काय? म्हणजे... तसं घडणं इतकं काही वाईट नव्हतं. आम्ही वर्गात एकत्र जाऊ शकलो असतो, फक्त अगदी शान्तपणे, उंदरासारखं गुपचूप. कदाचित आमचे गुणही वाढले असते. बोलणं हे काही इतकं महत्त्वाचं नसतं.

पण माझं हे शान्ततेचं सुखद कल्पनाचित्र अखेर रायननं मोडलं.

"म्हणजे, तू माफी मागणार नाहीस तर?" त्यानं भांडणाच्या पवित्र्यात विचारलं.

"माफी? मी? माफी तू मागायला हवीस, रायन." आलोक म्हणाला.

"आख्ख्या कॉलेजच्या समोर तू मला 'फक यू' म्हणालास... " रायन

म्हणाला, ''आणि मी माफी मागायची? हरी, तुला पटतंय? मी माफी मागायची.''

आता या सगळ्याशी मला काहीही देणंघेणं नसल्यामुळे मी रायनकडे दुर्लक्ष केलं. या दोघा मूर्खांना त्यांच्यात्यांच्यात काय ते सोडवू दे.

''हे बघ. आज माझं जीपीए आहे ५.८८ सालं... ५.८८. माझ्यापेक्षा दोनशे विद्यार्थी पुढे आहेत. माझ्या शालेय जीवनातल्या बारा वर्षात मी कधी दुसऱ्या नंबरावर सुद्धा घसरलेलो नव्हतो, माहीत आहे तुला?

''मग?'' रायन म्हणाला, ''तुझे इथले गुण वाईट आहेत आणि तू किती घासलं आहेस याचा कोण विचार करतोय? मी कशासाठी माफी मागायची?''

''कारण... डॅम इट... कारण ही तुझी चूक आहे,'' असं म्हणून आलोक उठला.

आता हा भलताच तडाखा होता. बिचाऱ्या रायननं कसाबसा पाच पॉइंट्स्चा भोज्जा गाठला होता आणि आता आलोक त्याचा कचरा करत होता.

''माझी चूक?'' रायननं हसायला सुरुवात केली.

''हरी, ऐक. जाड्याची परीक्षेत दांडी उडाली आहे आणि ही रायनची चूक. माझी चूक. हेऽ आलोक, तुला वेड-बिड लागलंय का?''

''तू काहीतरी बोल,'' आलोकनं मला विनंती केली.

''काय बोलू?'' मी तिसरीकडे पाहत म्हणालो.

''ठीक आहे. हरीजवळ हे बोलण्याचं धाडस नसेल तर मी सांगतो. रायन... तू आणि तुझ्या कल्पना. अभ्यास कमी करा, लक्ष्मणरेषा आखा, सर्वोत्तम वर्षांची मजा लुटा, ही सिस्टिम यंत्रवत आहे... सदैव भंपकपणा, भंपकपणा आणि भंपकपणा असतो...''

रायन खुर्चीतून उठला. मला वाटतं असं उठून उभं राहण्यानं वादाला धार चढते, काहीतरी अधिक गांभीर्य आणि अर्थपूर्णता येते.

''तू बेचैन झाला आहेस, अस्वस्थ आहेस, सगळं समजतंय मला. पण इतका कांगावा करण्याची गरज नाही. फक्त काही मूर्ख ग्रेड्स्साठी...''

''मी कांगावा करत नाहीय.'' आलोक खाली बसत म्हणाला.

''आणि माझ्या दृष्टीनं या फक्त मूर्ख ग्रेड्स् नाहीत. मला तुझ्यासारखे डॉलर्सची कमाई असणारे आईवडील नाहीत. मी या संस्थेत आलो, ते मनात उद्देश ठेवून. इथं चांगली कामगिरी घडवायची, चांगली नोकरी मिळवायची आणि आईवडिलांना सांभाळायचं... यासाठी. आणि तू... यू हॅव फक्ड इट अप.''

आणखी एक 'फ'कार; मला वाटतं आलोक अजूनही अस्वस्थच होता.

''सारखं सारखं हा शब्द वापरणं बंद कर,'' रायन म्हणाला.

"मी मला हवं ते बोलीन. हीच तर अडचण आहे. तुला कुणी काही बोलू शकत नाही. तू काहीतरी बेत आखतोस, हरी आंधळेपणे त्याला मान्यता देतो आणि आपण सगळेजण त्यानुसार करतो. तू काय... बिघडलेलं कारटं... आपल्याला जे हवं ते करणारं, आपल्या मित्रांची पर्वा न करता."

"क्काय? तू आत्ता काय म्हणालास? की, मला माझ्या मित्रांची पर्वा नाही?" रायन म्हणाला.

त्याचा आवाज टिपेला पोचला असला तरी, त्याच्या हातांना जरासा कंप सुटल्याचं माझ्या नजरेनं टिपलं.

"नाही. तुला कशाचीही पर्वा नाही. ना अभ्यासाची, ना कॉलेजची, ना आईवडिलांची, ना मित्रांची. तुला फक्त मजा करता आली म्हणजे झालं."

"तू मर्यादा ओलांडत आहेस," रायननं इशारा दिला.

"आता मी लक्ष्मणरेषा आखतोय. आता या क्षणापासून मी तुमच्यासोबत कधीही भटकायला येणार नाही, अजिबात नाही."

आलोक कांगावा करत होता हे आता अगदी सुस्पष्ट होतं.

"अरे, तू काय बोलतोयस?" मी म्हणालो.

"काही नाही. मी पूर्ण पहिल्या सेमिस्टरमध्ये तुमचं ऐकलं आणि सगळंच नुकसान करून घेतलं." आलोक म्हणाला.

"मग आता तू काय करायचं ठरवलं आहेस?"

"आत्ता सांगितलं तसं... इथून पुढे रायनबरोबर भटकणं बंद. आता इथून पुढे मी वेंकटसोबत राहणार आहे. त्यानं मला त्याच्यासोबत अभ्यास करू देण्याचं मान्य केलं आहे. त्याला नऊ पूर्णांक पाच दशांश मिळाले आहेत, माहीत आहे?"

मला अक्षरश: किळस आली. कुमावनमधलं कुणीही वेंकटशी बोलत नसे; त्याला जर पर्याय दिला तर तो स्वत:सुद्धा स्वत:शी बोलला नसता. त्याचा जीपीए वगैरे उत्तम होतं, पण त्याला माणूस म्हणणं म्हणजे... तो पहाटे चारला उठून वर्ग सुरू होण्याआधी चार तास अभ्यासाच्या चरकात पिळून निघत असे. रोज संध्याकाळी तीन तास ग्रंथालयात, त्यानंतर रात्रीचं जेवण. जेवण झाल्यावर पुन्हा बिछान्यावर दोन तास अभ्यास... अशा प्राण्यासोबत राहावं असं कुणाला वाटेल?

"आलोक तुझं डोकं फिरलंय." रायन म्हणाला, "खरंच तू कामातून गेलेला माणूस आहेस."

"मला माझे गुण महत्त्वाचे आहेत. माझ्या दृष्टीनं माझं भविष्य महत्त्वाचं आहे. त्यामुळे मी कामातून गेलेला माणूस ठरतो का?"

मी आलोकजवळ गेलो. त्याच्या खांद्यावर हात टाकला. मला वाटलं, त्याला या वेडेपणात सांत्वनाची गरज आहे.

''कमॉन आलोक. आपण आणखी अभ्यास करू...''

''काही सांगू नकोस...'' आलोकनं माझा हात दूर झटकला. त्याचा आवाज चिरकला होता.

''इनफ इज इनफ,'' तो म्हणाला. त्याचा चेहरा अगदी त्याच्या आईसारखा पिळवटला होता.

त्याच्या या आनुवंशिक घटकाची मला गंमत वाटली. त्याच्यात 'रडावं कसं?' याबद्दलची गुणसूत्रं आली होती की काय? का हे बाळकडू पीत तो लहानाचा मोठा झाला असेल? बहुधा त्याचं सगळं कुटुंबच कधीकधी सामुदायिक रडत असेल... आई, बहीण आणि स्वत: आलोक आणि वडीलसुद्धा. त्यांना अजून एका डोळ्यानं अश्रूपात घडवता येत होता.

''माझ्यावर जबाबदाऱ्या आहेत, हे तुम्हाला समजत नाही. मला माझ्या कुटुंबाला आधार देण्यासाठी चांगली कामगिरी घडवावीच लागणार आहे. माझ्या आईचा अर्धा पगार माझ्या वडिलांच्या औषधपाण्यातच जातो. तिनं गेल्या पाच वर्षांत स्वत:साठी एखादी नवी साडीसुद्धा घेतलेली नाही.'' आलोकचा कंठ दाटला होता, डोळे भरून आले होते. त्याला आता नाक शिंकरायची गरज होती.

रायन खाली बसला, आलोककडे कुतूहलानं पाहू लागला. त्यानं 'फक युवर्स'चा वर्षाव मिनिटाला दहा या दरानं झेलला असता, पण रडणं हा सर्वस्वी निराळाच प्रकार होता. आणि 'गेल्या पाच वर्षांत एक साडीसुद्धा' हा मुद्दा वाद घालायला अतिशय कठीण होता. म्हणजे... यावर तुम्ही काय बोलणार? वर्षाकाठी किती साड्या घेणं योग्य असतं? मला ठाऊक नाहीच, पण हे रायनलाही माहीत असणार नाही याची मला खात्री होती.

''आणि माझ्या बहिणीचं लग्न करायला पाहिजे,'' आलोक पाढा वाचत होता. ''सर्वांची भिस्त माझ्यावर आहे आणि तुम्ही हे समजूनच घेत नाही. रायनला बुद्धीबळ खेळायचं आहे, टीव्ही पाहायचा आहे, ही वर्षं मजेत घालवायची आहेत. मला मजा करण्याचाच तिरस्कार वाटतो.''

''मी माफी मागितली तर त्यामुळे काही चांगला फरक पडणार आहे का? तुझ्या बोलण्याला काहीही अर्थ नाहीय. आणि हे सगळं आईवडील वगैरे... तुला माहीत आहे, मला ते समजत नाही,'' रायन निवळत होता.

पण त्यामुळे आलोक आणखी उसळला.

''नक्कीच नाही, तुला नाही समजत. कसं समजणार? तुला ते कधी

नव्हतेच.''

''मला होते. म्हणजे... मला ते अजूनही आहेत, पण मी त्यांच्यासाठी डोळे गाळत बसत नाही.''

''कारण, तुझं त्यांच्यावर प्रेम नाही.''

''होय, नाही प्रेम. पण मी लहान पोरासारखं रडत तरी नाही.''

''गप्प बस!'' आलोक किंचाळला... रडं सुरू होतंच.

''तू लहान पोर आहेस. गुब्बूगुब्बू पोरगी. सॉरी सिस्सी बेबी, आता नाक पूस बघू,'' रायन हसू लागला. रायन त्याच्यापाशी आणखी बोलण्यासारखं काही उरत नाही तेव्हा नेहमी असंच करतो... संभाषणातल्या रिकाम्या जागा भरण्याचा एक मार्ग!

''गप्प बस तू... तू...'' आलोक म्हणाला.

''माऽलाऽआ.... ई.... पायजे,'' रायन आलोकच्या चोंदल्या स्वराची नक्कल करत म्हणाला.

''... गप्प बस... सोडून दिलेला... अनाथ!''

स्तब्ध शान्तता.

होय, कधीकधी माणसं असं काही बोलतात की... ! रायनचं हास्य निमिषार्धात मावळलं. मी जागीच ताठ बसलो... आपण ऐकलं ते बरोबर का, या गोंधळात. अगदी आलोकसुद्धा भावमुद्रांतले हे बदल पाहून थिजला. अत्यंत जडशीळ, मंद आणि प्रदीर्घ शान्ततेचे वीस सेकंद सरले.

''अनाथ, हरी, तो मला अनाथ म्हणाला,'' रायन म्हणाला.

मी गप्प बसलो.

आलोक गप्प बसला.

''आधी चालायला लाग. वेंकटकडे जा नाहीतर तुला कुठे बोंबलत जायचंय तिकडे जा. आधी चालता हो,'' रायन म्हणाला.

''ते तू मला सांगायची गरज नाही. हरी?'' आलोक म्हणाला. आता तो अजिबात रडत नव्हता.

''काय?'' मी म्हणालो.

''तू माझ्या बरोबर येतोयस?''

''कुठे?''

''तुला माझ्याबरोबर राहायचं आहे की रायन सोबत?''

हे फारच अन्यायकारक होतं. माझा या साऱ्याशी काहीही संबंध नव्हता. तरीही आता मला माझ्या मित्रांमध्ये एकाची निवड करावी लागणार होती.

''होय, हरी, या रड्याबरोबर जा. जा, हात धर त्याचा.''

"मी कुठेही निघालेलो नाही," मी म्हणालो.

"म्हणजे, तू रायनची निवड केलीस तर," आलोक हरल्या स्वरात म्हणाला.

"मी कुणाचीही निवड करत नाहीय. तूच सोडून निघाला आहेस. तुला हवं ते कर," मी म्हणालो. मला त्या दोघांचाही वीट आला होता.

त्यानंतर कुणीच काही बोललं नाही. आलोक तिथून निघून गेला. तो जाताच रायननं शक्य तितक्या धाडकन् दरवाजा बंद केला. हे अगदी संपूर्ण प्रतिकात्मक होतं! कारण आम्ही आमच्या खोल्यांची दारं कधीच बंद करत नाही.

"त्यानं काय केलं पाहिलंस? आणि त्याला तू त्याच्यासोबत जाणं अपेक्षित होतं, हाऽ!" रायन म्हणाला.

"फक यू," माझी प्रतिक्रिया.

त्यानंतर लवकरच नेहाची आणि माझी भेट झाली. मला त्या आईस्क्रीम पार्लरचा कंटाळा येऊ लागला होता आणि त्या गोड स्ट्रॉबेरी स्वादाचा वीट. अजूनही नेहा अत्यंत देखणी दिसत होती, पण मला तिच्याशी बोलावंसंच वाटत नव्हतं. खरं तर, मला कुणाशीच बोलावंसं वाटत नव्हतं.

"काही बिनसलंय का?"

"कोण म्हणालं, काही बिनसलंय म्हणून?" मी प्रतिप्रश्न केला. मी वेड पांघरून पेडगावला अगदी शान्तपणे जाऊ शकतो.

"ते सगळं तुझ्या चेहऱ्यावर वाचता येतंय. आता तू मला सांगतोयस की कसं?"

मुलींचं हे असं असतं! त्या तुमच्या निम्म्या आकाराच्यासुद्धा नसतात पण तुम्हाला त्या आवडतात हे एकदा का त्यांना समजलं की, त्या गाजवू लागतात. ही स्वत:ला काय समजत होती कोण जाणे?

"काही झालेलं नाही."

तिनं माझ्या हातावर हात ठेवताच मी आईस्क्रीमपेक्षाही वेगानं पाघळलो, जणू माझ्या अंगात पळापळी करत असलेले वाईट मन:स्थितीतले ढेकूण बेगॉनच्या अकस्मात फवाऱ्यानं गप्प झाले.

"नेहा, ते साले आलोक आणि रायन."

"कसली भाषा!"

"सॉरी, म्हणजे माझे मित्र, सर्वात जवळचे मित्र... त्यांची अशी प्रचंड जोराची वादावादी झाली आणि आमचा गट फुटला."

"कशावरून वादावादी झाली?"

"ग्रेड्सवरून. आमची खराब कामगिरी होण्याचं कारण रायन आहे, असं

आलोक म्हणाला.''

"रियली, खराब म्हणजे किती?''

मी तिला आमच्या फाईव्ह-पॉइंटर ग्रेड्सबद्दल सांगितलं.

"डॅम, तू फाईव्ह-पॉइंटर्स म्हणतोयस?'' तिनं विचारलं.

"कसली भाषा!'' मी म्हणालो.

"ओह सॉरी. म्हणजे... कॉलेजच्या गुणवत्ता निकषांनुसार हे कमी आहेत.''

हे बघा, हे असं असतं! एकदा का तुम्हाला आयआयटीत जीपीए मिळालं की, सगळेजण त्यावर, तुमच्याविषयी मत देतात... अगदी फॅशन डिझाईनचे विद्यार्थीसुद्धा.

"मला माहीत आहे,'' मी म्हणालो, "पण मी त्यामुळे अस्वस्थ झालेलो नाही. त्याचं कारण आहे ही जागा. मला इथं आवडत नाही.''

त्यावर नेहा हसू लागली. मी तुम्हाला सांगितलं नाही का?... नेहा कधी कधी थोडी वेडपटासारखं वागते.

"यात हसण्यासारखं काय आहे?'' मी त्रासून विचारलं.

"काही नाही. तरी इथं येण्यासाठी लोक नुसते मरत असतात.''

"मला माहीत आहे,'' मी म्हणालो, "पण इथं अक्षरशः शोषून घेतलं जातं. मला टनांवारी ओझ्याचा अभ्यास आहे. मला अतिसामान्य गुण मिळाले आहेत आणि आता मला मित्रही नाहीत.''

"म्हणजे... आलोकला घासायचं आहे आणि त्यासाठी तो आणखी एका घाशीरामाकडे जातोय...'' मी तिला अलीकडल्या घटनांविषयी सविस्तर कथन केलं होतं, ते ती वेगळ्या शब्दांत मांडत म्हणाली, "पण तू रायनची निवड करायची, हे कसं ठरवलंस?''

"मी निवड केली नाही, आलोकच निघून गेला,'' मी तिला स्मरण दिलं.

"तू काय करायचं ठरवलं आहेस?''

मी फक्त खांदे उडवले.

"तुला सांगते, माझे डॅड विद्यार्थी होते तेव्हा त्यांना दहा पॉइंट असायचे.''

"ते विद्यार्थी होते?'' माझ्या मनात चेरियन यांची सध्याच्या आकारापेक्षा व वयापेक्षा अनुक्रमे कमी आकाराची व वयाची मूर्ती कधी उमटलीच नव्हती.

"होय, वर्गात पहिले. मी एका फाईव्ह-पॉइंटर सोबत आहे ही गोष्ट त्यांना समजली, तर ते त्यांना नक्कीच आवडणार नाही.''

"म्हणजे आता तुलासुद्धा माझ्याशी बोलणं बंद करायचं आहे तर...'' मी म्हणालो.

"नाही रे मूर्खा. मी गंमत करतीय,'' असं म्हणून ती हसली. ती असं सदैव

का करत असते कोण जाणे! फक्त तिलाच एकटीला गंमत वाटेल असले विनोद सांगत असते!

"काहीही असो."

"इथं ये," ती पार्लरमधल्या तिच्या शेजारच्या खुर्चीवर हातानं थापटत म्हणाली.

"का?"

"तू इथं ये."

मी एखाद्या प्रशिक्षित पाळीव प्राण्यासारखा, तिच्या समोरच्या खुर्चीवरून उठून तिच्या शेजारच्या खुर्चीत येऊन बसलो. सुंदर मुलींजवळ ही शक्ती असते... 'मेरी' बनून माणसांची मेंढरं बनवण्याची! तिनं माझा हात धरून, स्वत:चा चेहरा माझ्या दिशेनं वळवला.

"मला हा फाईव्ह-पॉइंटर आवडतो," असं म्हणून तिनं माझ्या गालांचं चुंबन घेतलं.

"एक, दोन, तीन, चार, पाच," ती मोजत होती आणि प्रत्येक आकड्यासोबत माझ्या उजव्या गालावर च्युकक्न् चुंबन उमटत होतं.

"आता बघ, हे गुण काही फारच वाईट नाहीत."

सालं... मी पुन्हा वितळू लागलो होतो.

"मी तुझं चुंबन घेऊ शकतो?"

"नाही, मला 'जीपीए' नाहीय," तिनं लक्ष वेधलं.

मला जीपीए नसलेली माणसं फार आवडतात. मला आयआयटीत नसलेली कुणीही व्यक्ती आवडायची. मला परत जायचं नव्हतं. मनात आलं... आपल्याला आईस्क्रीम पार्लरमध्ये काम करता आलं तर... दिवसभर कोन भरायचे... वर्ग, विषय, ग्रेड्स आणि आलोक-रायनच्या कचकची... यांची कधी चिंताच करावी लागणार नाही.

"आपण सिनेमा पाहूया. पुढच्या शनिवारी जमेल?" तिनं विचारलं.

"जरूर." मी पार्लरमध्ये काम करण्याच्या स्वप्नातून बाहेर येत उत्तरलो.

"ग्रेट. पण आत्ता जायला हवं. मी तुला याच पार्लरमध्ये न्यायला येते, दुपारी दोन वाजता, मॅटिनी शो." एवढं सांगून ती निघून गेली.

मी पाच मिनिटं तिथेच थांबलो, पाच 'डेली स्पेशल्स'ची यादी वाचली, पाच चुंबनांच्या स्मृती जागवल्या. काहीही असलं तरी माझ्या फाईव्ह पॉइंट जीपीएची भरपाई झाली होती.

आपल्याला आणखी चांगलं जीपीए मिळावं असं मला वाटलं... पण फक्त तशी आईस्क्रिमी चुंबनं मिळावीत म्हणून!

■

७

आलोकचं मनोगत...

जाड्या, रड्या, घाशीराम, विश्वासघातकी, रडुबाई... अशा रूपात मी तुमच्यासमोर आलो आहे. तुमच्या मनात बहुधा माझं चित्र, सदैव लहान राहू इच्छिणारा, असामान्य बुद्धीचा मुलगा... आईवडिलांना वर्षानुवर्ष आपली चमकदार गुणपत्रिका दाखवू इच्छिणारा, असं असणार. माझी ग्रेड्सबद्दलची पीरपीर, माझं गटातून अलग होणं, माझं आईचा पदर न सोडता येणं, रोहिणी कॉलनी ते आयआयटी कॅम्पस अशी दिल्लीभर पसरत मला माझ्या आईशी जोडून ठेवणारी नाळ... तुम्ही माझ्याविषयी मत बनवण्यास मोकळे आहात.

मात्र, तुम्ही मला माझं मनोगत व्यक्त करण्याची परवानगी द्या. मी आलोक गुप्ता. राजाधिराज हरी महाराजांनी मला माझ्या भावना व्यक्त करण्यासाठी इथे अल्पशी जागा दिली आहे. पण त्याआधी मला तुम्हाला माझी कहाणी सांगू द्या.

कोण एके काळची गोष्ट आहे. दिल्लीच्या एका उपनगरातल्या एका कनिष्ठ-मध्यमवर्गीय घरात एक मुलगा राहायचा. आपण त्या मुलाला रड्या म्हणूया. त्याचे वडील आणि आई शाळेत शिक्षक होते, अनुक्रमे कला व जीवशास्त्र या विषयांचे. रड्या अगदी साध्याशा घरात लहानाचा मोठा झाला... वह्या आणि कॅनव्हासनं व्यापलेल्या घरात. तो बुटाच्या नाड्या बांधायला शिकण्याआधी चित्रं रेखायला शिकला. रड्या अभ्यासात चांगला होता (घरात त्याच्याकडे लक्ष द्यायला दोन-दोन शिक्षक असल्यामुळे), पण त्याला सर्वाधिक आवडायची ती चित्रकला. रड्या त्याच्या वयोगटासाठी असणाऱ्या प्रत्येक कलास्पर्धेत भाग घ्यायचा आणि बरेचदा त्यात जिंकायचाही. त्यामुळे घरात बक्षीसं येत असायची... चित्रकलेच्या साहित्याचे कितीतरी संच, हस्ताक्षरांचे देखणे नमुने रेखण्याचे संच, लेखन-साहित्याची कुपन्स. ईजलवर रड्याची कामगिरी सर्वसामान्य स्तरापेक्षा वरची होती, हे उघड होतं. त्याला मोठं झाल्यावर कलाकार व्हायचं होतं आणि

हे अर्थातच खुळचट स्वप्न होतं. कारण भारतात फक्त एखाद्या किंवा फारफार तर दोन कलाकारांना, तेसुद्धा नव्वद वर्षांच्या (अथवा मृत असेल तर उत्तमच), स्थान मिळतं. अर्थात रड्याला त्याची पर्वा नव्हती, त्याला आपण स्थान बनवू शकतो असं वाटत होतं आणि त्याला ध्येयाप्रती पोचण्यापासून कुणीही अडवू शकणार नव्हतं.

पण नेमकं अशा वेळीच नशीब तुमची दांडी उडवतं... आपण सगळं काही व्यवस्थित आखलं आहे असं वाटत असतानाच. नेमकं त्याच वेळी रड्याच्या वडिलांना हे प्रतिष्ठेचं म्युरल बनवण्याचं काम मिळालं. त्यामध्ये कधी नव्हे ते पैसेही चांगले मिळाले. यामध्ये शिक्षण खात्याच्या इमारतीच्या व्हरांड्यातील छत रंगवण्याचंही काम होतं. म्यूरल्स बनवणं जिकिरीचं असतंच, शिवाय छत रंगवणं हेही अतियातनाकारी असतं. तिथे बांबू आडवे घालतात, त्यावर आडवं होऊन कलाकार काम करतात, आपली सर्वश्रेष्ठ कलाकृती निर्माण करण्याच्या आशेनं... अशी कलाकृती की, जिच्याकडे जग माना उंचावून बघेल... जिची दखल घेतली जाईल.

मात्र, रड्याच्या वडिलांची लोकांनी फक्त एकदाच दखल घेतली, ते त्या बांबूच्या सांगाड्यावरून, दहा मीटर उंचीवरून खाली पडले तेव्हा. तिथेच त्यांचं सारं संपलं.

डॉक्टर म्हणाले, उजव्या बाजूचा पक्षाघात. रड्याच्या वडिलांची अर्धी बाजू कामातून गेली होती, पण त्याहूनही महत्त्वाचं म्हणजे त्यांचा पूर्ण पगार बंद झाला. कुंचला धरणारा त्यांचा उजवा हातच निकामी झाला आणि अशा प्रकारे रड्याचं स्वप्नही विरलं.

त्याचे वडील घरी आले ते आडव्या स्थितीत... झोपून आणि तिथून पुढे दहा वर्ष ते त्याच स्थितीत होते. त्यांच्या चांगल्या स्थितीत असलेल्या एका डोळ्यातून सदैव आसवं ओघळत असायची. आता पुन्हा कधीही चित्रं रेखता न येण्याच्या दुःखानं एकामागोमाग एक संसर्ग घडवले.

लवकरच, रंगाच्या बाटल्यांची जागा औषधांच्या बाटल्यांनी घेतली. परिचारिका ठेवणं परवडण्याजोगं नव्हतं, त्यामुळे रड्याची त्या कामी नेमणूक झाली. त्या वेळी तो सातवीत होता. त्यानंतर पुढे कायम, तो शाळा सुटली की घरी आल्यावर वडिलांच्या बिछान्याशी बसत असे.

काही काळ त्याची चित्रकला सुरू राहिली, पण लवकरच त्याला कळून चुकलं की, या सृष्टीसौंदर्यापेक्षा आपल्या कुटुंबाला अधिक गरज आहे ती पैशाची. त्याचं लक्ष वेधलं आयआयटीकडे, उज्ज्वल भवितव्याची हमी देणारं देशातील एक कॉलेज. होय, इंजिनिअर होणं हा दारिद्र्यातून डोकं वर निघण्याचा

एकमात्र मार्ग होता.

रड्याची आई रोज रात्री अश्रू ढाळायची. पण तिला हातपाय गाळायची सोयच नव्हती. तिला चरितार्थ चालवण्यासाठी पनचसंस्था, पुनरुत्पादन संस्था हे सगळं वर्षानुवर्षं शिकवत राहावंच लागलं.

"एक दिवस आपण सगळे यातून बाहेर येऊ," रड्या स्वत:लाच बजावायचा, रात्री वडिलांना कूस बदलायला मदत करताना, आयआयटीच्या प्रवेश परीक्षेसाठी पुलीज, मॅग्नेटिझम, कॅक्ल्युलस यांचा अभ्यास करताना, दोन वर्षांत रड्यानं घराबाहेर पाऊलसुद्धा टाकलं नव्हतं. फक्त तो शाळेत तेवढा जायचा. या दरम्यान त्याच्या देहावर पंधरा किलो आणखी वजन चढलं. वडिलांना झोपून झोपून झालेल्या जखमा पुसून स्वच्छ करताना तो सूत्रं घटवत असायचा.

आणि एके दिवशी त्यानं कामगिरी फत्ते केली. आता तो आयआयटीत होता. त्याची आई आणि अर्धे वडील किती आनंदात होते! होय, आणखी चार वर्षं मानेवर खडा ठेवून काढायची होती, मग तो सगळ्यांचीच या जोखडातून मुक्तता करू शकणार होता. इथे आल्यावर त्याची रायन आणि हरी यांच्याशी भेट झाली, त्यानंतर त्यांच्यासोबत राहण्यासाठी त्यानं पायावर धोंडा पाडून घेतला... तो कॉलेजमध्ये सर्वात कमी ग्रेड्स मिळवणाऱ्यांच्या पंक्तीत जाऊन बसला.

रायन म्हणजे उगवत्या क्षणात जगणारा माणूस. त्याला त्याच्यासारखं कशाला व्हायचं असेल? श्रीमंत आई-बाप, देखणं रूप, आयआयटीत प्रवेश मिळवण्याइतपत हुशार, ॲथलीट होण्याइतपत खेळात चमक दाखवणारा, सदैव मित्रांना आकर्षित करण्याइतपत आनंद-यात्री. रायन संसर्गजन्य प्राणी आहे आणि या संसर्गाचं परीपूर्ण उदाहरण म्हणजे हरी. रायनला काही हवं असेल, तर हरी लगेच ते त्याला देतो. तसंच, समजा रायनला अभ्यास करायचा नसेल, तर लगेच हरीही पुस्तक मिटून ठेवेल. रायनला वाटलं, की जीपीएला काही महत्त्व नसतं, लगेच हरीसुद्धा जीपीएची चिंता करणं थांबवेल. रायन म्हणजे 'पाईड पायपर' आहे...

एकदा तो घरी आला होता तो दिवस मला आठवतोय. त्यानं माझ्या वडिलांना उचलून ऑटोत ठेवलं, ऑटोतसुद्धा तो त्यांना धरून बसला होता. रुग्णालयातल्या कर्मचाऱ्यांशी आम्हाला चांगला बिछाना द्यावा म्हणून वाद घालणारा हाच रायन... आणि पहाटे तीन वाजेपर्यंत आमच्यासोबत तिथे थांबणाराही हाच रायन. होय, रायन चांगला आहे, तो फार फार चांगला आहे. नव्यानं प्रवेश घेतलेल्या अनोळखी मुलांसाठी कोकच्या बाटल्या कुणी फोडल्या असत्या? किंवा आपल्या नव्या करकरीत स्कूटरची कुणी वाट लावून घेतली असती... त्यावर तीन-तीन माणसांचं ओझं लादून, त्यातसुद्धा तीनपैकी दोनजण ऐसपैस

बुडांचे असताना?

पण रायनबद्दल आणखीही काही गोष्टी आहेत. म्हणजे... अशासारख्या की, तुम्हाला माहीत आहे का, त्याचे आईवडील दर आठवड्याला त्याला पत्र लिहितात ते? किंवा तो त्यातल्या एकाही पत्राचं कधी उत्तर देत नाही ते? होय, तो तुम्हाला सांगेल की, माझं त्यांच्यावर प्रेम नाही किंवा काय तोंडाला येईल ते बरळेल, पण खरीखुरी गोष्ट अशी की, तो प्रत्येक पत्र अगदी व्यवस्थित फाईलमध्ये लावून ठेवतो आणि रात्री तो जेव्हा खोलीत एकटा असतो, तेव्हा तो ती पत्रं उघडून, पुन्हा वाचतो. मला असं म्हणायचंय की, हे जर सगळं असं आहे तर तो त्यांना अधून मधून उत्तर का टाकत नाही? आणि तो त्या पत्रांची पुन:पुन्हा पारायणं तरी का करतो मग? मला नेहमी जाणवलं, रायन भावनांना वाट करून देतो. पण हरी आंधळा आहे, त्याला हे समजत नाही.

आता मला रायन थोडाफार समजलाय असं वाटत असलं तरी, हरीबद्दल मात्र हे शक्य झालेलं नाही. म्हणजे... तो अगदी माझ्यासारखा आहे– सामान्य, अनाकर्षक लठ्ठ आणि सुस्त. पण त्याला कुणीतरी वेगळं बनायचं आहे– कुणीतरी स्थिरचित्त, चुणचुणीत, हुशार... रायनसारखं. पण मनाच्या आतल्या कप्प्यात, तो हे अशक्य असल्याचं जाणून आहे. तो सदैव आत्मविश्वास डुगडुगता असणारं पोरगंच राहणार... तोंडी परीक्षेच्यावेळी प्रेतवत थंडगार. जे छान नाही ते छान बनू शकत नाही ही गोष्ट जर तो स्वीकारू शकला, तर त्याला सरळ विचार करता येईल. पण तो हे स्वीकारत नाही, त्यामुळे तो 'ऑपरेशन पेन्ड्यूलम'मधून गेला.

जेव्हा मी पहिल्यांदा त्यांच्यापासून फारकत घेतली, तेव्हा आपण योग्य केलं की नाही, याबाबत मी खरंच साशंक होतो. पण 'ऑपरेशन पेन्ड्यूलम' नंतर मात्र, आता मला पुन्हा परत येण्याची खात्री नाही. वेल, आयुष्य असंच असतं. तुम्ही काही आखलं की, नेमकं त्याच वेळी ते तुमची दांडी उडवतं.

■

८

एका वर्षानंतर...

आलोक आम्हाला सोडून गेला या गोष्टीला तीनशे पासष्ट दिवस उलटले आहेत हे मला माहीत होतं, कारण त्या दिवशी तिसऱ्या सेमिस्टरचा निकाल जाहीर झाला होता. आता तो किती अप्रासंगिक वाटत होता. आणखी एकदा फाईव्ह पॉइंट आणि वर काहीतरी अपूर्णांक... आयआयटी वर्तुळात तुमच्या स्वतंत्र अस्तित्वावर तुमची लायकी दर्शवणारी आणखी एक मोहर. रायन आणि मी कॉलेजमध्ये निकाल पाहण्यासाठी गेलो होतो, पण ते प्रसंगोपात होतं, खरं कारण होतं... आम्ही कॉलेजच्या गच्चीवर धमाल करायला निघालो होतो.

आम्हाला सर्वप्रथम या स्थळाचा शोध कधी लागला, ते मला आठवत नाही, पण आम्ही 'ग्रास' ओढायला सुरुवात केली, त्यानंतर लगेचच असणार. आम्ही 'ग्रास' ओढायला सुरुवात केली ती, व्होडकाचा आस्वाद घ्यायला सुरुवात केल्यानंतर लगेचच. व्होडका सुरू केली ती, पिंक फ्लॉईड ऐकायला सुरुवात केल्यानंतर लगेचच. म्हणजे फ्लॉईड, व्होडका, ग्रास आणि कॉलेजची गच्ची, अखेर आम्ही आयुष्यातल्या खऱ्याखुऱ्या महत्त्वाच्या गोष्टींपर्यंत येऊन ठेपलो होतो. या साऱ्याच्या सोबतीनं आयआयटीतलं जीवन सुसह्य बनलं होतं, विशेषत: 'फाईव्ह पॉइंट आणि वर काहीतरी अपूर्णांक' अशा अवस्थेतल्या लोकांसाठी.

कॉलेजच्या अतीप्रचंड इमारतीला नऊ मजले होते. गच्चीवर जायचं म्हणजे गुपचूप शिडी लावूनच जावं लागलं असतं. गच्चीकडे जाण्याच्या प्रवेशद्वाराची राखण एका जुनाट कुलुपाकडे सोपवण्यात आलेली होती, पण सुदैवाची गोष्ट म्हणजे कडी-कोयंडा त्याहूनही अतीप्राचीन होता. रायननं स्क्रूड्रायव्हरनं ती गंजकी कडी तीन मिनिटांत हटवली आणि आम्ही नव्या अस्मानात... कॅम्पसमधल्या सर्वोच्च स्थानी. गच्चीवर उघडीबोडकी, कॉंक्रीटची खरबरीत जमीन होती, गच्चीला कठडा नव्हता. गच्ची बहुतेकशी रिकामीच होती. फक्त घंटेचा मनोरा,

संगणक व दूरसंचार नेटवर्क्ससाठी काही डिश अॅन्टेना तेवढ्या होत्या. अंधार झाकोळून आल्यानंतर आभाळातल्या चांदण्या तेवढ्या दिसायच्या. उभं राहून खाली डोकावलं तर कॅम्पसमधल्या रस्त्यांवरचे दिवे आणि एक किलोमीटर अंतरावर असलेल्या कुमावन व इतर होस्टेलचा देखावा नजरेला पडत असे.

रायननं व्होडका, 'जॉइंट' आणि त्याचा छोटासा वॉकमन बाहेर काढला. त्यालाही आमचा आठवड्यातून दोनदा होणारा कार्यक्रम ठाऊक झाला होता.

आम्ही कॉंक्रीटच्या जमिनीवर आडवे झालो. दिवसा उन्हानं तापलेली जमीन अजूनही गरम होती. रायननं ईअरफोनची जोडी वेगळी केली, आम्ही दोघांनाही एकेक ईअरफोन येईल अशा बेतानं आणि 'जॉइंट' माझ्याकडे सरकवली. आम्ही व्होडकाची बाटली मधोमध ठेवली होती. व्होडकाचा घोट... जॉइंटचा झुरका... व्होडकाचा घोट, रिवाइंड... स्टॉप... आणि प्ले.

गीताच्या सुरांवर लहरत आम्ही आकाशात तरंगू लागलो होतो.

"जीपीएबद्दल केकाटणारी सगळी पोरं बघितलीस?" रायन धूम्रवलय सोडत म्हणाला.

मला वाटतं, धूर फार सुंदर असतो... वजनरहित आणि आकारहीन. कसा दिसतो नाही... शक्तीहीन भासणारा, तो सोडणाऱ्या माणसासारखाच जणू. तो अगदी आतून येतो आणि आपल्यापेक्षाही उंच उंच जातो. भंपकं सालं! मी कलात्मक वगैरे बोलतोय... ही सगळी 'ग्रास'ची किमया होती.

"हो, पाहिली. आणि ते आपल्याकडे कसं पाहत होते, तेही पाहिलं," मी म्हणालो.

"कसं?"

"आपण तिथे कशाला आलो आहोत अशा नजरेनं. आपल्या दुःखद जीपीएनं त्यांना काय फरक पडणार आहे? जसं काही आपण त्यांच्या मार्गात अडसर बनलो आहोत."

"गेले उडत," रायन म्हणाला. सर्वज्ञानी माणसाच्या मुखातून बाहेर पडलेले शहाणपणाचे बोल.

"अर्थात हे खरंही आहे," मी म्हणालो, "आपलं खरंच इथे काही काम नाही..."

"आपलं काम आहे, नक्कीच आहे. आपली कामगिरी खालच्या स्तराची आहे म्हणजेच आपण 'अन्डर-परफॉर्मर्स' आहोत."

"मग?"

"त्यामुळे आपण 'अॅव्हरेज' खाली आणतो. आपल्यामुळे ते उठून दिसतात. अशा प्रकारे, आपण त्यांच्या जीवनात आनंद फुलवतो."

"मुद्दा आहे," मी सहमती दर्शवली.

"पण, मला त्रास होतो तो विद्यार्थ्यांचा नव्हे... शिक्षकांचा होतो."

"तू डिझाईनच्या तासाबद्दल बोलतोयस, बरोबर?"

"होय, ते प्रोफेसर भाटिया. तू त्या दिवशी होतास तिथे, बरोबर? मी त्यांना 'सस्पेन्शन ब्रिज'चं डिझाईन कसं करता येऊ शकेल याबद्दल माझ्या काही कल्पना सांगितल्या. त्या ऐकून ते अगदी एक्साईट झाले. त्यांनी मला प्रमाणबद्ध ड्रॉईंग तयार करून सबमिट करायला सांगितलं. 'तुला खास इन्टर्नशिप प्रोजेक्ट देईन' असंही म्हणाले. त्यानंतर त्यांनी मला नाव विचारलं. मग माझं जीपीए शोधलं, त्यानंतर ते मला फोन करून सांगतात की, ते ड्रॉईंग, इन्टर्नशिप वगैरे विसरून जा. किती नीचपणा आहे, विश्वास बसतोय?" रायन म्हणाला.

आमची प्रत्येकी एकेक जॉइंट संपली होती. रायन दुसरी जॉइंट तयार करण्यासाठी उठून बसला. ग्रास आणि तंबाखू जोरजोरात चुरू लागला, जणू ती प्रोफेसर भाटियांची आतडी असावीत तशा त्वेषानं.

"गेला उडत," मी तेच शहाणपणाचे बोल रायनला परत केले.

आम्ही चषक पुन्हा भरले. गच्चीवर मिट्ट काळोख होता.

"होय, सगळेच प्रोफेसर गेले उडत," रायन म्हणाला.

"होय. मात्र प्रोफेसर वीरा बरे आहेत."

प्रोफेसर वीरा म्हणजे आमचे 'फ्ल्युईड मेकॅनिक्स'चे प्रोफेसर.

"होय, ते बरे आहेत. मी ऐकलंय की, सगळ्यात खत्रूड अजून यायचे आहेत," रायन दुसरी जॉइंट पेटवत म्हणाला.

"कोण?"

मी आणखी 'ग्रास' ओढावं का हा वादाचा मुद्दा होता. रायनची 'सोशिकता' भलतीच उच्च होती. तो नशील्या पदार्थांचं आख्खं जेवणसुद्धा बनवू शकेल, पण माझ्यावर भलताच अंमल चढू लागल्याचं मला समजत होतं.

मला पिसांसारखं हलकं झाल्यासारखं वाटत होतं. मी जणू वरवर तरंगत होतो. गेले उडत... सगळे प्रोफेसर्स. सगळे विद्यार्थी आणि डिझाईनची सगळी असाईनमेंटस्.... गेली उडत!

"प्रोफेसर चेरियन."

"नेहाचे डॅड?" मी थोडंफार भानावर येत विचारलं.

"होय, ते म्हणजे खरोखर भयानकच प्रकरण आहे असं म्हणतात. ते विभागप्रमुख आहेतच, शिवाय इतर प्रोफेसर्स आणि विद्यार्थ्यांना संपूर्ण ताब्यात ठेवतात म्हणे."

नेहाचे वडील ताब्यात ठेवणारे होते हे मला माहीत होतं, निदान त्यांच्या

मुलीला तरी.

"तुला कुणी सांगितलं.?"

"ही गोष्ट सगळ्यांना माहिती आहे, कुठल्याही सिनियरला विचार. मला अनुरागनं सांगितलं."

"मग हे प्रकरण आपल्याला शिकवायला कधी येणार आहे?"

"पुढल्या वर्षी. ते तिसऱ्या वर्षाला शिकवतात," रायन म्हणाला.

"पुढल्या वर्षी... अजून खूप लांब आहे. मला अजून एक जॉइंट दे."

इथून जायला अजून दोन वर्षांहून जास्त काळ बाकी होता. आणि सर्वात खत्रूड प्रोफेसर अजून यायचे होते... त्यामुळे मी आणखी एक जॉइंट घेणं अगदी न्यायोचित होतं.

"ही घे," रायन ओबडधोबड वळलेली सिगारेट माझ्याकडे देत म्हणाला. रायन फार चांगला मित्र होता, माझ्यासाठी जॉइंट्स् वळून देणारा सखा.

"जाऊ दे, मला ग्रेड्स किंवा प्रोफेसर्स या विषयांवर बोलायची इच्छा नाही. दुसरं काहीतरी बोल." मी म्हणालो.

रायन गप्प होता; मला वाटलं तो दुसरा विषय शोधत असावा.

"तुझी ती पोरगी कशी आहे?" वीस सेकंद मेंदूला ताण दिल्यानंतर रायननं प्रश्न केला.

रायन नेहाचा असा उल्लेख करतो! तो कधीही तिचं नाव घेत नाही, जणू तिनं नेहा असण्यापेक्षा, 'माझी पोरगी' असणं जास्त महत्त्वाचं असावं.

"नेहा छान आहे. पुढच्या आठवड्यात सिनेमाला जातोय."

"म्हणजे तुम्ही सीरियस आहात?"

"कशाबद्दल सीरियस?"

"तुझं तिच्यावर प्रेम वगैरे आहे का, ते मला माहीत नाही."

"मलाही माहीत नाही," मी म्हणालो.

पुरुष त्यांच्या संबंधांबद्दल अशा पद्धतीनं बोलतात! कुणालाच काहीच ठाऊक नसतं... ना प्रश्नकर्त्याला, ना उत्तर देणाऱ्याला.

"ती काही बोलली का?"

"वेल, तुला ती कशी आहे, हे माहीत आहे. सदैव अत्यंत लहरीपणे वागते! कधीकधी ती अगदी प्रेमभरानं माझा हात हातात घेते, कुरवाळते, सिनेमाला गेल्यावर उबदार प्रेमळ असते, पण जेव्हा मी काही प्रयत्न करतो तेव्हा मात्र ती मला अडवते आणि मला बौद्धिकं पाजते की... ती कशी सभ्य-शालीन मुलगी आहे, मी कसं नीट वागायला शिकलं पाहिजे."

"तू काय करतोस? तू हलकट आहेस, मला माहीत आहे," असं म्हणून

रायननं हसायला सुरुवात केली.

साले! तुम्हाला चांगलं ओळखत असणाऱ्या माणसांच्या बाबतीत असंच होतं. तुमचं ऐकून घेण्याच्या आधीच ते तुमच्याबद्दल न्यायनिवाडा करून मोकळे होतात.

"मी काहीही करत नाहीत म्हणजे... तुला सांगतो... आम्ही अजून एकदासुद्धा चुंबन घेतलेलं नाही. मी तिला वीस वेळा भेटलोय पण कधीही जमलेलं नाही."

"चांगली मुलगी दिसतीय. तू नशीबवान आहेस."

"डोंबलाचा नशीबवान. मला चांगली नकोय."

हे खरं आहे. चांगली माणसं अतिशय कंटाळवाणी असतात. ती तुम्हाला जॉइंटसूही देत नाहीत आणि ती तुम्हाला त्यांचं चुंबनही घेऊ देत नाहीत."

"मग बोल तिच्याशी. तिला खट्याळपणा करायला सांग. मला खात्री आहे, तिला 'वाईट' व्हायचं असणार." रायन म्हणाला.

"तुला वेड लागलंय का? ती मुलगी आहे, आणि मुलींना कधीही 'वाईट' व्हायचं नसतं."

"असतं. फक्त आपल्यापेक्षा थोडं कमी वाईट... इतकंच."

मला कल्पनाच करता येत नव्हती की, मला नेहाशी जे जे करावंसं वाटत होतं, तसंच तिलाही वाटत असेल!

"मला नाही पटत. तुला कधी कुणी मैत्रिण होती?" मी विचारलं.

"नाही पटत तर जाऊ दे. बर, बायकांविषयी खूप बोलून झालं. आता आणखी एक ड्रिंक आणि टेप," रायन म्हणाला.

रायन स्वत:विषयी कधीही फारसं काही बोलायचा नाही. कधीकधी मला वाटायचं, हा समलिंगी आहे की काय? पण तो तसा नव्हता... म्हणजे, तसं असतं तर मला कळलं असतं. पण तो समलिंगी नव्हता, कारण सिनेमांतल्या नायिकांकडे त्याचं लक्ष असायचं, रस्त्यावरच्या देखण्या पोरींकडे बघून तो शिटी वाजवायचा. कदाचित बरेचदा त्याचा बायकांविषयी विचार करण्याचा मूड नसावा.

त्यानं टेप बदलून दुसरी लावली. व्होडकाच्या बाटलीतल्या द्रवाची पातळी कमी-कमी होत तळाशी गेली होती. रायन त्याच्या तपकिरी पिशवीतून शेवटची जॉइंट काढत होता. आभाळात अर्धचंद्र उजळला होता. इवले इवले चमचमचे तारे अगदी आत्मसंतुष्ट दिसत होते, उत्तम जीपीए मिळवणाऱ्या विद्यार्थ्यांसारखे, आमच्याकडे पाहून डोळे मिचकावत होते.

तुम्हाला फ्लॉईडची एक गंमत माहीत आहे का? ते सूर खरं फार छान असतात एवढंच नव्हे तर ते मद्याच्या प्रत्येक चषकासोबत अधिकाधिक आवडू लागतात... जणू गायकांनी हे सूर अल्कोहोलसाठीच तयार केले असावेत. जसं

सामोसे म्हटलं की चटणी आली, तसंच इडली-सांबार किंवा राजमा-चावल... तसंच 'फ्लॉईड- व्होडका' हे समीकरण म्हणजे एकमेवाद्वितीय!

"आज मला कसली आठवण आली माहीत आहे?" रायननं विचारलं.

"कसली?"

"पहिल्या सेमिस्टरच्या निकालाची. तुला आठवतंय?'

"हो, आठवतंय, पहिलेवहिले 'पाच'."

"आणि त्यानंतर."

"काय?"

"जाड्या आपल्याला सोडून गेला."

रायन अजूनही त्याचा उल्लेख 'जाड्या' म्हणूनच करत असे. जरी ते अपमान करण्यासाठीच असलं तरी त्याला नेहमी लाडाकौतुकाची झालरही असायची. रायन गेल्या संपूर्ण वर्षभरात आलोकशी बोलला नव्हता, हे मला माहीत होतं, त्याचबरोबर त्यानं मलाही आलोकशी बोलू दिलं नव्हतं.

"त्याच्याकडे जाऊ नकोस. तो आपल्याला सोडून गेला आहे," रायन म्हणायचा. मी जर याबाबतीत बंड केलं तर रायन तोंड फुगवून फुरंगटून बसेल, हे मला माहीत होतं.

"आज तुला आलोकची आठवण कशी काय झाली?" मी बाटलीत किती व्होडका शिल्लक राहिली आहे हे पाहत प्रश्न केला. कारण, रायन हे बोलतोय म्हणजे त्याला जास्त झालीय हे नक्की होतं.

"आज मी त्याचं नाव घेतलं एवढंच. मला त्याची बरेचदा आठवण होते.

रायनची मन:स्थिती अनाकलनीय होती. ग्रास आणि व्होडका दोन्हींच्या मिश्रणानं सर्वोच्च उंची गाठली होती.

"जाऊ दे, गेला उडत," मी म्हणालो.

आता गीतातल्या माझ्या आवडत्या ओळी आल्या होत्या.

"आत्ता तो काय करत असेल?" रायननं विचारलं.

"कोण?" मी विचारलं, "आलोक?"

रायननं मान हलवली.

"बहुधा वेंकट बरोबर घासत असेल. आता तो सिक्स पॉइंटर झालाय असं ऐकलं," मी म्हणालो.

"तुला सांगतो हरी, आलोकनं योग्यच केलं."

"होय, बरोबर आहे."

"नाही, मी खरंच म्हणतोय, अगदी गंभीरपणे. तूसुद्धा मला सोडून जायला हवंस. मी तुझ्या दृष्टीनं चांगला नाही."

माझ्या मनात आलं... आत्ता काय चाललंय हे! रायनला स्वत: विषयी हवं ते, चांगलं ऐकवण्यासाठी मी अशी मस्त सुरसुरी वाया घालवायची? माझ्याजवळ दोन पर्याय होते. पहिला, त्याला 'गप्प बस' म्हणून सांगायचं आणि गीताचा आस्वाद घ्यायचा व दुसरा त्याच्या इच्छेनुसार वागायचं.

"काय झालं रायन? तुला बरं वाटत नाही का?"

"नाही, मी बरा आहे. तू मला सोडून जावंस. प्रत्येकजण मला सोडून जातो. त्यांचं योग्यच असलं पाहिजे."

"काय?"

"त्यांचं योग्यच असणार. डॅड, मॉम, आलोक... सगळे सोडून गेले."

"रायन, उगीच भावनाविवश होऊ नकोस... जस्ट एन्जॉय द इव्हिनिंग."

"तुला जाड्याचं बरोबर होतं असं वाटतं? मला त्याची पर्वा नव्हती असं वाटतं तुला?" रायनला माझ्याकडून वदवून घ्यायचं होतं.

मला या गोष्टीचा फार तिरस्कार आहे. अशावेळी आपल्यासमोर पर्यायच नसतो, येईल तो चेंडू टोलवायचा एवढंच हातात असतं.

"नाही, रायन, आलोक चुकीचं वागला. एखाद्या दिवशी त्याला कळून चुकेल. आता तू डोळे बंद कर आणि जरासा फिरून ये," मी सल्ला दिला.

मी डोळे मिटून घेतले. ग्रास आणि व्होडकाचा माझ्यावर पुरता अंमल चढला होता... त्यामुळे मला हवं ते दृष्य नजरेसमोर आणता येत होतं... माझ्यासमोर नेहा बसली होती... सुहास्य... तिनं मला मिठीत घेतलं होतं. तिचे केस, विशेषकरून ती मऊसूत, भुरुभुरू उडणारी बट मला स्पर्श करत होती. तिचा गरगरीत वाटोळ्या चंद्रासारखा चेहरा... की मी खरंच चंद्राकडेच पाहत होतो? मी असा विचारांच्या आवर्तात दिशाहीन भटकत होतो, तितक्यात रायननं माझी समाधी भंग केली.

"तुला या गच्चीविषयीची सर्वात चांगली गोष्ट माहीत आहे?" रायन उठून उभा राहिला होता.

"कोणती... आपण इथे आहोत हे कुणालाही माहीत नाही, हे..."

"नाही. तुम्हाला सदैव एक पर्याय खुला असतो ही वस्तुस्थिती."

"कोणता पर्याय..."

"तुम्ही इथून खाली उडी मारून सगळ्याचा शेवट करू शकता."

"गप्प बस, रायन, " मी धडपडत उठून बसलो.

"मी खरंच गंभीरपणे बोलतोय. ते काहीही करू शकतात पण तरीही माझ्या पर्यायांच्या नाड्या माझ्याच हातात आहेत."

"रायन तुला फारच जास्त झालीय. चल, मला परत जायचं आहे," मी

झटपट भानावर येत म्हणालो.

आम्ही चौथ्या सेमिस्टरमध्ये 'फ्ल्युईड मेकॅनिक्स'चा तास कधीही बुडवला नाही आणि त्याचं कारण होते प्रोफेसर वीरा. हे एक कारण होतचं, शिवाय हा तास दुपारी असायचा, हेही कारण होतं, तोवर आम्ही झोपेतून जागे झालेलो असायचो. प्रोफेसर वीरा पूर्ण वेगळेच होते. म्हणजे, इतर प्रोफेसरांपेक्षा ते जवळजवळ वीस वर्षांनी लहान होते. ते तिशीच्या वरचे नसावेत. ते जीन्स आणि टी-शर्ट अशा वेशभूषेत असायचे. त्यांच्या टी-शर्टवर अमेरिकी विद्यापीठांचे लोगो असायचे. त्यांच्याजवळ सगळ्या उत्तमोत्तम विद्यापीठांच्या– एमआयटी, कॉर्नेल, प्रिन्स्टन, वगैरे, पाच पदव्या होत्या आणि त्या सगळ्या ठिकाणचे टी-शर्ट्सही. त्यांच्यासोबत सीडी-मन असायचा, तास संपला की ते कानात फोन अडकवून बाहेर पडायचे. मुलांच्यात चर्चा होती की, प्रोफेसर वीरांनी नुकतीच इथे नोकरी धरली आहे. इतक्यात ते पूर्ण विषयाचा अभ्यासक्रम घेणार नाहीत. मात्र, प्रोफेसर वीरा ज्या प्रोफेसर महोदयांना सहाय्य करत होते, त्यांनाच हृदयविकाराचा झटका आला का काहीतरी झालं, त्यामुळे प्रोफेसर वीरांना आम्हाला शिकवावं लागत होतं.

"हाय एव्हरीवन," प्रोफेसर वीरा वर्गात प्रवेश करत म्हणाले. त्यांनी पहिल्या रांगेतील विद्यार्थ्यांना च्युइंग गम देऊ केलं. पहिल्या रांगेतली पोरं म्हणजे सगळे नाईन-पॉइंटर्स घाशीराम... त्यांना हे च्युइंग गम वगैरे भयंकर... काहीतरी अनैसर्गिक वाटलं. त्यांनी ते घेण्यास नकार दिला. प्रोफेसर वीरांनी खांदे उडवले, च्युइंग गम स्वत:च्या तोंडात टाकलं आणि ते फळ्याकडे वळले.

'टरब्युलन्ट फ्लोज' त्यांनी फळ्यावर मोठ्या अक्षरांत लिहिलं.

"गाईज. पहिल्या पाच तासांना आपण 'सिम्पल फ्लोज'चा... म्हणजे 'लॅमिनर फ्लोज'चा अभ्यास केला. अशा प्रवाहांचा आकार आणि दिशा, सूत्रं आणि समीकरणं यांच्या सहाय्यानं आपण आधीच शोधू शकतो. तुम्हाला समीकरण माहीत आहे, बरोबर?"

त्यांनी उत्तराच्या अपेक्षेनं सभोवती पाहिलं. इतर प्रोफेसरांसारखे ते पहिल्या रांगेशीच चिकटून नसायचे. उलट ते मागच्या मुलांकडेही लक्ष ठेवून असायचे.

"ओके, मी सगळे प्रश्न अभ्यासू मुलांना विचारणार नाहीय. मला मागे शान्त-निवान्त बसलेल्यांना विचारायचं आहे."

रायन आणि मी म्हणजे मागच्या बाकांवरचे स्थायी सदस्य, नजरेला पडणार नाही अशा ठिकाणी बसणारे. जातीभ्रष्ट फाईव्ह-पॉइंटर्ससाठी हे सर्वात सुरक्षित बचावात्मक ठिकाण होतं, पण प्रोफेसर वीरा तसं मानत नव्हते.

"रायन, मला सांग, लॅमिनर फ्लोजचं पहिलं मूलभूत समीकरण कोणतं?"

"सर मी?" रायननं विचारलं. प्रोफेसरना आपलं नाव माहीत आहे याचं त्याला आश्चर्य वाटलं होतं.

"होय, तू रायन. तुला उत्तर येतंय, मला माहीत आहे."

"द नेव्हियर- स्टोक्स इक्वेशन."

"बरोबर. तू हे लिहून दाखवशील?"

रायन फळ्याच्या दिशेनं धावला. पहिल्या रांगतले नाईन-पॉइंटर्स, वर्गात योगदान देणाऱ्या एका फाईव्ह पॉइंटरकडे पाहून मंद हसले. अर्थात ते समीकरण बरोबर होतं. ते बरोबर असल्याची खात्री असल्याखेरीज रायन फळ्यावर लिहायला जाणार नाही.

"एकदम बरोबर, थँक्स रायन. बाय द वे... गेल्या टर्म पेपरमध्ये स्कूटरच्या इंधनखपतीमध्ये वंगणाच्या क्षमतेचा प्रभाव यावर लिहिणारा तूच ना?"

"वेल, होय सर."

"तू तुझ्या स्कूटरवर प्रत्यक्ष प्रयोग करून पाहिलास हे खरं आहे?"

"होय, सर, अगदी अचूकपणे नाही, पण..."

"मला आवडलं," प्रोफेसर वीरा नाईन-पॉइंटर्सकडे बघत म्हणाले... ती मंडळी शिकवलेल्या पोपटांसारखी, वेडीपिशी होऊन नोट्स् खरडण्यात गर्क होती, "मला खरंच आवडलं."

रायन पुन्हा जागेवर येऊन बसला. त्याला 'फ्ल्युईड मेकॅनिक्स' आवडत असे आणि त्याहूनही महत्त्वाचं म्हणजे त्याला प्रोफेसर वीरा आवडत असत. त्यानं तो तास कधीही बुडवला नाही. त्यानं प्रोफेसर वीरांसाठी काहीही केलं असतं. इतरांच्या बाबतीत तसं नव्हतं... म्हणजे डिझाईनचे सारखे परीक्षाळलेले प्रोफेसर, सॉलिड मेकॅनिक्सचे अतिशय कंटाळवाणे प्रोफेसर, थर्मोडायनॅमिक्सचे असाईनमेंटवेडे प्रोफेसर... यांची गोष्टच वेगळी होती. रायनला जर संधी मिळाली असती, तर त्यानं मशिनिंग वर्कशॉपमधल्या लेथ मशिनवर त्यांची आतडी कापली असती.

एका आठवड्यानंतर, मी फ्ल्युईड मेकॅनिक्सचा तास झाल्यावर नेहाला, 'प्रिया'मध्ये भेटलो. मी माझ्या 'गर्लफ्रेंड'ला भेटलो असं मी म्हणायला हवं होतं, पण साली अडचण अशी होती की, मला अजूनी खात्री नव्हती. मी तिला वर्षभराहून जास्त काळ ओळखत होतो, पण ती मला तिच्या मन:स्थितीनुसार वेगवेगळी संबोधनं लावत असे. पहिल्यांदा, मी नुसता मित्र होतो. मग, मी चांगला मित्र झालो. त्यानंतर खास मित्र... मग अग्दी चांगला आणि खास किंवा

असलंच काहीतरी भंपकासारखं. तिच्या दृष्टीनं एखाद्याला 'बॉयफ्रेंड' म्हणणं म्हणजे भलतीच गोष्ट होती. तिच्या डॅडनी तिच्याकडून वचन घेतलं होतं की, ती कधीही बॉयफ्रेंड जोडणार नाही. तिला ते वचन पाळायचं होतं. अर्थात, हे वचन तिला वर्षभर दर पंधरा दिवसांनी माझ्या हातात हात घालून सिनेमे पाहण्यापासून मागे ओढू शकलं नव्हतं.

"पुन्हा उशीर?" तिनं विचारलं. मला दोन-एक मिनिटंच उशीर झाला असेल.

"फ्ल्यूमेकचा तास होता. प्रोफेसर वीरांनी जास्त वेळ तास घेतला आणि आम्हाला ते कळलंसुद्धा नाही."

"प्रोफेसर वीरा म्हणजे ते तरुण प्रोफेसर ना?"

"होय, तुझी ओळख आहे?"

"ओळख नाही. पण डॅडच्या बोलण्यात त्यांचं नाव येतं. मला वाटतं, डॅडना ते आवडत नाहीत."

"तुझे डॅड म्हणजे..."

तिनं भुवया उंचावल्या.

"आपण आत जाऊ या. मला ट्रेलर्स चुकवायचे नाहीत."

तो सिनेमा होता टोटल रिकॉल... आणखी एक विज्ञान काल्पनिका, हाणामारीचा भंगार सिनेमा. दिल्लीत इंग्रजी सिनेमा लावणाऱ्या थिएटर्सचं असंच असतं. एकतर ते हाणामारीचे सिनेमे तरी लावतात नाहीतर मग प्रौढांचे. माझी यातल्या दुसऱ्या प्रकाराबद्दल काही हरकत नसते, फक्त असल्या सिनेमांना एखाद्या मुलीसोबत जाता येत नाही एवढीच अडचण असते. (विशेषकरून अगदी चांगल्या, पारंपरिक भारतीय, सालस– म्हणजे नेहासारख्या मुलींना) त्यामुळे दोनच पर्याय उरतात... आचरट, हाणामारीची विज्ञान काल्पनिका नाहीतर हिंदी सिनेमा, त्यातसुद्धा कोणतीही आत्मसन्मान असणारी मुलगी 'डेट'ला गेल्यावर हिंदी सिनेमा पाहणार नाही. त्यामुळे पुन्हा एकदा मला अरनॉल्डचे फुरफुरणारे स्नायू आणि ग्रहांवर हल्ले पाहायला जावंच लागलं.

"तुला विज्ञान काल्पनिका आवडतात?" तिनं खुर्चीत स्थानापन्न होत विचारलं.

"आवडतात," मी म्हणालो. नाहीतरी माझ्यापुढे पर्यायच कुठे होता?

"टिपीकल आयआयटी इंजिनिअर."

होय बरोबर आहे. बाई गं, टिपिकल आयआयटी इंजिनिअर्स आचरट सिनेमे पाहण्यासाठी डिझाईनच्या तासाला दांडी मारत नाहीत!

त्यानंतर मला आता यापेक्षा वाईट अवस्था होणार नाही असं वाटत असतानाच तसं घडलं. नेहा आणि मी बाल्कनीतल्या आमच्या खुर्च्यांवर आसनस्थ झालो.

(पस्तीस रुपये प्रति तिकीट, पूर्ण पैसे फुकट!) आणि ट्रेलर्स सुरू होण्याची वाट पाहू लागलो. तथापि, या सरकारच्या नियमानुसार थिएटरमध्ये आधी 'कुटुंबनियोजन माहितीपट' दाखवणं भाग होतं.

ठीक आहे... भारतात इतकी प्रचंड लोकसंख्या आहे, त्यामुळे लोकांनी काही सुरक्षेची साधनं वापरावीत आणि आपल्याकडे नवी प्रजा कमी जन्माला यावी. किती साधं-सरळ आहे, होय ना? मग तुम्ही विचार करा. खरंतर कुणालाही गर्भनिरोधक वापरायचं नसतं, त्यामुळे सरकारला मुलं न होण्याचा अधिक परिपूर्ण मार्ग लोकांना दाखवावा लागतो.

माहितीपट सुरू झाला; सरकारी इस्पितळातल्या डॉक्टरनी प्रसन्न चेहऱ्यानं स्वत:ची ओळख करून दिली. तो कुटुंबनियोजन मित्राची भूमिका बजावणार होता. पण मला मात्र तो यमदूत वाटला, विशेषत: त्यानं हमखास उपाय म्हणून पुरुष नसबंदीचा उल्लेख केला तेव्हा.

त्या माहितीपटात एक गिरणी कामगार दाखवला होता. त्याचं साधं घर असतं. तिथे तो त्याची साधी पत्नी (ती सदैव स्वयंपाक करत असते) आणि दोन मुलांसमवेत राहात असतो. एके दिवशी तो झोपतो, तेव्हा त्याला स्वप्न पडतं, स्वप्नात त्याला सहा मुलं झालेली असतात.

त्या सगळ्या लेंढाराला आणखी अन्न, शिक्षण, खेळणी यांची गरज असते... ती वडिलांकडे अधिकाधिक मागणी करत असतात. पण गिरणीत काम करकरून बाप थकलेला असतो, तो कोसळतो... आणि या ठिकाणी तो कुटुंबनियोजन सखा उर्फ यमदूत अवतरतो.

डॉक्टरनी त्यांच्याजवळचा पुरुष शरीररचना स्पष्ट करणारा तक्ता उघडला, त्याबरोबर आख्ख्या थिएटरमध्ये, विशेषत: पहिल्या रांगांतून आरोळ्या घुमू लागल्या. (थिएटर आणि वर्ग यांमध्ये एक गोष्ट अगदी भिन्न असते... थिएटरमधली पहिली रांग सदैव सक्रिय... चळवळी असते.)

असो... तर हे सगळं असं चालू होतं, तेसुद्धा केव्हा... मी 'डेट'वर असताना. मी नेहाशी बोलताना कधीही 'सेक्स' या विषयावर आलो नव्हतो. (स्वत:चा स्वत: त्यावर ताबा ठेवत होतो), पण इथे मात्र हा यमदूत नसबंदीसाठी नेमके कुठे 'कटस् ' घ्यायचे म्हणजे पुरुषइंद्रिय 'मर्यादेत' राहतं, ते दाखवत होता. बाल्कनीतल्या इतर सगळ्या पुरुषांप्रमाणेच मीही शरमलो होतो.

माझी चुळबुळ लक्षात आल्यामुळे नेहानं माझ्याकडे पाहिलं.

"तू ठीक आहेस ना?"

"हे अतीच होतंय असं तुला वाटत नाही? हे असलं असभ्य कशाला दाखवतायत?"

“काय? ते शैक्षणिक आहे.”

“होय, बरोबर आहे. मी सिनेमा पाहायला येतो तेव्हा मला त्याची गरज असतेच.”

“ओह, कमॉन हरी. मला तर हा अतिशय विनोदी प्रकार वाटतो.”

पडद्यावरच्या त्या पत्नीनं डॉक्टरांचं बोलणं अवधानपूर्वक ऐकून घेतलं आणि कोणत्याही ‘आनुषंगिक’ परिणामावाचूनच्या सेक्सच्या कल्पनेनं तिच्या चेहऱ्यावर स्मित फुललं. मला वाटतं तो डॉक्टर आणि त्या बाईचंच काहीतरी ‘असणार’ पण ती फक्त माझी कल्पना होती.

साधारण अर्ध्या तासानं तो माहितीपट संपला... एकदाची सुटका झाली! तो गिरणी कामगार झोपेतून जागा होतो तेव्हा त्याला आपण कुटुंबनियोजन करणं किती गरजेचं आहे ते कळून चुकतं. सुखान्त! पत्नी व मुलांचे हसरे चेहरे... त्यांची कार्टून्स बनली आणि कुटुंबनियोजन विभागाचा उलटा त्रिकोण झळकला. पडद्यावर अरनॉल्ड दाखल होण्याआधी ‘छोटं कुटुंब सुखी कुटुंब’ या शहाणपणाच्या संदेशाचा अखेरचा डोस पाजण्यात आला. सिनेमा सुरू झाला तेव्हा नेहानं माझा हात धरला. ती ही कृती अगदी आरामात, सहज करण्याइतपत धीट झाली होती आणि मी यापेक्षा अधिक कशाची अपेक्षा करू शकत नव्हतो. मला रायनशी झालेलं संभाषण आठवलं. नेहालाही मनात कुठेतरी हात धरण्याच्याही ‘पुढे’ जावं असं वाटत असेल? आपण तिला विचारावं का? की, आपणच धाडसी पाऊल उचलावं?

सिनेमा संपल्यावर आम्ही ‘निरुलाज’मध्ये जेवायला गेलो.

“मग, प्रोफेसर वीरा कसे आहेत, सांग मला,” नेहानं समोर आलेल्या पिझ्झ्याचे समान भाग करत प्रश्न केला. मुलींना टेबलवर जेवणाची मांडामांड करणं आवडतं!

“ते खरंच वेगळे आहेत,” मी म्हणालो.

“म्हणजे ते नाईन पॉइंटर्स आणि फाईव्ह पॉइंटर्स असा भेदभाव करत नाहीत. त्यांना एखाद्याचे स्वतःचे मूलभूत, अस्सल विचार असणं आवडतं. त्यांची असाईनमेंट्स सुद्धा आपल्याला अधिक विचार करायला प्रवृत्त करतात.”

“म्हणजे कसं?”

“म्हणजे... त्यांनी विद्यार्थ्यांना टर्म पेपर दिला, त्यात फ्ल्युईड मेकॅनिक्सशी निगडित इंजिनिअरिंगविषयक प्रश्नांविषयी विचार करायला सांगितलं. बाकी बहुतेकशा प्रोफेसर्सनी फक्त सांगितलं असतं की– दहाव्या धड्याच्या शेवटी दिलेली सगळी गणितं सोडवा किंवा असंच काहीतरी, पण प्रोफेसर वीरा नव्या कल्पनांना आमंत्रित करतात.”

"छान दिसतायत. ते दिसायला चांगले आहेत?"

"मला तसं वाटतं."

"मग मी त्यांना भेटायचा प्रयत्न करायला पाहिजे. मी डॅडना त्यांना घरी बोलवा म्हणून सांगीन." असं म्हणून नेहा हसली.

माझ्या काळजात मत्सराची भलीमोठी लाट फुटली. म्हणजे आता इथून पुढे प्रोफेसर वीरा इतके चांगले भासणार नव्हते.

"गो टू हेल."

"अरे, तुला मत्सर वाटतोय का?"

"नाही, मला कशाला मत्सर वाटावा? मी काही तुझा बॉयफ्रेंड नाही."

नेहा हसू लागली. तिचं हसणं ऐकवत नव्हतं. असली वाक्यं फक्त तिलाच विनोदी वाटत असतात. मूर्ख मुलगी... मला तिच्या कपाळावरची ती गोंडस बट कापून टाकावी असं वाटलं.

नेहानं माझा हात धरला, अजूनही ती खिदळतच होती. बायकांना सदैव सर्ववेळ एवढं गंमतीचं काय बरं वाटत असतं? आणि मला तरी अजूनही ती इतकी देखणी का वाटत होती? आणि सालं... मी तिचं चुंबन का घेऊ शकत नव्हतो?

नेहानं खिदळणं थांबवलं.

"सॉरी, हरी. मनाला लावून घेऊ नकोस. तू माझा सगळ्यात गोड, छोटुकला खास मित्र आहेस."

आता याला काय म्हणायचं? पंधरवड्यासाठी आणखी एक शीर्षक?

ती माझ्या गालावर ओठ टेकण्यासाठी पुढे झुकली. माझ्या मनात आलं, आता आपल्यासाठी संधी आहे. आपलं लक्ष नाही... अशा भ्रमात तिला राहू द्यायचं, पण तिचे ओठ गालांच्या समीप येताक्षणी... झटक्यात... गालाच्या जागी आपले ओठ आणायचे. चांगल्या भारतीय स्त्रियांचं चुंबन घेण्याचा एक मार्ग, रायननं मला सांगितला होता.

"तू काय करतोयस?" नेहा मागे सरकली.

मी चेहरा अगदी निष्पाप ठेवण्याचा प्रयत्न केला.

"तू माझ्या ओठांचं चुंबन घेण्याचा प्रयत्न करत होतास?"

"नाही."

"हरी, तुला माहीत आहे. मी त्यातली नाही."

मग, कशातली आहेस? माझ्या मनात आलं. कारण हे अयोग्य आहे. यामुळे सगळंच बिनसतं. कारण हे अयोग्य वाटतं. तू मुलगी नाहीस, तुला नाही कळणार.

होय... मला म्हणावंसं वाटत होतं... की, आणि तू पुरुष नाहीस, त्यामुळे तुला नाही कळणार. मग आता आपण फक्त पिझ्झा गिळून घरी जायचं का?

पण मी काहीच बोललो नाही. मी संधी गमावली होती, त्याचबरोबर माझी इच्छाही. शिवाय तिचा चेहरा दु:खी झाला होता. मला तिला दुखवायचं नव्हतं. कारण, आम्ही पुढच्या भेटीचा दिवस जेवणानंतर ठरवतो. ती पुढची तारीख न ठरणं, मला नको होतं.

"पिझ्झा मस्त आहे."

"तुला पुढच्या गुरुवारी भेटायचं आहे?"

"नक्की."

"मला मैत्रिणीच्या वाढदिवसासाठी भेटवस्तू खरेदी करायची आहे. तू माझ्याबरोबर कॅनॉट प्लेसमध्ये येशील?"

मी मान्य केलं. मला 'प्रिया' आणि त्याच्या जवळपासचे सगळे भरमसाठ महागडे पर्याय यांचा उबग आलेला होता.

"कूल. मी गाडी घेऊन तुला आईस्क्रिम पार्लरमध्ये न्यायला येईन."

मी वर न बघता पिझ्झा कुरतडत होतो.

"वेंकट, माझ्यावर काही जबाबदाऱ्या आहेत..." आलोक म्हणत होता.

"पण त्या माझ्या समस्या आहेत का? या महिन्यातली ही तिसरी खेप आहे. आता मी हे असलं सगळं ऐकणं थांबवण्याची वेळ आली आहे." वेंकट त्याचं बोलणं मध्येच तोडत म्हणाला.

ती फेब्रुवारी महिन्यातली कडाक्याच्या थंडीची रात्र होती. वेंकटच्या खोलीतून आवाज येत होते. रायन आणि मी कॅन्टीनची वारी करून परतलो होतो, आमच्या विंगच्या व्हरांड्यात होतो.

"ते इतकं मोठमोठ्यानं का बोलतायत?" रायन म्हणाला.

"काय माहीत! पण घाश्या वेंकटची खोली तर नेहमी कशी शान्त शान्त असते."

रायननं वेंकटच्या खोलीच्या दरवाजाला कान लावला.

"काय करतोयस?" मी म्हणालो.

"श्श्यूऽ... मला वाटतं, त्यांचा काहीतरी वाद चाललाय."

"आपल्याला त्याच्याशी काय घेणं आहे? चल, जाऊया," मी म्हणालो.

"श्श्यऽ... इकडे ये," रायन म्हणाला.

मलाही कुठेतरी त्या वादावादीबद्दल कुतूहल होतंच. काही मोठा वाद आहे?

कशाबद्दल असेल? मी सुद्धा दरवाजाला कान लावला... आणि शब्दन्‌शब्द स्पष्ट, मोठ्या आवाजात कानावर पडू लागले.

"आलोक, हे अतीच झालंय. म्हणजे... मला माझं जीपीए टिकवण्यासाठी रोज दहा तास अभ्यास करावा लागतो. मी माझ्या गटातल्या सहकाऱ्यांना जमेस धरणं एवढी तरी अपेक्षा ठेवू शकतो."

"माझे वडील बेशुद्ध झाले आहेत. आम्हाला चिंता लागली आहे ती, त्यांना झटका आला नाही ना, या गोष्टीची. घरून दोन फोन आले आहेत..." आलोक म्हणाला.

"हे बघ, तुझी आई तुझ्या वडिलांच्या आजारपणाचा नेहमी जास्तच बाऊ करते. ते बरे होतील... आणि तुझ्या जाण्यानं काय होणार आहे?"

"वेंकट, मी घरातला एकमात्र पुरुष आहे. मला जायचं आहे. अशा वेळी तू हे सांभाळू शकत नाहीस?"

"खरं सांगायचं तर नाही. मला इतर विषयांच्या नोट्‌स्‌चा अभ्यास करायचा आहे. मला नाही वाटत, तुला हे समजेल... कारण तू फाईव्ह पॉइंटच्या आसपास जीपीए असणारा. तुला कसं समजणार..." वेंकट म्हणत होता.

"काय कसं समजणार?" आलोकनं विचारलं.

"हेच की, मला माझा नंबर टिकवावा लागतो. माझ्या मागच्या नंबरावरचा मुलगा माझ्यापेक्षा फक्त ०.०३ नं मागे आहे. आता मी हे ग्रुप असाईनमेंट पूर्ण करायचं की नोट्‌स्‌ वाचायच्या?" वेंकट म्हणाला. म्हणाला कसला, ओरडला.

"घाश्या साला," रायन माझ्या कानाशी कुजबुजला.

मी त्याला गप्प राहण्याची खूण केली.

"वेंकट तू सदैव सर्वकाळ अभ्यास करतोस. तू फक्त एवढं..." आलोक म्हणाला.

"मी नाईन-पॉइंटर आहे, तुला समजतंय का? मला माझं स्थान टिकवावं लागतं!" वेंकट म्हणाला, हे तो आलोकला सांगत असण्याऐवशी स्वत:लाच बजावत होता. "पण मी तुझा मित्र नाही का? तुला माहीत आहे ना. मला माझ्या वडिलांची सेवा-शुश्रूषा करावी लागते ते," आलोक म्हणाला. या खेपेला त्याच्या स्वरात बचावापेक्षा आर्जव जास्त होतं.

"बास!" वेंकट म्हणाला, "या असाईनमेंटला दहा टक्के आहेत. आलोक, तू जाऊ शकत नाहीस."

"वेकंट प्लीज," आलोक म्हणाला. त्याचा आवाज त्याच्या आईसारखा होऊ लागला होता, म्हणजेच आता लवकरच तो रडू लागणार होता.

"हे अतीच होतंय, मी आत जातोय," रायन लाथेनं दार उघडत म्हणाला.

मी त्याला थांबवण्याचा प्रयत्न केला असता, पण काही कळायच्या आत तो आत गेला होता.

वेंकट खुर्चीत बसलेला होता. रायन त्याच्या समोर उभा होता. त्या दोघांनीही आमच्याकडे आश्चर्यानं पाहिलं.

"हे काय..." वेंकट म्हणाला, "रायन, तू इथे काय करतोयस?"

हा प्रश्न अगदी रास्त होता. एक फाईव्ह पॉइंटर नाईन-पॉइंटरच्या खोलीत कसा? वेंकटन रायनकडे अशा नजरेनं पाहिलं की, जणू दारूच्या गुत्त्याच्या शोधात निघालेला माणूस मंदिरात पोचला असावा.

"काय अडचण आहे?" रायननं वेंकटकडे पूर्ण दुर्लक्ष करत विचारलं.

मी तिथे गप्प उभा होतो, वेंकटची खोली निरखत. एक बिछाना आणि काही कपडे सोडले तर तिथे फक्त पुस्तकं, पुस्तकं आणि पुस्तकं होती.

"रायन, तुझं याच्याशी काही देणंघेणं नाही," आलोक म्हणाला. रायनला पाहून त्याला धक्का बसला होता, तरी आतमध्ये कुठेतरी खोलवर, त्याला आपला तारणहार आल्यासारखं वाटत होतं.

त्याच्या चेहऱ्यावरचे 'आता मी कुठल्याही क्षणी रडीन हं!' वाले दुःखी भाव पूर्ण मावळले होते.

"मी विचारलं, काय अडचण आहे?" रायन म्हणाला.

"अडचण काय आहे ती मी सांगतो," वेंकट म्हणाला.

"आम्हाला उद्या थर्मोचं असाईनमेंट द्यायचं आहे, आलोक आणि मी एका गटात आहोत. त्याला दहा टक्के आहेत, तरी आलोकला घरी जायचंय..."

"मी काही कुठे सहलीला निघालेलो नाही, डॅड खरंच आजारी आहेत," आलोक म्हणाला.

"मी जाऊ का?" रायननं विचारलं.

मी कोड्यात पडलो. एक वर्षाचं संपूर्ण मौन... आणि अचानक हा मदतीचा हात!

रायनला आलोकशी खरंच पुन्हा जुळवून घ्यायचं होतं का तो फक्त वेंकट किती हलकट आहे हे सिद्ध करत होता.

"अं? तू? कुठे... घरी?" आलोकनं विचारलं.

"होय, मला तू कुठे राहतोस ते माहीत आहे आणि मी पूर्वी तुझ्या वडिलांना इस्पितळात नेलं आहे. माझ्याजवळ स्कूटर आहे, मी तिथे अधिक जलद पोचू शकतो. किंवा जर तू जाण्याची गरज असेल तर मी तुला असाईनमेंट पूर्ण करायला मदत करू शकतो... फक्त मला तुझ्या या घाश्या रांडेच्या मित्राबरोबर काम करायचं नाहीय." रायन 'मित्र' शब्दावर जोर देत म्हणाला.

हे अतीच झालं होतं. रायन आलोकसाठी मदर तेरेसांची भूमिका बजावत होता. आलोकनं ज्याचा अपमान करून, तो ज्याला सोडून गेला होता तोच आज स्वर्गीय यक्ष बनला होता... सर्व गोष्टींवर उपाय देऊ शकणारा तारणहार. मी वेंकटकडे पाहिलं. तो कॉलेजमधल्या कुठल्याही 'वेग' आवरून धरलेल्या प्रोफेसरची तरुण आवृत्ती दिसत होता. त्यानं केसांना इतकं तेल चोपडलं होतं, की तेवढ्या तेलात आख्ख्या कुमावनचा स्वैपाक झाला असता. त्याच्या कपाळावर त्याच्या आराध्य देवताचा अंगारा झळकत होता. मात्र त्या क्षणी देवदूतासारखा दिसत होता तो रायन.

'खरंच?'' आलोकनं विचारलं.

''मग, मी जातो.'' असं म्हणून रायन उठून उभा राहिला. आलोकनं मान डोलावली. रायन खोलीतून बाहेर पडला.

आम्ही मिनिटभर गप्प राहिलो. रायननं अडचणीवर असा तोडगा काढला होता की, त्यामुळे एका आजारी माणसाचे प्राण वाचू शकणार होते आणि एका नाईन-पॉइंटर घाशीरामाचं भविष्यही उजळणार होते. तो स्कूटरवरून आलोकच्या घराकडे रवाना झाला.

''वेल, आता काम झालं आहे. तुला थरमल असाईनमेंट करायचं असेल, मी निघतो.'' असं म्हणून मी तिथून जायला निघालो.

''थांब,'' आलोक म्हणाला.

''काय?'' मी म्हणालो.

आलोकही खोलीतून माझ्याबरोबर बाहेर आला. क्षणभरही न दडवता वेंकटनं थर्मोडायनामिक्सचं पुस्तक बाहेर काढलं आणि आलोककडे 'लवकर परत ये' असा कटाक्ष टाकला.

''आभारी आहे,'' आलोक म्हणाला.

''रायनचे आभार मान,'' मी म्हणालो.

''होय, मी मानणार आहे. अजूनही तो माझ्यावर खवळलेलाच आहे?''

''नक्कीच नाही, नाहीतर तो तुझ्या घरी कशाला गेला असता?''

''पण, तुला रायनचं माहीत आहे, तो एखाद्यासाठी बऱ्याच गोष्टी करू शकतो आणि त्याचवेळी त्याच्यावर खवळूही शकतो.''

''होय, तो चिडून फुरंगटून बसू शकतो. पण त्यामुळे काय फरक पडतो? तू त्याचे नंतर आभार मान.''

मला आता आलोकचा वैताग येऊ लागला होता. माझ्या मनात आलं, याला रायनशी ओळख आहे असं सांगण्याचासुद्धा आता अधिकार नाही, निदान मला आहे तेवढा तर नक्कीच नाही.

"हरी?" आलोक म्हणाला.

"मी परत येऊ शकतो?"

"कुठे परत यायचंय?" मी गोंधळून विचारलं.

"आपण तिघंजण पुन्हा एकत्र..."

"का? वेंकटशी तुझं जमत नाहीय का?"

"अरे, मला आपण काय करतोय ते समजत नव्हतं. मला परत यायचं आहे."

माझा कानांवर विश्वास बसेना. अत्यंत किळसवाण्या नाईन-पॉइंटरच्या सहवासात काढलेलं एक वर्ष काय-काय बदल घडवू शकतं!

"तुला खरंच परत यायचं आहे?"

"होय, अगदी खरंच."

आलोकचा आवाज पडला होता.

आणि त्यानंतर, आम्ही भावनाविवश मूर्खांसारखी एकमेकांना मिठी मारली. मला वाटतं, आलोक रडण्यासाठी आसुसला होता, त्यानं चार आसवंसुद्धा ढाळली, त्याच्याकडे सदैव ठेवणीत राखीव असलेली. मी सुद्धा अगदी सहानुभूतीपूर्ण मृदू वगैरे बनलो होतो. आम्ही तिघं पुन्हा कधी एकत्र येऊ शकू असं मला कधी वाटलंसुद्धा नव्हतं. आता रायन थोडी नाटकं करणार हे मला ठाऊक होतं, पण शेवटी तोही तयार होणार होता. तो आलोकच्या अर्धा देह शाबूत असलेल्या वडिलांची शुश्रूषा करू शकतो, याचाच अर्थ त्याला आलोकविषयी नक्कीच काहीतरी वाटतं.

"छान. तुझं पुन्हा स्वागत आहे," मी म्हणालो.

"होय, हे सालं थरमल असाईनमेंट झालं की लगेच." आलोक म्हणाला आणि आम्ही दोघंही एकत्र मनमुराद हसलो, वर्षभरानंतर प्रथमच.

■

९

‘द माईस थिअरी’

‘सुबह का भूला’ आलोकच्या पुनरागमनाबद्दल रायननं अपेक्षेप्रमाणे नाराजी दर्शवली, पण ती फार काळ टिकली नाही कारण, तसं नाराज राहण्यात काही अर्थच नव्हता. आलोकनं आणखी अश्रू ढाळले... आणि आम्ही तिघंही पुन्हा एकदा एका गटात येत असल्यासारख्या आम्ही तिघांनी गळामिठ्या घातल्या. वेंकटनं उधळलेले शिव्या-शाप आम्ही आनंदानं दुर्लक्षिले, कारण त्याच्याजवळ फक्त त्याची पुस्तकं होती, पण आम्ही एकमेकांना होतो.

या ऐतिहासिक घटनेप्रित्यर्थ रायननं एक पार्टी दिली. त्याची सगळी व्यवस्था त्यानं स्वत: केली होती. त्यामध्ये त्याच्या खोलीची साफसफाईसुद्धा झाली– हे काम म्हणजे शिवधनुष्य पेलण्याच्या तोडीचं होतं, कारण त्यानं कित्येक महिन्यात तिथल्या धुळीच्या पुटांना जरासुद्धा धक्का लावला नव्हता... शिंकल्यामुळे लागू शकेल इतकासुद्धा नाही.

“तो याला ‘माईस पार्टी’ का म्हणतोय?” आलोक विचार करत होता.

“माहीत नाही. हा त्याचा नवा सिद्धान्त असावा, आज त्याची सुरुवात दिसतीय,” मी खांदे उडवत म्हणालो.

रायनने आम्हाला पार्टी सुरू होण्याआधी त्याच्या खोलीच्या जवळपाससुद्धा फिरकायला मनाई केली होती. मी त्याला “जाड्या, आधी चालता हो,” असं आलोकवर ओरडताना सहा वेळा तरी ऐकलं होतं. पार्टीच्या पाहुण्यांमध्ये मी, आलोक, सुखविंदर, अनुराग आणि वैभव होतो. वैभव आमच्या मजल्यावरच शेवटच्या खोलीत राहायचा. त्याच्या खोलीत व्होडका सदैव असायची. यामुळे रायनच्या दृष्टीनं तो मैत्री जोडण्यायोग्य होता. तथापि, नंतर मला या पाहुण्यांच्या यादीमागचा खरा निकष ध्यानात आला... सगळे पाहुणे फाईव्ह-पॉइंटच्या आसपासचे, सगळे पडती बाजू असलेले प्राणी आणि एकाच विंगमध्ये राहणारे. आम्ही

सर्वजण रात्रीचे दहा वाजण्याची.... आणि श्रीयुत रायननी त्यांच्या खोलीचं द्वार उघडायची आतुर प्रतिक्षा करत होतो.

"या." रायननी हाक मारली.

त्याआधी आम्ही त्याच्या खोलीबाहेर तासभर वाट बघून वेडेपिसे व्हायची वेळ आली होती.

आम्ही त्याच्या खोलीत प्रवेश केला... तिथे अंधार दाटला होता. रायननं खोलीतले नेहमीचे दिवे बदलून त्याजागी लाल दिवे लावले होते. त्यांची तांबूस रंगछटा अभ्यासाच्या टेबलावर पसरली होती. आता तिथे मद्यालयाचा आभास होता. रायननं व्होडका आणि रमच्या बाटल्या मांडल्या होत्या, रस्त्याकडेच्या विक्रेत्याकडून आणलेला ज्यूस, कॅन्टीनमधून आणलेलं कोक, लिंब, बर्फ, साखर सर्व सज्जता केली होती... आणि हो, पाहुण्यांसाठी जॉइंट्स् सुद्धा! तुम्हाला सांगतो. जेव्हा तयार 'जॉइंट्स्' पुरवल्या जातात तेव्हा यजमान प्रत्येक गोष्टीकडे तपशीलवार बारकाईनं लक्ष पुरवणारा असतो.

हे कमी होतं की काय, म्हणून भिंती नग्न स्त्रियांच्या चित्रांनी सजल्या होत्या. अमेरिकी पोर्न मासिकांतून मिळवलेली ही चित्रं माजी-सिनिअर्समार्फत अमेरिकी विद्यापीठांच्या निरुपद्रवी प्रवेश माहिती पत्रकांमधून कुमावनमध्ये प्रवेशली होती. गुलाबी कांतीच्या, गव्हाळ वर्णाच्या, तांबड्या केसांच्या, हडकुळ्या, मादक, लहानखुऱ्या ललना... रायनच्या भिंतीवर विविध आविर्भावात अगदी भरपूर संख्येनं लटकत होत्या.

आलोक त्या चित्रांकडे आ वासून पाहत होता. त्याचं तोंड इतकं वासलं होतं की, जणू त्याच्या स्वैपाकघरातल्या सिंकमध्ये यूएफओ उतरलं असावं.

"या बायका पूर्ण नागड्या आहेत," अखेर त्याच्या मुखातून कसेबसे शब्द फुटले.

आलोक. तुझं डोकं जाग्यावर आल्याबद्दल आभार! इतका मौल्यवान वेळ वेंकटच्या सहवासात दडवण्यामुळे तो बऱ्याच कशाकशाला मुकला होता.

आम्ही सर्वजण रायनच्या खोलीत खाली बसलो. तिथे त्यानं प्रत्येक पाहुण्यासाठी गिरद्या ठेवल्या होत्या. मद्याच्या पहिल्या फेरीत रीतीनुसार 'चिअर्स'चा गजर झाला... त्यापाठोपाठ 'बॉटम्स अप' अंमलात आणण्याचं आव्हान ठेवलं गेलं आणि पिंक फ्लॉईडचे स्वर आमच्यासाठी गुंजू लागले.

मद्याचा पहिला प्याला झटकन् संपला, रायननं तत्परतेनं प्याले पुन्हा भरले... आणखी भरले. मी 'तयार' जॉइंट्स्शी पोचलो तेव्हा मला अल्कोहोल डोक्यात भिनल्याचं जाणवलं... तीन प्याले रिचवले की माझी धूम्रपानासाठी तळमळ सुरू होते.

सर्डच्या धुंद अवस्थेचा आपला असा वेगळा प्रकार होता. त्याचं प्रेम अगदी प्रकटपणे उतू चाललं होतं. तो आलोकशेजारी बसला होता. त्याच्या खांद्याभोवती हात टाकत होता, मधूनमधून त्याचे खांदे दाबत होता, त्यांवर हात फिरवत होता.

"ग्रेट पार्टी मॅन. आलोक, तुला कसं मस्त-मस्त वाटतंय?" सर्डीनं उत्सुकतेनं विचारलं.

आलोकनं मान डोलावली आणि त्याचा हात हळूवारपणे बाजूला करून तो बोलायला पुढे झाला.

"मग रायन, तू या पार्टीदरम्यान कोणता मोठा सिद्धान्त मांडणार आहेस?"

रायन, अनुराग आणि वैभव आमच्या समोर बसले होते.

"आपण आधी मस्त मजा तर करूया," रायन म्हणाला.

"मला फार छान... एकदम मस्त वाटतंय. सांग आम्हाला," असं म्हणून सर्डीनं आलोकच्या खांद्यावर पुन्हा हात ठेवला.

"होय, होय, सांग आम्हाला," अनुराग आणि वैभव एका सुरात म्हणाले.

"गाईज, माझ्या सिद्धान्ताचं नाव आहे 'माईस थिअरी'. पण, तो सिद्धान्त तुम्हाला सांगण्याआधी, तुम्ही सर्वांनी माझ्या एका प्रश्नाचं उत्तर देणं आवश्यक आहे.

"कोणता प्रश्न?" अनुरागनं विचारलं.

"तुम्ही मला सांगा, तुम्हाला आयुष्यात नेमकं काय हवं आहे?"

"एऽ ते काहीही असू देत," मी म्हणालो, "तू फक्त तो सिद्धान्त कुठला तेवढं सांग."

मला रायनच्या स्वतःकडे लक्ष वेधून घेण्याच्या युक्त्या ठाऊक होत्या. शिवाय, गंभीर प्रश्नांना उत्तरं देण्याच्या दृष्टीनं माझ्या मेंदूत अल्कोहोल भलतंच जास्त झालं होतं.

"कमॉन गाईज, आधी माझ्यासमवेत याचा विचार करा," रायन म्हणाला, "तुम्ही जर आधी स्वतःच्या आयुष्याचा विचार केलात तर तुम्हाला हा सिद्धान्त अधिकच आवडेल. प्रश्न फक्त एकच आहे– तुम्हाला आयुष्यात काय हवं आहे? यावर दोन मिनिटं विचार करा."

आम्ही गप्प बसलो. रायननं त्याच्या सिद्धान्तकथनातून 'व्यावसायिक विश्रांती' घेत, प्रत्येकाचा प्याला पुन्हा भरला. माझा प्याला क्रमांक चार सुरू होता. मला आयुष्याबद्दल इतकी निरर्थकता कधी जाणवली नव्हती. बाकी सर्वजण विचार करत होते, मी बघत होतो.

"ओके, पुरेसा वेळ झाला," रायन म्हणाला, "सर्डी तुला काय हवं आहे?"

सर्डीनं आलोकला घट्ट धरून जवळ ओढलं. त्यानंतर त्यानं आलोकच्या मुखावर एक चुंबन डकवलं आणि अत्यंत सलगीनं त्याच्या कानात कुजबुजत म्हणाला, ''मी त्याला सांगू का?''

आलोकनं त्या सलगीयुक्त आणि पिऊन झिंगलेल्या पकडीतून स्वत:ची करारीपणे सुटका करून घेत मान डोलावली.

''मला फक्त अमेरिकेत जायचं आहे. माझं जीपीए पाहता, ते अशक्य कोटीतलं आहे, पण कसंही, काहीही करून मला फक्त अमेरिकेत जायचं आहे,'' सर्डी जड जिभेनं म्हणाला.

अनुराग नव्या संगणक भाषेचा शोध लावण्याबद्दल काहीतरी पुटपुटला, वैभवला त्याच्या स्वत:चा व्यवसाय सुरू करायचा होता.

रायनला इतरांच्या आयुष्यातील महत्त्वाकांक्षांमध्ये फारसा रस नव्हता. हे मी जाणून होतो, तरी तो सगळ्यांचं बोलणं ऐकून माना डोलावत होता. त्याला आलोक आणि माझ्याकडूनही ऐकायचं होतं.

रायननं आलोकला मान हलवून खूण केली.

''वेल, ते तुला माहीत आहे,'' आलोक म्हणाला.

''मला पुन्हा सांग.''

''मला दिल्लीमध्ये नोकरी हवी आहे, म्हणजे मला माझ्या आईवडिलांना सांभाळता येईल आणि आमच्या आर्थिक अडचणी सोडवता येतील.''

''रिअली?'' रायन म्हणाला. हे उत्तर फारसं पटलं नसल्याचं त्याच्या आविर्भावावरून व्यक्त होत होतं.

''अर्थात,'' आलोक ठामपणे म्हणाला.

''रिअली?'' सर्डी पुन्हा बोलला.

''हरी, तू?'' रायननं विचारलं.

''मला माहीत नाही.''

आपल्याला आयुष्यात काय हवं आहे, ते मला खरंच माहीत नव्हतं. मी या प्रश्नाचा विचार केला होत, मला फाईव्ह पॉइंट जीपीए मिळायला नको होतं... आणि मला लठ्ठ आणि अनाकर्षक असायला नको होतं. मला दर सेमिस्टरला त्या साल्या तोंडी परीक्षांच्या वेळी तोंड आवळायलासुद्धा नको होतं. म्हणजे... मला आपल्याला काय नकोय ते नक्कीच ठाऊक होतं, पण आपल्याला खरंच काय हवं आहे, ते समजणं मोठं मुष्किल होतं.

''तुला नक्की माहीत आहे. कमॉन, बी अ स्पोर्ट,'' रायननं आग्रह केला.

स्पोर्ट... रायनचा शब्द. तो नेहमी असतो... स्पोर्ट. आणि रायन नेहमीच सडपातळ आणि आकर्षक असतो. आणि रायन सदैव आत्मविश्वासपूर्ण आणि

चिंतामुक्त असतो. मला रायनची चीड आली. तरीसुद्धा त्या क्षणी मला नेमकं काय हवं आहे ते माझ्या ध्यानात आलं... मला रायन व्हायचं होतं.

"फारसं काही नाही," मी काय उत्तर द्यावं याचा विचार करत म्हणालो, 'मला रायन व्हायचं आहे' हे उत्तर मी त्याच्यासमोर नक्कीच देऊ शकणार नव्हतो; आणि रायनला दुसरं कुणी व्हावं असं कधीच वाटत नसणार.

"तरीही, काहीतरी बोल बाबा. म्हणजे आपल्याला सिद्धान्त ऐकता येईल," आलोक म्हणाला.

"मला माझ्या गर्लफ्रेंडचं चुंबन घेण्याचं धाडस यायला हवंय आणि मला हवं तेव्हा तिचं चुंबन घेता यायला हवंय. आणि आणखीसुद्धा... म्हणजे तिच्यासोबत पूर्ण अंतर जाता येणं वगैरे..."

मी जे बोललो ते का बोललो ते मला अजूनही समजत नाही. म्हणजे ते खरंच होतं. होय, मला नेहाचं चुंबन घ्यायचं होतं वगैरे... पण मला दुसरंच काहीतरी सांगायला हवं होतं.

"कोण आहे तुझी गर्लफ्रेंड?" सर्डी माझ्याकडे कुतूहलानं वळला.

"त्याच्याशी तुझा काही संबंध नाही," रायन चलाखीनं उत्तरला.

"ते काहीही असो, सर, आता आम्हाला तो सिद्धान्त सांगा," आलोक म्हणाला. दोन प्याले रिचवल्यानंतर त्याला सर्डीची सलगी तितकीशी खुपत नव्हती. तो त्याच्या दणकट आलिंगनात विसावला होता. त्याच्या चष्म्यामागच्या डोळ्यांत 'आलिया भोगासी' असे भाव होते.

"सभ्य गृहस्थहो," रायन बिछान्यावर बसत म्हणाला, आता तो देहरूपानं आमच्या सर्वांपेक्षा उच्च स्तरावर होता आणि त्याचं ब्रह्मज्ञान तो आम्हा माना वर करून ऐकणाऱ्या श्रोत्यांवर बरसवत होता.

"आज रात्री इथे आल्याबद्दल तुम्हा सर्वांचे आभार. तुमच्या ध्यानात आलं असेलच की, तुम्ही सर्वजण आपल्या विंगमधले सर्वात कमी जीपीएधारक आहात. सभ्य गृहस्थहो... आपण आहोत अन्डरडॉग्ज. चिअर्स टू द अण्डरडॉग्ज."

रायन आम्हाला हे अगदी निर्लज्जपणे पटवून देत होता, तरी आम्हाला आयआयटीच्या गुणपद्धतीमध्ये अपयशी ठरल्याबद्दल आपण कुणीतरी 'खास' आहोत असं वाटलं आणि आम्ही आमचे प्याले उंचावून दणदणीत 'चिअर्स' केलं.

"आणि ही आयआयटीतली पद्धत म्हणजे नुसती उंदरांची शर्यत आहे... माईस रेस. ही रॅट रेस नाही... लक्षात घ्या, कारण 'रॅट' म्हटलं की काहीतरी चाणाक्ष आणि हुशार वाटतं. त्यामुळे ही रॅट रेस नाही. हे आहे शर्यतीत बिनडोकपणे धावणं... चार वर्ष, प्रत्येक वर्गात, प्रत्येक असाईनमेंटसाठी, प्रत्येक

परीक्षेत तुम्हाला दहा स्तरांवर पारखतात आणि प्रत्येक सेमिस्टरला तुमच्यावर जीपीएचा शिक्का उठवतात, असे प्रोफेसर्स की ज्यांना विज्ञान आणि शिकणं या गोष्टी कशाशी खातात ते ठाऊक नसतं. होय, माझं प्रोफेसरांविषयीचं मत आहे हे. मला म्हणायचं आहे, आयआयटींनी या देशाला काय दिलं आहे? गेल्या तीन दशकांतला एक शोध सांगा.''

रायनचं व्याख्यान गंभीर बनलं तसं पार्टीच्या उपस्थितांमध्ये स्तब्धता पसरली. माझ्या मनात आलं, रायन खरोखरच प्यायलाय, नाहीतर पार्टीत असल्या भंपक श्रेष्ठत्वाचं दुसर काही कारण नव्हतं.

''असो,'' रायन महाराज पुढे बोलू लागले, ''प्रोफेसर गेले उडत. आपण आपल्या मुद्याकडे परत वळू, ही पद्धत म्हणजे अन्याय शर्यत आहे. तुम्ही इतर धावणाऱ्यांबरोबर धावता धावता मित्रांचा विचार करत असाल किंवा मैत्री जोडण्यासाठी क्षणभर विसावा घेत असाल किंवा आपल्याला आयुष्यात काय करायचं आहे हे ठरवण्यासाठी थांबत असाल अथवा भूतकाळातलं ओझं वागवत असाल,'' रायन आलोककडे बघत म्हणाला, ''तर तुम्ही मागे फेकले जाल. जसे आपण वेंकटसारख्या वेडपटामुळे मागे फेकले गेलो आहोत.''

सर्डीनं उडतं चुंबन फेकलं. मी याचा अर्थ त्याला मान्य आहे, असा लावला.

''पण आपण हे सगळं बदलू शकतो,'' रायन म्हणाला.

''कसं काय?'' अनुरागनं विचारलं. म्हणजे निदान एखादातरी माणूस ही कवडीमोल बडबड ऐकत होता तर.

''आपल्या स्वतःच्या मनानुसार जगून. 'रॅट' बनून, 'माईस' नव्हे... आपण एकत्र येऊन या पद्धतीचा पाडाव करू. मी या पद्धतीच्या पायात माझे मित्र सोडणार नाही, उलट, माझे मैत्रीपूर्ण संबंधच पद्धतीचा पाडाव करतील.''

''कसं काय?'' अनुरागनं पुन्हा विचारलं.

''हे माझ्या आणि माझ्या जिवलग मित्रांसाठी आहे. तुम्हाला फक्त सिद्धान्त मिळेल, तुम्हाला प्रात्यक्षिकंही पाहायला मिळतील असं मी म्हणालो नाही.''

'आम्ही तुझे मित्र नाही?'' सर्डीनं विचारलं.

त्याचा स्वर भावनेनं ओथंबला होता.

''नक्कीच आहात, पण, हे फक्त मी माझ्या जिवलग मित्रांच्या बाबतीतच करू शकतो.''

यावर कुणीही विरोध दर्शवला नाही. आणखी काही नसलं तरी रायनच्या सिद्धान्तानं पार्टीमध्ये मनोरंजनाचा मध्यवर्ती वाटा उचलला. एक व्होडकाची बाटली, दहा जॉइंट्स् आणि फ्लाईडच्या तीन ध्वनीफितींनंतर रायनचं व्याख्यान म्हणजे फक्त त्या सायंकाळचा एक हिस्सा बनलं होतं. रात्री एक वाजता बाकी

सगळे गेले. आलोकनं आणि मी रायनला सगळा पसारा आवरायला मदत केली.

"पार्टी फार छान झाली," आलोक म्हणाला.

"मला माहीत आहे, जाड्या. त्या रांडेच्या वेंकटबरोबर राहण्याच्या पायात तू या सगळ्याला मुकलास," असं म्हणून रायन लटपटत्या पायांनी उभा राहिला.

"मग, या सिद्धान्ताच्या प्रत्यक्ष अंमलबजावणीचं काय? ती कशी काय करायची?" मी सुस्तपणे विचारलं.

"सीटूडी" रायन म्हणाला.

"आता ते आणि काय?"

मला ते तसल्या साल्या विज्ञान-काल्पनिकेधारित सिनेमातल्या सांकेतिक भाषेसारखं वाटलं.

"को-ऑपरेट." रायन बिछान्यावर कोसळत म्हणाला.

"को-ऑपरेट?"

"होय, कोऑपरेट टू डॉमिनेट... वर्चस्व गाजवण्यासाठी सहकार्य, सीटूडी..." एवढं बोलून रायनने डोळे मिटले. पार्टीसाठी केलेली धावपळ आणि व्होडका यांचा चांगलाच अंमल चढला होता. रायन कामातून गेला होता.

"चल, मित्रा उंदरा, आपण आपल्या खोलीत जाऊया," आलोक म्हणाला.

पार्टी संपली होती.

रायनसोबत मशिनिंग लॅबमध्ये असताना मला दुसऱ्या दिवशी नेहाशी भेट ठरल्याचं आठवलं. या खेपेला, बाईसाहेबांनी भेटवस्तूची मागणी केली होती. तिनं या मुद्याचा भलताच बाऊ केला होता की, मी तिला प्रत्यक्षात असं कधीही काहीच दिलेलं नाही... बाकीच्या मुलींना कशा त्यांच्या मित्रांकडून भेटवस्तू मिळतात. आता तुम्हीच बघा, हे कसलं खुळचट तर्कशास्त्र, आता ती 'मला' देऊ शकली असती अशा कितीतरी गोष्टी होत्या आणि त्यासुद्धा फारशी भांडवली गुंतवणूक न करता देण्याजोग्या. तरीसुद्धा आम्हाला असं 'वंचित' ठेवायचं आणि कळस म्हणजे स्वत:च भेटवस्तू मागायची... हे असलं केवळ बायकाच करू शकतात, कारण त्यांची घडणच सर्वस्वी निराळी असते!

तरीसुद्धा मी तिला 'भेटवस्तू न घेता येणार नाही' असं वचन दिलं होतं आणि नंतर त्याबद्दल साफ विसरलो होतो.

"उद्या सकाळी?" रायन म्हणाला, "तोवर तू भेटवस्तू कुठून मिळवणार?"

"माहीत नाही, मी पूर्ण विसरलो. अरे बाबा, ती रुसून बसणार! मी असं करतो, काही चॉकलेटस् घेतो, साली महाग असली तरी."

"हो, पण चॉकलेटस्? ही काही अभिनव कल्पना नाही. ती तुला काहीही

देत नाही, यात काही आश्चर्य नाही,'' रायन म्हणाला.

''वेल, असू दे. तुझ्याजवळ काही छानश्या कल्पना आहेत का?'' मी विचारलं. मी त्याच्या निष्कर्षांमुळे वैतागलो होतो. (ते निष्कर्ष बरोबर असावेत!)

''विचार कर बाबा, विचार कर.''

आम्ही बराच वेळ डोकं खाजवलं. पण त्यातल्या बऱ्याचशा कल्पना रद्द केल्या; कपडे... फारच महाग, परफ्युम्स.... फारच छिछोरपणाचं वाटतंय, पुस्तकं... अगदीच असंबद्ध... वगैरे वगैरे.

आहे त्यात हा प्रसंग साजरा करायला माझ्याजवळ वेळही नव्हता, ना मला त्यातली अभिरुची होती!

''तिच्यासाठी काहीतरी बनव.'' रायन चुटक्या वाजवत म्हणाला.

''काय?''

''म्हणजे, इथे लॅबमध्ये एखादी वस्तू बनव. अगदी अस्सल हस्तकला, एका इंजिनिअरनं घडवलेली. किती छान वाटेल?''

ही कल्पना मोठी छान होती, प्रत्यक्षात उतरवायला अगदी अव्यवहार्य असली तरी. आणि समजा, मी थोडे पैसे खर्च करावेत अशी तिनं अपेक्षा केली म्हणून काय झालं?

''काय बनवू?''

''मला नाही सांगता येणार. तिला वापरता येण्याजोगी एखादी साधी वस्तू करता येईल का बघ.''

मी नेहाच्या जीवनाचा आढावा घेण्याचा प्रयत्न केला... तिच्याजवळ विविध वस्तू भांडार भरलेली मोठी पर्स असते.

''तिच्या लिपस्टिक्स ठेवण्यासाठी छोटीशी पेटी बनवण्याची कल्पना कशी वाटतेय? ती पर्समधून काही बाहेर काढते, तेव्हा त्या आतून घरंगळत बाहेर पडत असतात.''

''आता तू ग्राहकांच्या गरजांविषयी विचार करत आहेस. ओके. लिपस्टिकची पेटी. जास्तीत जास्त किती लिपस्टिक्स असतात?''

''तीन... चार.''

''आणि लिपस्टिकची मापं काय असतात?''

''काही कल्पना नाही... तीन इंच बाय एक इंच बाय एक इंच धरूया.''

''कूल. म्हणजे, आपण त्या पेटीत एका ओळीत दोन-दोन ठेवायच्या... आणि आपण धातूचा पत्रा किती जाडीचा... मग आपण डिझाईन करूया.''

मी रायनला आयआयटीमधल्या आदरशून्य 'खालच्या' वर्गातून एकदम झपाटलेला शास्त्रज्ञ या रूपात परिवर्तित होताना पाहिलं... ते सुद्धा माझ्या

आचरट लिपस्टिक पेटीसाठी. आजवर प्रथमच, त्यानं इंजिनिअरिंग ड्रॉइंग अगदी बारकाईनं अभ्यासलं. त्याच्या डोक्यातून आणखीही बुद्धिमान कल्पना निघाल्या. पेटीचं झटकन् उघडझाप होणारं झाकण, छोटासा आरसा आणि वर तिचं नाव कोरलेलं...

डिझाईन तयार केल्यानंतर त्यानं या कामाची विविध भागांत विभागणी केली... कापाकापी, वाकवावाकवी, घासाघाशी... वर्गामध्ये शिकताना आम्हाला प्रचंड कंटाळवाण्या वाटणाऱ्या संकल्पना आता अकस्मात इन्टरेस्टिंग बनल्या होत्या. आम्ही त्या दिवशीचं असाईनमेंट पूर्ण विसरून गेलो होतो... नाहीतरी आम्ही ग्रेड्स्ना कुठे हिंगलत होतो!

तीन तासांनी, मी 'नेहा चेरियन' या शब्दांतली अखेरची अक्षरं कोरून काम संपवलं. नेहासाठी 'मेड इन आयआयटी' लिपस्टिक पेटी तयार झाली होती.

''किती व्यवस्थित झालं आहे.'' मी त्या पेटीच्या झाकणाच्या मेकॅनिझमनं प्रभावित होऊन म्हणालो. ''तिला हे खूप आवडेल. थँक्स, रायन.''

''एनी टाईम मॅन,'' रायन अंगठा उंचावत म्हणाला.

होय, मला खरंच रायनसारखं व्हायचं होतं. रायन... जो मला बरेचदा आवडायचा. निदान मला स्वत:पेक्षा तरी त्याचा कमी राग यायचा.

मी नेहाला आमच्या आईस्क्रिम पार्लरमध्ये ती भेटवस्तू दिली.

''काय आहे? याला काय म्हणतात?'' नेहानं ती सिगारेटच्या पेटीच्या आकाराची धातूची पेटी हातांत गोल-गोल फिरवत प्रश्न केला.

''हा लिपस्टिक होल्डर आहे,'' मी म्हणालो.

''खरंच? मी कधी ऐकलं नव्हतं.''

मी तिच्याकडच्या लिपस्टिक्स मागून घेतल्या. तिच्याजवळ पाच लिपस्टिक्स होत्या, म्हणजे आमचं डिझाईन थोडं छोटं झालं होतं, असेना का! मी त्यातल्या चार लिपस्टिक्स घेतल्या– लाल, किरमिजी, तपकिरी आणि गुलाबी रंगछटाच्या, (या पोरी असला रंगीत मेणचट पदार्थ देहाला का फासतात, याचं रहस्य मला कधीच उलगडलं नाही) आणि त्या पेटीत ठेवल्या. अगदी मापात... व्यवस्थित झाकण... डिझाईन अगदी परिपूर्ण बनलं होतं. एका बाजूला आरसा... म्हणजे वापरणारी व्यक्ती ते रंगीत मेण अगदी बरोबर, रेखून लावू शकेल... सोबत नाकपुड्या न रंगवता.

''लिपस्टिकची पेटी का?''

''माहिती नाही. मला वाटतं, मला तुझे ओठ आवडतात म्हणून...''

''व्हेरी फनी. आणि ही तू स्वत: बनवलीस?'' तिनं विचारलं.

''होय, मी आणि रायननं. हे बघ यावर नावसुद्धा आहे.''

मी त्या पेटीचा तळ दाखवला. 'नेहा चेरियन'... जगातलं सर्वात सुंदर नाव... सर्वात सुंदर अक्षरांत त्या पृष्ठभागावर लिहिलेलं होतं.

"वॉऽव," नेहा मृदूपणे म्हणाली. तिनं दिल्लीच्या आयआयटी मशिनिंग लॅबमध्ये बनलेला तो लिपस्टिक होल्डर नवजात बाळाला कुरवाळावं तसा कुरवाळला.

"वॉऽव," ती पुन्हा उद्‌गारली.

"काय?" मी म्हणालो. (ओके. म्हणजे इथे मी त्या 'वॉऽव' या एकावयवी शब्दापेक्षा अधिक कौतुकाची अपेक्षा करत होतो.)

"आजवर माझ्यासाठी असं कुणी केलेलं नाही," नेहा म्हणाली.

आणि या क्षणी निव्वळ योगायोगानं माझ्या तोंडून योग्य वाक्य बाहेर पडलं. हे कसं घडलं, ते माहीत नाही, पण... हे घडलं एवढं मात्र खरं.

"वेल, माझ्याही आयुष्यात यापेक्षा महत्त्वाचं कुणी नाही."

कदाचित हे पूर्ण सत्य नसेलही, पण हे संपूर्ण असत्यही नव्हतं. (आणि काहीही असलं तरी, मुलींशी बोलताना योग्य तेच बोलणं महत्त्वाचं, ते खरं की नाही याला कोण भीक घालतो! मी हरी आहे, हरीश्चंद्र नाही.)

"खरंच?" नेहानं विचारलं.

"हो."

"थँक्स, हरी. हे बघ, मी आत्ता लगेच वापरायला सुरुवात केली," नेहा म्हणाली.

मी नेहाला लिपस्टिक लावताना पाहत होतो... ती अगदी एकाग्रतेनं लावत होती... क्वान्टीची गणितं सोडवताना आलोकची असते, त्याच एकाग्रतेनं.

मुली सुंदर असतात... लेटस् फेस इट... आणि त्यांच्यावाचून जीवन अगदी व्यर्थ आहे.

"तुला घरी किती वाजता जायचं आहे?" मी विचारलं.

"नऊपर्यंत," नेहा म्हणाली, "मी मैत्रिणींबरोबर जेवायला जाणार आहे, असं घरी सांगितलंय."

"वॉव, किती उदार आहेत," मी खवचटपणे म्हणालो.

"मला उदासवाणं झाल्याचं त्यांना माहीत आहे... पुन्हा समीरच्या आठवणींनी."

"ए, तुला एका गुप्त स्थळी नेऊ?" मी विचारलं.

"कुठे?"

"कॉलेजच्या इमारतीच्या गच्चीवर."

"काय? तुला वेड लागलंय का? थेट कॉलेजच्या गच्चीवर, यापेक्षा वाईट जागा नसेल."

"तिथे कुणीही नसतं. रायन आणि मी तिथे कितीतरी वेळा गेलोय. घंटेच्या मनोऱ्यावरून आजूबाजूचं दृष्य इतकं छान दिसतं..."

गच्चीवर जाण्याच्या कल्पनेनं नेहा रोमांचित झाली आहे, हे दिसत होतं. तिचं मन वळवायला... तिथे आपल्याला कुणी पाहणार नाही, कारण आपण तिथे तुझ्या 'पाच मिनिटांच्या अंतरानं वेगळंवेगळं जाण्याच्या' आदर्श धोरणानुसार वागू... असं तिला पटवून द्यायला थोडा वेळ लागला.

"मी येईन, पण आज नाही. आता नऊ वाजायला आले आहेत. पुढच्या वेळी चालेल? मी दिवसभर समीरच्या आठवणीनं रडेन म्हणजे ते मला रात्री अकरापर्यंत बाहेर राहू देतील."

तिनं रात्री उशीरापर्यंत बाहेर राहण्यासाठी भावाचा शस्त्र म्हणून वापर करून घेणं मला खरोखर समजण्यापलीकडे होतं, पण तिचे आईबाप अगदी अधिकृत विक्षिप्त असल्यामुळे बहुधा त्यांच्याबाबतीत असल्या युक्त्या-प्रयुक्त्या योग्यच होत्या.

"पुढच्या वेळी मला थेट गच्चीवरच भेट, साडेआठ वाजता."

"नक्की," ती म्हणाली, "तिथे सुरक्षित आहे असं म्हणतोयस, आहे ना?"

"होय, माझ्यावर विश्वास ठेव," मी डोळे मिचकावत म्हणालो.

■

१०

सीटूडी

"ही घ्या, तुम्हा दोघांना एक-एक प्रत."

रायननं आमच्या हातात एकेक कागद दिला. त्यावर शीर्षक होतं : द सीटूडी प्लॅन.

मी त्या सीटूडी सिद्धान्ताबद्दल विसरलो होतो, पण रायन विसरला नव्हता. उलट तो अधिकृत कागदपत्रावर काम करत होता. आम्ही सासीज टपरीत बसलो होतो. आलोक पराठ्यांच्या दुसऱ्या फेरीचा समाचार घेत होता... त्याच वेळी रायननं 'आयआयटी'तील आमच्या उर्वरित वास्तव्याबाबतचा त्याचा बेत समोर ठेवला.

"हे क्काय?" आलोकच्या तुपकट बोटांचे ठसे त्या कागदावर उमटले. खरंतर... त्या क्षणी त्याला आयआयटी बेतापेक्षा टिश्श्यूची जास्त गरज होती.

मी मजकूर वाचू लागलो.

कोऑपरेट टू डॉमिनेट... वर्चस्व गाजवण्यासाठी सहकार्य करा. ही आयआयटी पद्धती अन्याय्य आहे कारण :

१) ती बुद्धिमत्ता व व्यक्तिगत चैतन्य दडपते.

२) देशातील सर्वात कुशाग्र बुद्धिमत्ता लाभलेल्याच्या आयुष्यातील सर्वोत्तम काळ शोषून घेते.

३) ही राक्षसी जीपीए पद्धतीवरून तुमचं मूल्यमापन करते, त्यामुळे नातेसंबंध खलास होतात.

४) प्रोफेसर्सना विद्यार्थ्यांची पर्वा नसते.

५) आयआयटींनी देशासाठी फारसं योगदान दिलेलं नाही.

"तुला असलं सगळं करायला वेळ आहे?" आलोकची प्रतिक्रिया. ती

मूर्खपणाची होती. कारण रायनकडे जगातला सगळा वेळ होता.

मी पुढे वाचू लागलो : त्यामुळे या अन्याय्य पद्धतीला आव्हान देण्याचा एकमात्र मार्ग म्हणजे अन्याय्य रीतीनं आव्हान देणं– म्हणजेच 'कोऑपरेट टू डॉमिनेट' अथवा सीटूडी. आणि रायन, हरी व आलोक त्यांच्या संस्थेतील उर्वरित वास्तव्यासाठी हा 'प्लॅन' मान्य करत आहेत.

यातील प्रमुख तत्वे अशी :

१) सर्व असाईनमेंटस् वाटून घेणे : एकेक व्यक्ती आळीपाळीनं असाईनमेंट्स् करेल. बाकीचे त्याची फक्त कॉपी करतील. यात वेळ वाचतो, पुन्हा तेच तेच प्रश्न करणं वाचतं.

२) आपण विषयांशी संबंधित जबाबदाऱ्या वाटून घेऊ. उदाहरणार्थ; एका सेमिस्टरमध्ये सहा विषय असतील तर, आपण प्रत्येकी दोन-दोन विषयांची जबाबदारी घ्यायची. आपल्या वाटणीच्या विषयाच्या सर्व तासांना त्यानं उपस्थित राहिलचं पाहिजे, पण तो इतर सर्व तासांना दांडी मारू शकतो. (टीप : रायनकडे प्रोफेसर वीरांचे सर्व विषय असतील.) आपल्या वाटणीच्या विषयाच्या प्रत्येक तासाला संबंधितानं भरपूर नोट्स् घ्यायच्या. बाकीच्यांनी त्या केवळ उतरवून घ्यायच्या.

३) आपण प्रयोगशाळेतील प्रात्यक्षिकांची निरीक्षणं परस्परांसमवेत 'शेअर' करायची.

४) आपल्या मैत्रीचं स्थान जीपीएजच्या वरचं आहे. त्यामुळे नव्यानं लाभणाऱ्या सर्व फावल्या वेळात आपण आपापलं जीवन अगदी पूर्ण भरभरून जगायचं.

५) आपण आपल्या होस्टेलमधील खोल्यांचं एक 'घर' करायचं– एक सामाईक शयनगृह, एक अभ्यासिका आणि एक मौजमजेचं पार्टीगृह.

६) आपण व्होडकाचे पैसे विभागून घ्यायचे, एखाद्यानं किती प्याले ढोसले याचा हिशोब विचारात न घेता.

रायननं आमच्याकडे असं पाहिलं की, जणू त्याला आम्ही टाळ्यांचा कडकडाट करणं अपेक्षित असावं. आम्ही गप्प राहिलो. हे सगळं काय चाललंय याबाबत तोच स्पष्ट करून सांगेल या आशेनं.

"मग, तुमचं काय मत आहे?" त्यानं विचारलं.

"हे काय आहे? टीनएज क्लब असल्यासारखं?"

"तुम्हाला मान्य असेल, तर तुम्ही यावर स्वाक्षरी करा. तुमच्या रक्तानं स्वाक्षरी करा."

"बरोबर आहे," मी म्हणालो, "आपण किती वर्षांचे आहोत... बारा?"

"मी गंभीरपणे बोलतोय," रायन म्हणाला आणि आम्ही काही बोलण्याआधीच त्यानं खिशातून रेझर ब्लेड काढलं. क्षणार्धात त्याच्या अंगठ्यावर रक्ताचा लालभडक टपोरा थेंब डवरला.

"रायन, तुला वेड लागलंय का?" आलोक घाबराघुबरा होत म्हणाला.

"नाही. तुम्ही काय करायचं ते तुम्ही ठरवा." रायन स्वत:च्या रक्तात बुडालेल्या टूथपिकनं त्या 'दस्तऐवजा'वर स्वाक्षरी करत म्हणाला.

"आपण यावर आधी चर्चा करायची का?" मी म्हणालो.

"यात चर्चा करण्यासारखं काय आहे? मी कुणावरही सक्ती करत नाहीय."

"हे सगळं असाईनमेंट्स् आणि निरीक्षणं वगैरे शेअर करणं... ही फसवणूक नाही?" आलोकनं विचारलं.

मला व्होडकाच्या किंमतीच्या मुद्याविषयी अधिक आस्था होती, तरीही मी आलोकशी सहमत झालो.

"ही फसवणूक नाही, हे सहकार्य आहे. त्यांनी जीपीएमुळे आपल्यात फूट पाडली, आपण फक्त प्रत्युत्तर देण्यासाठी एकत्र येत आहोत."

"मला हे तसं वाटत नाही," मी म्हणालो.

"तू स्वाक्षरी करतोयस की नाही?" रायननं प्रश्न केला.

मी सीटूडीबद्दल एकदा आणि शेवटचाच विचार केला.

"वेल, मी यावर स्वाक्षरी करू शकतो, पण मी कापून-बिपून काही घेणार नाही."

"त्याला फक्त एक क्षण पुरे," असं म्हणून रायननं माझ्या तर्जनीवर ब्लेडचा निसटता वार करताच रक्ताची धार लागली... मी 'नाही' म्हणायच्या आत.

"फक यू."

रायन हसून म्हणाला, "सॉरी मॅन. जरा तोंड बघ. कमॉन मॅन. जरा उत्साह सळसळू दे. चल, सही कर."

मी रायनकडे अत्यंत चीडयुक्त कटाक्ष टाकून त्या कागदावर स्वाक्षरी केली.

आलोक तिथेच बसला होता. खाटकाच्या दुकानातल्या कोंबडीसारखा थिजून. हाच जर काही काळापूर्वीचा आलोक असता तर तो रायनवर चवताळून धावला असता, पण आत्ताची त्याची ही नवी सुधारीत आवृत्ती होती, नुकतीच आमच्यात परत आलेली. त्याला पुन्हा आमच्याशी भांडायचं नव्हतं.

"मी माझं मी कापून घेईन," अखेर आलोक वदला.

लगेचच त्याच्या इवलुशा बोटातून थोडंसं रक्त निघालं आणि आम्ही सीटूडी कागदपत्रांवर स्वाक्षऱ्या केल्या, प्राचीन काळच्या वन्यजमातीतील माणसांसारख्या. या सगळ्या रक्त प्रकरणानं याचं महत्त्व वाढलं, हे मात्र म्हणावंच लागेल. मला

आपण काय केलंय याबाबत खात्री नव्हती, पण हे कुठेतरी थरारक वाटत होतं. त्याच दिवशी आम्ही आमच्या तीन 'सिंगल रूम्स' एकत्र करून त्यांचं एक अपार्टमेंट केलं. रायनच्या खोलीत पार्टीरूम, आलोकच्या खोलीत तीन टेबलं टाकून अभ्यासिका आणि माझ्या खोलीत तिन्ही बिछाने.

"मग, अशा प्रकारे तुम्ही मित्र एकत्र आलात तर," नेहा म्हणाली.

आम्ही ठरल्यानुसार कॉलेजच्या इमारतीच्या गच्चीवर निघालो होतो. ती मला रात्री आठ वाजता भेटली. सुदैवाची गोष्ट म्हणजे तिच्या खऱ्या ठावठिकाण्याबद्दल तिचे आईवडील अनभिज्ञ होते. ती तिच्या अस्तित्वात नसलेल्या मैत्रिणीच्या वाढदिवसाला गेली आहे, असं समजत होते.

"हो, आम्ही आमच्या खोल्या एकत्र करून त्याचं एक घर केलं आहे," इमारतीचे पाठीमागचे जिने चढल्याने मी धापत म्हणालो.

"अगदी रोमांचक कल्पना वाटतीय," ती डोळ्यावर येणारी केसांची बट बाजूला उडवत म्हणाली.

आम्ही गच्चीवर पोचलो तेव्हा अंधार पडलेलाच होता. नेहमीप्रमाणेच तिथे कुणीही नव्हतं.

"वॉव, त्या चांदण्या बघ," नेहा म्हणाली.

"होय," मी जणू आकाशातला नक्षत्रांचा सडा स्वत:च चित्ररूप रेखल्यासारखा अभिमानानं म्हणालो.

"आणि त्या सगळ्या आपल्या आहेत. इथून कॅम्पस दिसतोय बघ... ते बघ... तुमचं घर," मी बोट करून म्हणालो.

दिवाणखान्यातले दिवे वगळता आम्हाला फारसं काही दिसत नव्हतं.

"वॉव. आपण त्यांच्या किती जवळ आहोत... आणि किती दूरही," नेहा स्वप्नाळूपणे गच्चीत कॉंक्रीटच्या जमिनीवर धपकन् आडवी झाली.

"मग?"

"काय मग?" मी विचारलं.

"व्होडका कुठे आहे? तुम्ही इथे पिता ना?"

"हो, पण तू पीत नाहीस ना?"

"असं कोण म्हणतं? तू जर घेतलीस, तर मीही घेईन."

"आम्ही घंटेच्या खाली बाटली लपवून ठेवतो. आहे का बघतो," मी म्हणालो. मी आश्चर्यचकित झालो होते. ती चांगली मुलगी होती... आणि चांगल्या मुली पीत नाहीत.

मी बाटली घेऊन आलो.

"छान," ती म्हणाली, ती डिश अँन्टेनाला टेकून आडवी झाली होती.

"वर चांदण्या बघ... किती सुंदर दिसतायत. मला वाटतं आपण पक्षी असावं."

जेव्हा माणसांना पक्षी व्हावं असं वाटतं तेव्हा सर्वसाधारणपणे त्यांना 'चढत' आलेली असते. पण नेहा तर गच्चीवर बसून पिण्याच्या नुसत्या कल्पनेनंच झिंगू लागली होती.

"ओह, मी इथे अशी कायमची पडून राहू शकते. मला आणखी एक ड्रिंक दे," ती म्हणाली.

"जास्त पिऊ नकोस," मला तिला सावध करावं लागलं.

"नाही पीत. माझ्या डॅडना जर वास-बिस आला, तर ते मला ठारच करतील."

"तुझ्या तोंडाला वास नक्कीच येणार."

"फारसा नाही येणार, हे बघ."

तिनं पर्स उघडली. दहा वस्तू चाचपल्यानंतर तिनं वेलदोड्यांची पुडी काढली.

"हे बघ, यातला एक खाल्ला की मी मिन्टी फ्रेश होऊन घरी जाईन."

"रिअली? मग आत्ताच एक खा आणि मिन्टी हो... माझ्यासाठी."

"काय? माझ्या तोंडाला वास येतोय?" ती ताठ उठून बसली.

"मी तसं म्हणालो नाही."

माझा हात धरून मला तिच्याकडे ओढून ती म्हणाली, "माझ्या डोळ्यांत बघ आणि माझ्या तोंडाला वास येतोय का सांग."

"मला माहीत नाही. मी तुझ्या तोंडाच्या इतक्या जवळ कधीच आलेलो नाही." मी प्रामाणिकपणे सांगितलं.

"गो टू हेल." तिनं हसून मला बाजूला टाकलं.

"तू म्हणजे भित्री भगूबाई आहेस... अगदी भित्री भागूबाई."

"नाही. मुळीच नाही. माझ्याकडे बघ... एका प्रोफेसरची मुलगी, एका फाईव्ह पॉइंटवाल्या लोफरबरोबर कॉलेजच्या गच्चीवर दारू पितीय."

ती जर हसत नसती, तर मला हे वाक्य अजिबात आवडलं नसतं... तरीही मी या संधीचा लाभ उठवायचं ठरवलं.

"लोफर? म्हणजे मी लोफर आहे तर." मी म्हणालो.

'हो, पण."

"पण काय?"

"पण माझं माझ्या लोफरवर प्रेम आहे." असं म्हणून तिनं मला पुन्हा तिच्या दिशेनं ओढलं. पुन्हा एकदा... आमची मुखं काही मिलीमीटर्स अंतरावर आली.

तिनं मान बाजूला कलती केली. ती माझं चुंबन घेणार की काय? किंवा ती अधिक दोन ग्लास व्होडका हे मिश्रण माझं चुंबन घेणार होतं?

"वी डोन्ट नीड नो एज्ज्यु... के... शन..."

आम्ही अलिंगनबद्ध असताना त्या भसाड्या सुरांनी एकदम दचकलो. गच्चीवर कुणी तरी टपकलं होतं.

"काय हे..." नेहा म्हणाली, "तू इथे कुणी नसतं म्हणाला होतास."

"मला नाही माहीत. श्श्यू... शांत रहा," मी म्हणालो.

आम्ही व्होडकाची बाटली ॲन्टेनाच्या मागे लपवायचा प्रयत्न करत होतो.

त्या वाईट गायनावरून मी तो रायन आहे, हे ओळखलंच. शिवाय तो आमच्या व्होडका लपवून ठेवण्याच्या ठिकाणाच्या दिशेनंच येत होता.

"रायन आहे!" मी म्हणालो. माझ्या आवाजात सुटकेचा निःश्वास आणि संधी हुकल्याचा वैताग यांचं मिश्रण होतं.

"रायन," मी ओरडलो.

"हरी," तो प्रत्युत्तरादाखल ओरडला.

"भडव्या, तू इथे आहेस आणि मी तुला सगळीकडे शोधतोय. तुझ्याबरोबर आणखी कुणी आहे का?"

"रायन, मला तुला..."

"अरे, पोरगी!" मला मेलेल्या सश्याबरोबर पकडावं तसा रायन चित्कारला. नेहा माझ्या मागे लपत होती.

"ही नेहा," मी म्हणालो.

"नेहा, हा रायन. आता शहाण्या मुलासारखं नेहाला 'हॅलो' म्हण."

रायनचा आवाज तत्क्षणी मृदू बनला. पुरुषांचे हे असं काय होतं; बायकांच्या सान्निध्यात ते कुणी निराळीच व्यक्ती बनतात... सो प्रेडिक्टेबल!

"हाय नेहा," रायन जिच्याविषयी इतकं काही ऐकलंय तिच्याकडे जास्त बघण्याचं टाळत म्हणाला.

"हाय," नेहा म्हणाली. रायनवर विश्वास ठेवावा की नाही, याबद्दल ती अजूनही साशंक होती.

"मी असाईनमेंट करण्यासाठी हरीला शोधत होतो." रायन म्हणाला.

"ते जाऊ दे रायन. आम्ही ड्रिंक घेतोय," मी म्हणालो.

"खरंच?" रायननं अशा स्वरात विचारलं की, त्याला नेहानं पंखधारी व प्रभामंडळयुक्त असणं वगैरे अपेक्षित होतं.

"पण, मला नेहा तशी नाही असं वाटलं होतं."

"तशी म्हणजे कशी?" नेहानं ताबडतोब विचारलं.

"अं... काही नाही," असं म्हणून रायन उबदार कॉंक्रीटवर बसला.

"मग तू माझ्याबद्दल काय काय ऐकलं आहेस?" नेहानं विचारलं.

"बरंच," असं म्हणून रायननं तिला आमच्या सगळ्या माजी 'डेटस्'मधले पवित्र तपशील सांगायला प्रारंभ केला. ते बोलत राहिले. जणू दहा-एक तास आणि मी अधिकाधिक ढोसत राहिलो. रायनपाशी संगणकाची स्मरणशक्ती आहे, त्यानं तिला अशा गोष्टी सांगितल्या की, त्यातल्या काही मी सुद्धा विसरलेलो होतो.

"त्यानं तुला कुटुंबनियोजनावरच्या माहितीपटाबद्दल सांगितलं?" नेहानं फिदीफिदी हसत विचारलं.

"अर्थातच, तो मला सगळं काही सांगतो," रायन अगदी अभिमानानं म्हणाला.

माझ्या मनात आलं, आत्ता हा साला रायन इथे टपकला नसता तर नेहा आणि मी चुंबन घेतलं असतं. अजूनही काही जमलं असतं. त्याला इथून गच्चीतून खाली ढकलून द्यावं असं मनात आलं, पण तसं केलं तरी मूड खराब होणारच होता.

"मग... मी तशी मुलगी नाही, असं तू का म्हणालास?" नेहानं विचारलं.

"यू नो, हे सगळं व्होडका वगैरे. तू कशी असायला पाहिजेस... चांगली... चल, जाऊ दे." रायन म्हणाला,

"काय? सांग मला," नेहा प्रश्नावर ठाम होती... असा ठामपणा फक्त देखण्या बायकांकडेच असतो.

"तू अशी चांगली मुलगी आहेस. मग तू त्याला काही करू का देत नाहीस? तुम्ही वर्षभर फिरताय, अजून साधं चुंबनसुद्धा नाही, जस्ट धीस गुडी-गुडी प्रोफेसर्स डॉटर."

"हे यानं तुला सांगितलं?" नेहाचा आवाज चिरकला होता.

"अर्थात तुला काय वाटतं... तू एका मुलाबरोबर डेटिंग करतीयस की सेक्समध्ये रस नसलेल्या माणसाबरोबर? त्याच्याही काही गरजा असतील, असं तुला वाटत नाही?"

"गप्प बस, रायन." मी.

"कमॉन मॅन. कधीतरी थोडं धाडस दाखव. ते तुझ्याच हिताचं आहे."

"गरजा?" नेहा म्हणाली, ती बधीर झालेली दिसत होती.

"होय, प्रत्येक पुरुषाला गरजा असतात आणि तुझ्यासारख्या देखण्या मुलींना त्या समजत नाहीत किंवा सत्तेच्या खेळी म्हणून त्या त्याला भीक घालत नाहीत."

“सत्ता?” नेहा म्हणाली.

“होय, सत्ता, नाहीतर काय?” अखेर रायन शान्त होत म्हणाला.

“मी सत्तेसाठी मरते? आता हा विनोदच म्हणायचा. तुम्हा पुरुषांना बायकांचं मन कळतच नाही का?” नेहानं प्रश्न केला. तिच्यात व्होडकामुळे आलेला आत्मविश्वास रायनवरसुद्धा मात करू शकत होता.

“ह्वॅ,” रायन म्हणाला... आम्ही बायकांची मनं समजू शकत नाही, हे सिद्ध करत.

त्यानंतर लगेचच नेहाला घरी परत जावं लागणार होतं, त्यामुळे आम्ही तो विषय तिथेच सोडला. मला नंतर रायनवर ओरडावं असं वाटत होतं, पण त्यानं माझ्यासाठी दोन जॉइंट्स् वळल्या आणि कुमावनपर्यंत स्कूटरवरून नेलं, त्यामुळे मी तो विचार रद्द केला शिवाय, नेहाही वेडीबिडी झालेली नव्हती.

मला आतून वाटत होतं की, बहुधा रायनची आपल्याला मदतच झाली आहे!

■

११

भेटवस्तू

सीटूडी फारच छान असल्याचं माझ्या लक्षात आलं होतं, कारण एका सेमिस्टरमध्ये माझ्यावर फक्त दोनच विषयांची जबाबदारी होती. बाकीच्या विषयांच्या बाबतीत सांगायचं तर, आलोक आणि रायन मला सगळी असाईनमेंटस् द्यायचे (मी ती फक्त उतरवून काढायचो) आणि त्यांच्या नोट्सही (मी त्यांच्या झेरॉक्स काढायचो). माझ्या विषयांचं साहित्य देऊन मी त्यांचा उतराई व्हायचो. त्यामुळे आता आम्हाला दिवसभरात अभ्यासाला तास-दोन तास पुरेसे होत होते आणि सिनेमे, स्कूटरवरून भटकंती, उपहारगृहं थापटणं, बुद्धिबळ, स्क्रॅबल, इनडोअर क्रिकेट, झोपा काढणं, स्क्वॅश (हो, रायन पुन्हा प्रयत्न करत होता) आणि अर्थातच दारू ढोसणं व ग्रास फुंकणं यासाठी भरपूर वेळ मिळत होता. त्या सेमिस्टरमधल्या पहिल्या 'मायनर्स' परीक्षा वाऱ्याच्या सुखद झुळुकीसारख्या भासल्या. आम्ही काही वर्गातले अग्रणी अभ्यासपटू वगैरे नव्हतो, आमच्या अपेक्षा अगदी कमी होत्या– फाईव्ह पॉइंट जीपीए टिकलं म्हणजे झालं! स्वत:कडूनच कमी अपेक्षा ठेवल्या की, खरंच किती सुखी होता येतं!

एके दिवशी मी डिझाईनच्या तासाला गेलो होतो. या विषयाची जबाबदारी माझ्यावर होती. रायनसुद्धा त्या दिवशी माझ्याबरोबर तासाला आला होता. त्याला आपण कुणीतरी महान डिझायनर वगैरे आहोत असं वाटतं. प्रोफेसर व्होरा आम्हाला शिकवत होते.

"क्लास, हा प्रश्न लिहून घ्या... पंधरा मिनिटात मला करून दाखवा. टायरमधली हवा वगैरे गेली असेल अशा वेळी गाडीचं 'चॅसिस' उचलण्यासाठी 'जॅक' डिझाईन करा. फक्त साधं रेखाटन करा."

प्रोफेसर व्होरा पन्नाशीचे स्थूलकाय गृहस्थ होते. त्यांचा चेहरा काही वेगळाच होता, प्रोफेसरसारखा नव्हता. त्यांच्या स्वभाववृत्तीही त्यांच्या पेशाला शोभणाऱ्या

नव्हत्या. एका सेमिस्टरमध्ये सहा टर्म पेपर्स आणि एकामागून एक डिझाईनच्या सबमिशनवर रेघोट्या ओढणारं परजतं लाल पेन... प्रोफेसर व्होरांची ओळख सांगायला पुरेसं आहे.

हा माझा विषय असल्यामुळे मला कार जॅकचं डिझाईन रेखाटावं लागणार होतं आणि रायन केवळ ते उतरवून काढणार होता. प्रोफेसर व्होरांनी आम्हाला मूलभूत स्क्रूटाईप डिझाईन काढण्याएवढं शिकवलं होतं. मी डिझाईन रेखायला सुरुवात करतोय तितक्यात रायन म्हणाला,

"काय? तूही बाकीच्यांसारखंच करतोयस?"

"होय सर, मी काही थॉमस एडिसन नाही," मी म्हणालो. "आणि हा माझा विषय आहे, त्यामुळे तोंड बंद कर आणि फक्त हे उतरवून घे."

"माझ्यापाशी दुसरी कल्पना आहे," रायन म्हणाला.

मला त्याला सांगावसं वाटत होतं की, तुझी दुसरी कल्पना खड्ड्यात घाल आणि मी काढला आहे तसा स्क्रूजॅक काढ. पण मी रायनला कधीही काही सांगत नाही आणि तो कधीच कुणाचं ऐकतही नाही.

अशा प्रकारे रायननं 'सुधारीत स्क्रूजॅक'चं चित्र काढलं. त्याच्या डिझाईननुसार जॅक काढून लावणं हा भाग नव्हता. टायर फ्लॅट असते तेव्हा इंजिन बिघडलेलं नसतं. त्यामुळे पारंपारिक जॅकला मोटर जोडून, ती कारच्या बॅटरीला जोडता येईल, असं रायनचं म्हणणं होतं. कारचं 'इग्निशन' सुरू केलं की, मोटरला पॉवर मिळू शकते.

"तू काय करतोयस?" रायन काढत असलेली कार बॅटरीची रेखाचित्र पाहून मी काळजीत पडलो होतो. त्यांचा आम्हाला आत्ता करायला सांगितलेल्या डिझाईनशी काहीही संबंध नव्हता हे स्पष्ट होतं.

"तू जरा थांब आणि बघ, हे प्रोफेसरना आवडेल," रायन म्हणाला.

मी वर्गातल्या इतर सर्व मुलांप्रमाणेच माझ्या पारंपारिक स्क्रू-जॅकशी निष्ठावंत होतो. या विषयाचं नाव 'डिझाईन' होतं, 'नवनिर्मित डिझाईन' असं नव्हतंच नाहीतरी.

प्रोफेसर व्होरा वर्गात विद्यार्थ्यांच्या रांगातून फिरत, वर्षानुवर्षं त्यांचे सगळे विद्यार्थी जी सुपरिचित डिझाईन्स रेखाटत होते, ती पाहत होते, 'सिम्पल स्क्रू-जॅक.' ते आमच्या डेस्कशी थबकले.

"हे काय?" रायनचं अपरिचित ड्रॉईंग पाहून त्यांनी विचारलं.

"सर, हा सुधारीत स्क्रू-जॅक आहे," रायन म्हणाला,

"हा कारच्या बॅटरीला जोडता येऊ शकेल..."

"हा इलेक्ट्रिकल इंजिनिअरिंगचा तास आहे का?"

"नाही, सर, पण अखेर जो परिणाम मिळायला हवा आहे, तो तोच..."

"हा इन्टर्नल कम्बशन इंन्जिन्सचा तास आहे का?"

"सर पण..."

"तुला जर माझ्या तासाला बसायचं नसेल किंवा माझ्या विषयाचा अभ्यास करायचा नसेल, तर तू जाऊ शकतोस."

आता प्रोफेसर व्होरांचा चेहरा प्रेमळ बिमळ राहिला नव्हता. रायन गप्प बसला असता, तर तो बदलला असता.

"सर, हे नवं डिझाईन आहे," रायन म्हणाला, जणू प्रोफेसरांचा चेहरा इतका कष्टी दिसत नसावा.

"रियली? आणि तुला ते बनवायला कुणी सांगितलं?"

रायन काही बोलला नाही. त्यानं त्याचं असाईनमेंट शीट उचललं... आणि एकाच फटक्यात टर्रकन् टरकावलं.

"आता हे निरुपयोगी झालं," रायन म्हणाला.

प्रोफेसर व्होरांचा चेहरा आक्रसून लालबुंद झाला, "माझ्या तासाला जादा शहाणपणा करत जाऊ नकोस."

"सॉरी सर," मी म्हणालो, मी 'सॉरी' म्हणण्याचं कारण नव्हतं तरीही. त्यामुळे वातावरणातला ताण जरासा निवळला. प्रोफेसर आणि रायन दोघांनीही आपापल्या डोळ्यांच्या कोपऱ्यांतून माझ्याकडे पाहिलं. प्रोफेसर व्होरा फुत्कार टाकून पुढे निघून गेले आणि रायन खाली बसला.

"हे काही फार शहाणपणाचं नव्हतं. तुला माहीत आहे, ते तुला नापास करू शकतात," मी तास संपल्यावर रायनला म्हणालो.

"मला पर्वा नाही. या खुळचट ठिकाणाहून बाहेर पडेपर्यंत मी नाही थांबू शकत बाबा," रायन स्कूटरस्टँडवर लाथ हाणत म्हणाला, जणू तो प्रोफेसर व्होरांचा चेहरा असावा अशा त्वेषानं.

नाहीतरी तो रायनचा विषय नव्हताच. तो डिझाईनच्या पुढच्या तासांनाही हजर राहिला नाही. त्यानं त्यात डोकं न घालता माझी असाईनमेंटस् सरळ उतरवून काढली. होय, आमच्या श्रेष्ठतम महान डिझाईनरनं त्यात डोकं घालणं बंद केलं होतं.

एके दिवशी आम्ही तिघंही आमच्या सामाईक अभ्यासिकेत होतो. आम्ही आलोकचं थरमल सायन्सचं असाईनमेंट उतरवत होतो.

"म्हणजे... आता प्रोफेसर व्होरा तुझ्यावर भडकलेले आहेत तर," आलोक म्हणाला.

रायन गप्प राहिला.

"अर्थातच असणार. तू त्यांचा चेहरा पाहायला हवा होतास."

मी आणखी भर घातली.

"मला फक्त ते मला नापास करतील का, याची काळजी आहे," रायन म्हणाला.

"मुद्दा तो नाही," आलोकनं बोलायला सुरुवात केली.

"जाड्या, तुला मुद्दा समजलेला नाही, सोडून दे. बाय द वे, प्रोफेसर वीरांनी मला माझ्या लुब्रिकन्ट असाईनमेंटविषयी बोलण्यासाठी बोलावलं आहे.

"खरंच?" आलोक आणि मी एका सुरात म्हणालो... प्रोफेसर वीरांनी आमची लबाडी पकडली तर नाही ना, या काळजीनं.

"अरे बाबांनो, काळजी करण्यासारखं काही नाही. मी त्यांना निराळा पेपर दिला होता. ते काही वर्गातलं असाईनमेंट नव्हतं."

"तुला निराळे पेपर्स करायला वेळ असतो?" मी विचारलं.

"माझ्याजवळ मला हवं ते करायला वेळ असतो. माझ्या मनात कल्पना होती की, निरनिराळ्या पदार्थांच्या मिश्रणांच्या काही चाचण्या घ्यायच्या... स्कूटरच्या इंजिनसाठी ल्यूब्रिकन्टची क्षमता तपासण्यासाठी."

"कुठे घ्यायच्या चाचण्या?" मी विचारलं.

"वेल, फ्ल्युईड मेकॅनिक्स प्रयोगशाळेत घेणं सर्वात उत्तम. पण आपल्याला स्कूटरचं इंजिन लागणार आणि साहित्य खरेदीसाठी थोडे पैसे. म्हणून मी तोपर्यंत माझ्या स्कूटरवर काही चाचण्या घेतल्या."

"वॉव. तू स्कूटरची वाट लावतोयस तर. आपण फिरायचं कसं मग?" मी विचारलं.

"हे विज्ञानासाठी चाललं आहे. असो, तर मी गाडी किती अंतर जाते याची चाचणी घेण्यासाठी वेगवेगळ्या प्रकारच्या तेलांची मिश्रणं केली. माझ्या मते... मी सामान्य ल्यूब्जना दहा टक्क्यांनी मागे टाकू शकतो."

मी रायनमुळे प्रभावित झालो होतो, हे मला म्हणावंच लागेल. हा माणूस सगळ्या प्रतिकूल परिस्थितीला तोंड देत आमचं पेट्रोलचं बिल कमी करण्यासाठी झटत होता. माझ्या डोळ्यांसमोर दहा टक्क्यांनी वाचलेल्या इंधनखर्चातून आम्हाला विकत घेता येऊ शकणारे जादा पराठे तरळले.

"पण, प्रोफेसर वीरांनी तुला कशासाठी फोन केला होता?" आलोकनं विचारलं.

"त्यांनी मला सांगितलं की, मी तुला इथली लॅब वापरण्यासाठी संस्थेची परवानगी मिळवून देण्यात व संशोधनासाठी अनुदान मिळवून देण्यासाठी मदत करीन."

"वॉव! तू अभ्यासू विद्वान होणार," आलोक म्हणाला,

"हे तितकं सोपं नाही. त्यासाठी प्रोफेसर चेरियनकडे प्रस्ताव सादर करावा लागेल. त्यामध्ये खर्चाचा अंदाज, त्यातून होणारे फायदे, लागणारा वेळ, असे सगळे तपशील द्यावे लागतील... त्यानंतर समिती निर्णय घेईल. याला महिनोन्महिने लागतात."

"पण, तुला जर हे मिळालं तर..." आलोक डोळ्यांची उघडझाप करत म्हणाला, "फारच छान होईल."

"मला पुढचे काही आठवडे हा प्रस्ताव तयार करण्यासाठी फार परिश्रम घ्यावे लागणार आहेत. काळजी करू नका. मी माझ्याकडचे विषय व्यवस्थित करीन, पण पार्ट्या किंवा सिनेमे मात्र बंद!" रायन म्हणाला.

आता हेच वाक्य आलोक म्हणाला असता, तर याच रायननं आकाशपाताळ एक केलं असतं... पण तो रायन होता, आम्ही त्याला कधीच काही सांगत नसू, शिवाय, तो काहीतरी अर्थपूर्ण करतोय याचा मला आनंद होता.

"शूअर, तु कशाकशाला मुकलास ते आम्ही तुला सांगू." मी आलोककडे पाहून डोळे मिचकावत म्हणालो.

"होय... आता तू घाशीराम झाला आहेस," आलोक म्हणाला.

"मी घाशीराम नाही. तू आहेस घाशीराम... वेंकट-बॉय," रायननं टोला दिला.

आलोकच्या घरी जावं असं माझ्या कधी मनातसुद्धा आलं नव्हतं. औषधी वास... स्वैपाकाचा वास... त्यावर कळस म्हणून मध्यमवयीन स्त्रीचा विलाप... अश्रुधारा... नुसत्या विचारानंसुद्धा माझ्या अंगावर काटा आला. तरीसुद्धा एका शनिवारी मी आलोकसोबत त्याच्या घरी गेलो, कारण रायन त्याच्या ल्यूब संशोधन प्रस्तावावर 'मला व्यत्यय आणू नका' अशा थाटात काम करण्यात गर्क होता. रायनला असं झटून काम करताना पाहून कससंच होत होतं. तो एका आठवड्यात तीन सायंकाळी संगणककेंद्रात आणि ग्रंथालयात होता. यावर कळस म्हणजे, तो दिवसा फ्ल्युईड मेकॅनिक्सच्या लॅबमध्ये विविध मिश्रणं बनवून त्यांची स्कूटरवर चाचणी घेत होता. मी त्याला 'प्रिया'ला लागलेल्या सिनेमाबद्दल सांगितलं... त्यात सहा सहा 'टॉपलेस' दृष्यं होती... पण रायननं माझ्याकडे कोऱ्या करकरीत नजरेनं फक्त एक कटाक्ष टाकला. मी त्याला नव्या 'कॉकटेल'चं आमिष दाखवायचा प्रयत्न केला, पण रायन मात्र रात्रभरात फक्त सहा कप कॉफीशी निष्ठावंत होता. उद्दिष्टं... वाव... अंदाजे खर्च... प्रत्यक्ष वापर... याआधीचं संशोधन... त्याच्या प्रस्तावातील प्रत्येक विभाग म्हणजे

लक्षावधी पानांचं बाडच होतं, तो प्रोफेसर वीरांना मसुदे तयार करून दाखवत होता, त्यांना सतत रायननं आणखी काम करावं असं वाटत होतं.

त्यामुळे आलोकनं जेव्हा मला त्याच्या घरी जेवायला बोलावलं, तेव्हा मी कबूल झालो ते केवळ जेवायला जायचं म्हणून. एव्हाना मी स्कूटर चालवायलाही शिकलो होतो आणि त्या दिवशी रायनची स्कूटर मोकळी होती. (तरी रायननं आमच्याकडे जाता-येता मिळून किती किलोमीटर्स होतात, त्याची नोंद ठेवण्याचं काम सोपवलं होतंच.)

दिल्लीतले रस्ते म्हणजे काय सांगावेत! शिवाय मी रायनच्या वेगानं स्कूटर चालवण्याचं स्वप्नसुद्धा पाहू शकत नव्हतो. आलोक आणि मी, आमचा वेग पन्नासच्या पुढे जाऊ शकला नाही. मी उपनगरांतील गायी-म्हशी आणि पोलीस यांच्यामधून वाट काढत स्कूटर हाकत होतो... आलोक माझ्याशी बोलत होता.

"रायनला हे प्रोजेक्ट मिळेल असं वाटतं तुला?" आलोकनं विचारलं.

"मिळेल असं वाटतंय. त्याचा प्रस्तावच ऐंशी पानांचा आहे, मला वाटतं तेच एक प्रोजेक्ट आहे... आणि मुख्य म्हणजे ही नवनिर्मिती आहे."

"हो, पण तुला माहिती आहे ना, त्याला या प्रस्तावावर कव्हरशीट लावावं लागेल."

"मग?"

"त्या कव्हरशीटवर विद्यार्थ्यांचं नाव आणि जीपीए लिहिलेलं असतं. ते एखाद्या फाईव्ह पॉइंटवाल्याला अनुदान देतील असं वाटतं तुला?"

"का नाही? ते प्रस्ताव वाचूनच निर्णय घेतील."

"ते प्रोफेसर्स आहेत," आलोक म्हणाला, "आणि तुला माहीत आहे... ते कशा पद्धतीनं विचार करतात ते."

"प्रोफेसर वीरा त्याच्या पाठीशी आहेत."

"होय, बघूया काय होतंय."

आम्ही तासाभरात आलोकच्या घरी पोहोचलो. मी औषधी वास टाळण्यासाठी श्वास रोखून प्राणायाम केला. अर्थातच मला ऑक्सिजन वाचून जगता येणार नव्हतं. पण सुदैवानं आलोकच्या आईनं लवकर जेवायला वाढलं.

"आलोक, मी तुझ्यासाठी आणि तुझ्या मित्रासाठी पनीर केलं आहे बघ," त्याची आई म्हणाली.

गरीब कुटुंब म्हणून पाहिलं तर आलोकच्या कुटुंबातलं खान-पान अगदी समृद्ध दिसत होतं. म्हणजे... भात, रोटी, वरण, फ्लॉवर-बटाट्याची मिश्र भाजी, आंब्याची चटणी, रायता आणि अर्थातच मटर-पनीर. मला वाटतं यावरून या कुटुंबाच्या तुंदीलतनूपणाचं रहस्य स्पष्ट व्हावं.

"खा बेटा, खा. लाजू नकोस." आलोकची आई मला आग्रह करत होती.

पाकसिद्धी रुचकर होती, मात्र जेवणादरम्यानचं संभाषण अगदी बेचव. आलोकच्या आईनं गेल्या आठवड्याचा पाढा वाचला. संपूर्ण आठवडा समस्यांनी ग्रासलेला. आणि गंमत म्हणजे तिच्या बहुतेकशा सगळ्या प्रश्नांवर फक्त एकच उत्तर होतं... अधिक पैसा. सोमवारी– पूर्वी पाच वेळा दुरुस्ती करून झालेल्या गिझरनं मान टाकली होती, पण नव्या गिझरसाठी पैसे नव्हते. बुधवारी टीव्हीच्या ॲन्टेनाची शंभरी भरली, नवी आणायची म्हटली तरी ती फारच महाग होती. त्यामुळे त्या कुटुंबाला टीव्हीच्या पडद्यावर मुंग्यायुक्त प्रक्षेपण चालवून घ्यावं लागणार होतं... नव्या ॲन्टेनासाठी पैसे साठेपर्यंत. शुक्रवारी आलोकचे वडील बिछान्यावरून खाली पडले. त्यामुळे डॉक्टरना घरी बोलवावं लागलं... शंभर रुपयांचा चुराडा. अशा आणखीही कहाण्या होत्या... स्वस्त धान्य दुकानात साखरेचा भाव दुप्पट केला होता... कामवालीने आठवड्यात दोन दांड्या मारल्या होत्या.

"मा, तू माझ्या मित्राला बोअर करणं थांबवशील," आलोक म्हणाला.

"नाही, असू दे," मी आणखी वरण वाढून घेत म्हणालो. खरं तर, आलोकच्या आईच्या जीवनाबद्दल माझ्या मनात कुतूहल जागलं होतं. गेले वर्षभर माझ्या मनात तिची प्रतिमा होती ती केवळ साडीच्या पदरानं आसवं टिपणारी... अशी. पण आत्ता माझ्या ध्यानात आलं होतं की, तिलाही स्वत:चं आयुष्य आहे. तिच्या समोरची आव्हानं ल्यूब संशोधन प्रस्तावांसारखी नसतील, पण टोमॅटोचे भडकलेले दर... अशा प्रकारची होतीच.

"आणि सोफ्याच्या स्प्रिंग्ज बाहेर येऊ लागल्या आहेत..." आलोकनं तिला थांबवायचा प्रयत्न केला तेव्हा ती सांगत होती.

"मॉम, प्लीज जरा गप्प बसशील... मी महिन्याभरानं घरी आलोय आणि तू हे असलं सगळं सांगत बसली आहेस."

तिच्या डोळ्यात आश्चर्य दाटलं होतं.

"मी माझ्या समस्या दुसऱ्या कुणाला सांगणार? मला एकुलता एक मुलगा आहे."

"पुरे मॉम." आलोक म्हणाला. त्याचा चेहरा महागड्या टोमॅटोसारखा लालबुंद झाला होता.

"मी बापडी गप्प बसते," असं म्हणून त्याची आई जेवता-जेवता स्वत:शीच पुटपुटू लागली.

"यांच्यासाठी मिळवा... मग यांच्यासाठी नोकरासारखं राबा आणि यांना तुम्ही काय म्हणताय ते ऐकायचंसुद्धा नसतं. भौतिकशास्त्राच्या शर्मा बाई मला नेहमी सांगतात... आजकाल मुलं आपल्या आईबापांना विसरतात."

खण्णणण... आलोकनं ताट जमिनीवर भिरकावून दिलं. ताटातलं अन्न दिवाणखानाभर विखुरलं गेले. तो उठून बाहेर गेला.

आता मी काय करायचं? ज्यानं मला इथे आणलं, त्या मित्रामागून निघून जायचं? की आलोकची आई साडीनं डोळे टिपतीय हे पाहत तिथेच बसून राहायचं?

मी यापैकी काहीच न करता मटर-पनीवर लक्ष केंद्रित केलं. स्वयंपाक फारच छान होता, त्यासाठी तर मी इथे आलो होतो. मी संतुष्टपणे ताटात बघत हे स्वत:ला बजावत राहिलो.

त्याच्या घरी जाण्याचा कार्यक्रम सुखाचा झाला नाही, हे सांगण्याची गरज नाही. आलोक जरासा शांत झाल्यावर पुन्हा दिवाणखान्यात येऊन सोफ्यावर बसला. आलोकची आई डोळ्यांतली तळी संपेस्तोवर रडून झाल्यानंतर खीर आणायला आत गेली.

"आलोक, असं काय करतोयस?"

"हरी, तू यात पडू नकोस. तुला नाही समजणार!"

बरोबर आहे, मी यात पडू नये... लांबच रहावं, पण यानंच तर मला यात 'पाडलं' होतं ना?

"त्यांनी खीर-बीर सगळं केलं आहे. तुला कसली अडचण आहे?"

"ते माझी अडचण आहेत. तुला नाही समजणार. गप्प बस आणि खिरीची वाट बघ."

आम्ही खीर येण्याची वाट पाहत बसलो. खीर मस्तच झाली होती. माझी एव्हाना खात्री झाली होती की, आलोकच्या कुटुंबानं थोडं साधं, काटकसरी भोजन घेतलं तर त्यांच्या निम्म्या समस्या सुटू शकतील, पण उत्तम भोजन त्यांच्या दृष्टीनं अगदी जीवनावश्यक दिसत होतं, त्यासाठी ते टीव्हीच्या प्रक्षेपणाच्या दर्जावर सुद्धा पाणी सोडत होते. हा त्यांचा प्रश्न होता, त्यामुळे मी त्यात पडलो नाही.

"तू कसला विचार करतोयस ते मला माहीत आहे," आलोक म्हणाला.

"कसला?"

"हाच की... मी इतकी निष्ठूर, पाषाणहृदयी कसा होऊ शकतो."

आलोकच्या हृदयाबद्दल माझ्या मनात फक्त एकच विचार आला होता, तो म्हणजे अशा प्रकारचं चरबीसंपन्न भोजन घेण्यामुळे त्याच्या हृदयावर प्रचंड ताण येत असणार.

"नाही, फक्त याआधी तुला असं कधी पाहिलं नव्हतं," मी म्हणालो. आम्ही मुनिर्का क्रॉसिंगजवळ एका वाटाणे विक्रेत्याला निसटतं चुकवून वळण घेतलं.

"ते माझ्याशी फक्त एवढंच बोलतात... समस्या, समस्या आणि समस्या," आलोक म्हणाला.

"आणि मी काय करू?"

"हे खरं आहे," मी म्हणालो. माझ्या मनात आलं आता आलोक मला समस्या सांगतोय, जिच्याविषयी मी काहीही करू शकत नाही.

तोंडी परीक्षा... म्हणजे माझ्या विद्यार्थी जीवनातले सर्वात तिरस्करणीय व भयावह क्षण. मी त्या टाळायचो... रस्त्यातल्या शेपूट उंचावून हिंडणाऱ्या गायींना टाळायचो तसा. पण दिल्लीतल्या रहदारीत सापडलेल्या गुरासारखं कधीकधी त्या रहदारीतून सैरावैरा सुटणं टाळता येत नाही.

बुधवारी डिझाईनची तोंडी परीक्षा होती. सीटूडी नुसार हा विषय माझा होता आणि सगळ्या प्रश्नांच्या सरबत्तीला तोंड देण्याची मुख्य जबाबदारी माझ्यावर होती. मी, रायन आणि आलोकला मला मदत करा म्हणून पटवायचा प्रयत्न केला, पण त्या भडव्यांना कुठली आलीय पर्वा! परीक्षेच्या आदल्या रात्री ते दोघं दहा वाजताच झोपी गेले, सर्व संभाव्य प्रश्नांची तयारी करत, रात्रभर घासत बसायचं काम माझ्याकडे सोपवून. त्याचा फारसा उपयोग नव्हता, निदान माझ्या बाबतीत तरी, उत्तरं माहीत असणं हा प्रश्न नव्हताच.

"हरी, सांगाडे मजबूत बनण्यासाठी सी २० स्टील पेक्षा सी ४० स्टील अधिक चांगले का असते?"

सी ४० मध्ये कार्बन जास्त असतो. त्यामुळे स्टील अधिक मजबूत असतं... शिवाय किंमतीच्या संदर्भात पाहिलं तर बहुतेक स्वस्त असतं. सी २० त्यापेक्षा मऊ असतं, ते वाकू शकतं... मला उत्तर माहीत होतं...

... पण प्रोफेसर व्होरांनी माझ्या डोळ्यांत खुपसलेली नजर बाजूला काढली असती तरच.

"सर, सी ४० स्टील हे..." मी रायन आणि आलोकला करुणेचा पाझर फुटावा म्हणून त्यांच्याकडे पाहत म्हणालो.

"हरी, माझ्याकडे बघ," प्रोफेसर व्होरा म्हणाले, "मी तुला विचारतोय."

मला त्यांच्याकडे बघायची इच्छा नव्हती. मला उत्तर बाहेर फुटावं असं खरोखर वाटत होतं, पण बाहेर फुटले ते केवळ टप्पोरे धर्मबिंदू... माझ्या चेहऱ्यावर, बाहूंवर, हातांवर.

चार वेळा प्रयत्न आणि तीन निरनिराळ्या प्रश्नांनंतर प्रोफेसर व्होरांनी नाद सोडला. रायन मान हलवून अशा अविर्भावात हसला की, 'असं होणार आहे हे मला माहीतच होतं.' आलोक गप्प होता... त्याचा मनातल्या मनात हिशोब सुरू

होता... आम्ही किती गुण घालवले याचा.

"सॉरी गाईज्," मी रात्री जेवताना म्हणालो, "मी तुम्हाला पुन्हा निराश केलं, अरे, मला तोंडी परीक्षांचा तिरस्कार आहे."

मेसमधल्या वाढप्यानं वाढलेल्या रोट्या म्हणजे त्याची जीन्ससुद्धा शिवता येईल अशा असतात. मीही अशाच 'कठोर' रोटीचा तुकडा मोडला, मनावरचा ताण कमी होईल या आशेनं.

"तुला काय होतं?" आलोकनं विचारलं.

"माहीत नाही. पण, जेव्हा कुणी तणावपूर्ण परिस्थितीत मला प्रश्न करतं तेव्हा मला बोलताच येत नाही."

"असं केव्हापासून होतंय?" आलोकनं विचारलं.

"हायस्कूलमध्ये असल्यापासून," मी म्हणालो.

"काही झालं होतं का?" रायननं विचारलं.

"नाही... म्हणजे... हो... काही नाही." मी म्हणालो.

"काय?" आलोकनं विचारलं.

"जाऊ दे सोड. भात इकडे सरकव. मला या रोट्या पचवता येत नाहीत.. च्युईंगगमसारख्या आहेत," मी म्हणालो.

१ डिसेंबरला नेहाचा वाढदिवस होता आणि तिच्यासाठी काय घ्यावं याबाबत नेहमीप्रमाणेच मला काही सुचत नव्हतं.

"तू काहीतरी खास करायला पाहिजेस," रायन म्हणाला. आम्ही तासाला दांडी मारून कॅन्टीनमध्ये हादडत होतो.

"खास... कसं करायचं? माझ्याकडे पैसे नाहीत. आत्ता माझी टूथपेस्ट विकत घेण्याचीसुद्धा ऐपत नाहीय," मी म्हणालो.

"म्हणजे तू दात घासत नाहीयस?" आलोक वर बघत म्हणाला.

"नाही बाबा, मी रायनची टूथपेस्ट वापरतोय." मी म्हणालो.

"एनी वे, मूळ मुद्यावर ये जाड्या, मी काय करू?"

"विचार कर," रायन डोक्यावर टकटक करत म्हणाला, भौतिकशास्त्रातलं एखादं गणित सोडवत असल्याच्या थाटात. तुम्हाला सांगतो... हा भडवा स्वत:ला तारणहार वगैरे समजतो.

"मला काहीही सुचत नाही," मी म्हणालो.

"आता पुन्हा स्वत:च्या हातानं बनवलेली भेटवस्तू वगैरे नाही हं, ते लिपस्टिकच्या पेटीच्या वेळी झालं आहे, त्यामुळे त्याची पुन्हा तशीच छाप पडणार नाही. आणि आत्ता माझी इतकी कडकी आहे की, मी तिला काही महागडी भेटवस्तू

देऊ शकत नाही.''

''एखादी स्वस्त पण उपयुक्त गोष्ट... म्हणजे हातरुमाल... कशी वाटतेय कल्पना?'' आलोकनं विचारलं.

''गप्प बस आलोक,'' रायन म्हणाला.

रायननं माझ्यासाठी हे काम केल्याचा मला आनंद झाला. आलोकनं तरल प्रणयरम्य भेटवस्तूची कल्पना करणं म्हणजे त्याच्या आईनं कॅब्रेची कल्पना करण्यासारखं होतं.

''रायन, मी काय करू?'' मी कष्टी झालो होतो.

''वेल, ती महागडीही असता कामा नये पण सरप्राईज असलं पाहिजे. सरप्राईज कुणाला आवडत नाही?''

''म्हणजे?'' मी विचारलं.

''म्हणजे... तिला सर्वप्रथम पहिलीवहिली शुभेच्छा द्यायची,'' रायन म्हणाला.

रायनची योजना अगदी अभिनव (आणि स्वस्त) होती... तिच्या वाढदिवसाच्या दिवशी... म्हणजे आदल्या रात्रीच तिच्या खिडकीतून थेट तिच्या खोलीत जाऊन धडकायचं. मध्यरात्री... तिला वाढदिवसाच्या शुभेच्छा देणारी पहिली व्यक्ती म्हणजे मी असणार होतो... या सरप्राईज भेटीनं ती प्रेमभावनेनं थरारून जाईल (आणि मग खऱ्याखुऱ्या भेटवस्तूची गरजच उरणार नाही.) ही कल्पना वेडपटपणाची होती कारण आम्ही फक्त माझ्या गर्लफ्रेंडच्या घरी घुसणार नव्हतो तर एका प्रोफेसरच्या घरात घुसणार होतो, तेसुद्धा दुसऱ्या कुणाच्या नव्हे, एका विभागप्रमुखाच्या घरात. पण रायननं मात्र ते अगदी सोपं... थर्मोडायनॅमिक्सचं असाईनमेंट उतरवून काढण्यापेक्षा सोपं असल्याचं भासवलं आणि मी या बेताला कबूल झालो.

त्यानुसार, रायन, आलोक आणि मी रात्री साडेअकरा वाजता कुमावनमधून गुपचूप सटकलो. हिवाळी रात्र होती. रायननं आम्हाला स्कूटरवरून प्रोफेसर मंडळींच्या निवासांजवळ आणलं. स्कूटर नेहाच्या घरापासून पन्नास मीटरवर लावली. तिथे संपूर्ण गल्ली शान्त होती. कुमावनमध्ये याच्या बरोबर उलट चित्र होतं. तिथे असाईनमेंटस् आणि घासमघाशीला आत्ता कुठे नुकती सुरुवात झाली होती. प्रोफेसर्स सुखासमाधानानं झोपले होते, त्याचवेळी त्यांचे चेले रात्रभर मान मोडून काम करत होते.

''रायन, आपल्याला हे जमेल याची तुला खात्री आहे?'' आम्ही प्रोफेसर चेरियन यांच्या घराजवळ हिरवळीपाशी आल्यावर मी म्हणालो.

''श्श्यऽ... अर्थातच. जमेल, पण तू गप्प बसलास तरच,'' रायन चेरियनच्या घराच्या फाटकापाशी खिट्टी उचलत म्हणाला.

दाराची सौम्य कुरकुर सोडली तर सारं कसं शान्त शान्त होतं. आम्ही आत

प्रवेश केला.

मी नेहाच्या खोलीच्या खिडकीकडे नजर टाकली. ती शान्तपणे झोपली असेल... अंधारातसुद्धा तिचा देखणा चेहरा चमकत असेल... माझ्या मनात आलं. माझ्या काळजाची धडधड वाढली.

"आलोक, कमॉन, तू आधी जा. या पाईपवरून," रायन कुजबुजला.

"हे अशक्य आहे," आलोक म्हणाला.

"मी तुला वर ढकलतो," रायन म्हणाला.

तो फुसक्या स्टील पाईपवरून वर चढू लागला. एखाद्या गोरिलानं कळकावर लटकावं तसं ते दृष्य दिसत होतं. आलोकचं वजन आणि गॅल्व्हनाईज्ड स्टीलची ताकद यांचा विचार करता तो पाईप मोडण्याचा गंभीर धोका होता. (बघा, आमच्या इंजिनिअरिंगच्या ज्ञानाचा कुठेतरी उपयोग झाला). त्यामुळे तो छतावर पोहोचेपर्यंत आम्ही खालीच थांबायचं ठरवलं.

आलोकनंतर माझी पाळी होती, त्यामागून रायन. तो काही सेकंदांत वर चढला. मध्यरात्रीला दहा मिनिटं बाकी असताना आम्ही प्रोफेसर चेरियन यांच्या घराच्या छतावर होतो.

सगळीकडे काजळकाळा अंधार होता. अखेर रायननं फ्लॅशलाईट सुरू केला आणि आम्ही छतावरच्या पाण्याच्या टाक्या व वाळत घातलेल्या कपड्यांमधून वाट शोधू लागलो.

"तिची खोली कुठे आहे?" रायननं कुजबुजत्या स्वरात विचारलं.

मी मूकपणे फक्त बोट केलं आणि आम्ही त्या दिशेनं निघालो.

"ही फुलं घे," रायननं शर्टातून सूर्यफुलांचा गुच्छ काढून माझ्याकडे दिला.

"ही तुला कुठे मिळाली?" मी विचारलं.

"आत्ताच, चेरियनच्या बागेत."

"तू वेडा आहेस का?" मी म्हणालो.

"नाईस टच," रायन म्हणाला, "आता सज्ज हो."

आम्ही छतावरचे काही खडे फेकून नेहाच्या खिडकीवर थाप दिली. पहिला खडा... काहीही हालचाल नाही... दुसरा खडा... तसंच... तिसऱ्यालाही... काहीच नाही.

"काही उपयोग होत नाहीय, बहुधा ती प्रचंड गाढ झोपत असेल," आलोक म्हणाला.

"प्रयत्न करत राहा," रायन म्हणाला.

आम्ही वेडपटासारखे खडे मारत राहिलो. साधारण दहाएक लाख खडे मारल्यानंतर आम्हाला प्रतिसाद मिळाला. खोलीतला दिवा लागला आणि ती

खिडकी प्रकाशाने उजळून निघाली.

पाईपवरून वर चढणं चांगलं खडतर होतंच, पण त्यापुढची पायरी म्हणजे खरोखर कपाळमोक्षाची होती. मी खिडकीच्या वर असलेल्या सपाट भागाच्या कडेला लटकायचं... आलोक आणि रायननं आपत्कालिन आधारासाठी माझे हात धरायचे असं ठरलं होतं, पण त्याआधी नेहानं खिडकी तर उघडायला हवी!

''लवकर, तिनं घाबरून किंचाळायच्या आत तिला हाक मार,'' रायन म्हणाला.

''नेहा, मी आहे,'' मी म्हणालो. त्या अर्ध्या तासात मी न कुजबुजता प्रथमच स्पष्ट आवाजात बोललो.

''हरी...'' नेहा खिडकी उघडत म्हणाली, ''तू इथे काय करतोयस?''

''सांगतो. आधी मला आत येऊ दे,'' मी लटकत म्हणालो.

''तुला वेड लागलंय का?'' ती डोळे चोळत म्हणाली. माझे पाय तिच्या चेहऱ्यासमोर तरंगत होते.

''रायन जपून,'' मी म्हणालो.

''आणखी कोण आहे?'' नेहानं विचारलं. एव्हाना ती पूर्णपणे जागी झाली होती आणि तिला चांगलाच धक्का बसला होता.

''कुणी नाही... म्हणजे... फक्त रायन आणि आलोक आहेत,'' मी खिडकीतून आत सूर मारत म्हणालो.

''जपून,'' ती म्हणाली. मी रजईवरच्या गुबगुबीत उशांवर उतरलो, फक्त मुलींच्या खोलीतच असतात अशा सुंदर आणि नाजूक रजई व उशांवर.

मी माझ्या मित्रांना अंगठा उंचावून खूण केली आणि धाडकन खिडकी लावून घेतली.

''हरी, तू नेमकं काय करतोयस?'' नेहा म्हणाली.

''डॅड जागे झाले तर?''

ती केस सावरत होती, तेव्हा तिचा झोपण्याचा पोषाख माझ्या लक्षात आला. तिनं बिनबाह्यांची, साधी सुती नाईटी घातली होती. त्यावर सगळीकडे छोटे छोटे निळे त्रिकोण होते. नेहमीप्रमाणेच ती सुंदर दिसत होती.

''हॅपी बर्थडे, नेहा,'' असं म्हणून मी शर्टमधून फुलं बाहेर काढली.

फुलं चुरगळली होती, त्यांनी आधीच मान टाकली होती. पण फुलं आणि बायका यांचं काहीतरी नातं असतं. कसं कोण जाणे, पण वनस्पतीजीवनातील ही पुनरुत्पादन साधनं कमाल करतात एवढं खरं. ती त्यांना शांत करतात. नेहाचाही राग मावळला... आमची कल्पना यशस्वी ठरली होती!

''सूर्यफुलं,'' नेहानं विचारलं.

"तुला कुठे मिळाली?"

"तुझ्याच बागेत."

"काय?" नेहा एक डेख माझ्या दिशेनं फेकत म्हणाली, "यू लोफर. तू म्हणजे असा चिकट आहेस ना... चीपो."

प्रत्युत्तरादाखल मी एक उशी तिच्याकडे भिरकावली. मी फुलं आणि उशी यांच्या होऊ घातलेल्या मारामारीबद्दल रोमांचित होऊ लागलो होतो, पण नेहानं त्या स्वप्नाला नख लावलं.

"उशांशी खेळू नकोस, मी त्याच्या अभ्रांवर स्वत: पेंटिंग केलं आहे."

हाताने रेखलेले उशांचे अभ्रे... मुली असल्या निरुपयोगी गोष्टींच्या पायात कसा काय वेळ फुकट घालवतात? म्हणजे... रायन आणि मी तर उशांना अभ्रे सुद्धा घालत नाही, मग त्यावर पेंटिंग-बिंटींग तर दूरच!

"कसला विचार करतोयस?" नेहानं माझ्या समीप येऊन माझा हात धरत विचारलं.

"काही नाही. आणि मी तुला असं दचकवलं त्याबद्दल आय ॲम सॉरी."

"इट्स् ओके. मला आवडलं ते," नेहा म्हणाली, "मला वाटतं हे फार खास आहे ये... बस."

तिने मला तिच्या बिछान्यावर बसवलं. मी तिला शक्य तितकं खेटून बसलो. माझी नजर तिच्या वक्षांकडे वळत होती. मला वाटतं मुली रात्री ब्रा घालत नाहीत... त्याच वेळी माझ्या मनात प्रोफेसर चेरियन दरवाजातून आत येण्याची शक्यता डोकावली.

"तू कसला विचार करतोयस? माझ्या डोळ्यांत बघ," नेहा म्हणाली.

"अं... काही नाही. हॅपी बर्थडे," मी म्हणालो.

"तू माझं चुंबन घेणार नाहीस?"

माझे डोळे बश्यांइतके मोठे झाले. ती मागे सरली.

"एक मिनिट थांब, तुला घ्यायचंय, होय ना?"

"होय, अर्थातच."

"मग आता?" ती म्हणाली.

"आता काय?" मी विचारलं.

"तू माझं चुंबन घेणार आहेस की..."

हा फुलांचा परिणाम असेल किंवा मी तिथे जाण्यातला एकूण थरार असेल किंवा अखेर ती 'मोठी' झाली होती म्हणा... मी पुढे सरकलो. आजवर मी चित्रपटात कोट्यावधी चुंबनं पाहिली होती पण, पहिलंवहिलं उत्तम चुंबन देणं किती अवघड असतं काय सांगू तुम्हाला!

"उप्स... इतकं जोरात नाही," ती म्हणाली, "हळूवार... बेबी किसेस फर्स्ट."

रस्ता तिनंच आखून दिला आणि स्पष्टच सांगतो... मी अतिशय एक्साईट झालो होतो. मी आयुष्यातं पहिलंवहिलं चुंबन घेतलं... तिथेच, प्रोफेसर चेरियनच्या घरात.

"श्श्य... डॅडी पाणी प्यायला उठले आहेत," ती मला बाजूला ढकलत म्हणाली.

"आता काय करायचं?"

"काही नाही, ते वर येणार नाहीत. पण तू आता जावंस."

"मला थांबायचं आहे."

"आत्ता जा आधी," ती मला बिछान्यावरून ढकलत म्हणाली. क्षणभरापूर्वीचं तिचं प्रेमळ मार्दव पूर्ण मावळलं होतं.

आता तिथे थांबण्याचा आग्रह धरण्यात काहीच अर्थ नव्हता. शिवाय मलाही आत कुठेतरी इथून बाहेर पडावं... दैत्य वर येण्याआधी, असं वाटत होतं.

"मग, कसं काय?" मी छतावर परत येताच रायननं विचारलं.

"छान... एकदम छान," मी चेहऱ्यावर विस्तृत प्रसन्न हास्य फाकून म्हणालो, त्यावरून सर्व काही व्यक्त झालंच.

वर चढणं जितकं कौशल्याचं होतं, तितकंच खाली उतरणंही, पण खरा प्रश्न उद्भवला तो आम्ही हिरवळीवर आल्यावर. कुणीतरी दिवाणखान्यातले दिवे लावले होते.

"हे दिवे कसे काय लागले?" आलोक म्हणाला.

"काय माहीत... मला वाटतं चेरियन पाणी प्यायला उठले असतील," मी म्हणालो.

"आपण रांगत जाऊया," रायन म्हणाला. आम्ही कुणाच्या नजरेला पडू नये यासाठी खिडकीखाली वाकलो.

आलोक हिरवळीवरून रांगत असताना एक बादली धाडदिशी आवाज करत पडली. इतका वेळ आम्ही कुजबुजत्या आवाजात बोलण्याची दक्षता बाळगून होतो, त्यावर पाणी पाडत.

"कोण आहे?" आतून एक पुरुषी आवाज आला आणि पावलांचे आवाजही.

"फक, चेरियन आहेत, पळा, आधी इथून बाहेर पडा," रायन म्हणाला.

आम्ही रांगणं-सरपटणं थांबवून जिवाच्या आकांताने धावत सुटलो. जर चेरियननी आम्हाला पाहिलं असतं तर त्यांनी तत्क्षणी आमच्या ढुंगणावर लाथ मारून आम्हाला कॉलेजमधून हाकललं असतं.

त्यांच्या घराचं दार उघडलं तेव्हा आम्ही नुकते फाटकाबाहेर गेलो होतो. दार उघडून चेरियन बाहेर आले तेव्हा त्यांच्या अंगावर जे काही होतं ते त्यांच्या

बायकोचा नाईटगाऊन असावा तसं दिसत होतं.

"कोण आहे?" ते चष्मा नीट करत ओरडले.

"तुझा बाप," रायननं आरोळी ठोकली आणि आम्ही सर्वांनी धूम.

आता चेरियननी आमचा पाठलाग केला की नाही, का त्यांना त्याची फारच भीती वाटली, कोण जाणे. मात्र आम्ही तिघंही रायनच्या स्कूटरपाशी येईपर्यंत थांबलो नाही.

"तू मूर्ख आहेस का काय? तू तसं कशाला म्हणालास?" स्कूटरवरून जाताना मी खरडपट्टी काढली.

"होय, बरोबर आहे. मी असं म्हणायला पाहिजे होतं की... सर... काही नाही, तुमचा जावई काही मित्रांना घेऊन आला आहे. मग त्यांनी आपल्यासाठी मद्याचे चषक भरून बाहेर आणले असते."

■

१२

नेहाचं मनोगत...

समीर भय्या,

तू हे पत्र कसं आणि कधी वाचणार, ते मला माहीत नाही... तरीसुद्धा मी हे पत्र लिहीत आहे. मी तुझ्या अखेरच्या पत्राला उत्तर देण्यासाठी सदैव शब्दांची जुळवाजुळव करत असते. तू फक्त मला लिहिलेलं ते अखेरचं दु:खद पत्र.

एनीवे, मी तुला मला भेटलेल्या या मुलाविषयी सांगते. तू त्याला हरी– माझा बॉयफ्रेंड असं म्हणशील पण मी नाही. तो विद्यार्थी आहे, तुझा विश्वास बसतोय? कॅम्पसमध्ये राहणाऱ्या आयआयटीच्या प्रत्येक विद्यार्थ्याची आपल्याला किती चीड होती आठवतंय? पण आमची अगदी विलक्षण पद्धतीनं भेट झाली आणि अगदी सुरुवातीपासूनच त्याच्यामधल्या कशानंतरी मला आकर्षित केलं होतं.

तो दिसायला फार काही चांगला नाही किंवा फार हुशार-बिशारही नाही, आहे आपला अजागळ खुळा. डॅड आणि मॉमला याचा पत्ताही नाही, याचा तुला अंदाज असेलच. तू गेल्यापासून मी असंच जगायला शिकलीय, पण डॅडीना हे समजलं तर काय होईल याची तुला चांगलीच कल्पना आहे. कॅम्पसच्या बस थांब्यावर एका माणसानं मला पाहून शिटी वाजवली होती, तेव्हा त्यांनी त्या माणसाला धरायला पोलिसांना बोलावलं होतं... आठवतंय? आणि वर्गातल्या एका मुलानं नोट्ससाठी फोन केला म्हणून त्यांनी घरातला फोन नंबर बदलून घेतला होता ते? त्यांना मुलीला योग्य रीतीनं वाढवायचं आहे. मी त्यांचं जीवितध्येय आहे. त्यांना तीच चूक दुसऱ्यांदा करायची नाहीय.

मला तुला फक्त इतकंच सांगायचं आहे की, माझी चिंता करू नकोस. मुलींनी चांगलं असायला हवं... मला ठाऊक आहे. कधीकधी मला वाटतं की या मुलाला फक्त शारीरिक जवळकीत रस आहे. ज्यांना बॉयफ्रेंड आहे अशा

मुली मला सांगतात की, सगळी मुलं सारखीच... त्यांना तेच हवं असतं. पण तुला एक गोष्ट सांगू? मलाही तेच हवं असतं. नाही, नाही... अजून मी काहीही केलेलं नाही, पण आता मात्र मला सदैव औत्सुक्य वाटतं... मी जर परवानगी दिली तर हरी काय करेल... मनात याबाबत विचार सुरू होतात. असा विचार करणं वाईट आहे का?

ओह नो, मी पुन्हा तुझ्यावर प्रश्नांची सरबत्ती सुरू केली. तुला हरीबद्दल आणखी थोडं सांगते. त्याला दोन मित्र आहेत रायन आणि आलोक. ते नमुने आहेत नमुने! आता मला आयआयटीचे विद्यार्थी आवडू लागले आहेत असं समजू नकोस... फक्त ही मुलं निराळी आहेत इतकंच. त्यांची एक गंमत सांगते, पाच पॉइंटच्या जवळपास जीपीए मिळवून ते कसेबसे विद्यार्थीपण टिकवून आहेत.

तुझ्या मनात काय चाललं आहे, ते मला समजतंय... हे डॅडना अजिबात न आवडणाऱ्या प्रकारचे विद्यार्थी आहेत आणि मी नेमकी म्हणूनच त्यांच्याशी सलगी वाढवत आहे असं तुला वाटतंय. भय्या, तसं नाहीय.

तुला सांगते, माझ्या मागच्या वाढदिवशी, ते आपल्या घरी अकस्मात टपकले... ज्यांच्याविषयी मी बोलतीय तेच लोफर्स. हरीनं माझ्या खोलीत येऊन, मला आपल्याच बागेतून तोडलेली फुलं दिली! डॅडना त्याच्याविषयी कधी वाईट समजू नये आणि मला त्याला सदैव भेटता यावं अशी मी आशा करत आहे. मात्र अजूनही मला हरीबद्दल बऱ्याच गोष्टी माहीत नाहीत. माझ्या मनात असं आहे की, ज्या दिवशी हरीला नोकरी मिळेल, त्या दिवशी त्याला डॅडना भेटवायचं. म्हणजे तरीसुद्धा डॅड विरोध करतीलच. पण निदान त्याच्यापाशी जमेची काहीतरी बाजू असेल. आत्ता विचारशील तर तो काहीसा अपयशीच आहे असं मी म्हणते. हा माझा हलकटपणा होत असेल तर माफ कर, पण काही अर्थानं तो अपयशी आहे. त्याच्यावर रायनचा प्रचंड अंमल असतो. कधीकधी 'रायनचं असं रायनचं तसं' त्याची भुणभुण न थांबणारी असते. मला हा रायन प्राणी इतका काही चांगला वगैरे वाटत नाही. ब्रँडेड कपडे घालतो त्याचं कारण त्याचे आईवडील चांगले गबर आहेत. माझं व्यक्तीशः मत म्हणशील तर मला या प्राण्याच्या आक्रमकतेमागे पोकळी आहे असं वाटतं.

बघ ना, ही आयआयटीमधली पोरं आणि त्यांचं कॉलेज... यांचं हे असंच असतं. ते स्वतःभोवतीच्या अभेद्य कुंपणात इतके गुरफटलेले असतात की आपण खरे कोण आहोत, आपल्याला खरं काय हवंय तेच त्यांना समजत नाही.

वेल, आत्ता मी इतकंच लिहीन. मी पुन्हा लिहीन... नक्की, मी वचन देते आणि मी चांगलं वागण्याचंही वचन देते, पण हे डॅड आणि मॉमला सांगू

नकोस. बघ हं, मी तू घातलेली शपथ पाळली आहे. तुझ्या पत्रानं मी कितीही कोसळून जात असले तरी, मी त्याविषयी कुणालाही काही सांगितलेलं नाही, त्यामुळे तूही माझं हे गुपित गुपितच ठेव. मॉमला हे सहन होणार नाही, मला ठाऊक आहे. सध्या ती फारसं बोलतही नाही. भय्या, तू आम्हाला का सोडून गेलास? हे बरोबर नाही, हे तुलाही ठाऊक आहे ना?

तुझी आठवण काढणारी,

नेहा

■

१३

आणखी एक वर्ष उलटल्यावर...

आम्ही कॉलेजच्या गच्चीवर मद्यपानाचा आस्वाद घेत होतो. आता आम्ही तिसऱ्या वर्षाचे विद्यार्थी होतो... म्हणजे अल्कोहोलची नवलाई उरली नव्हती. याचाच अर्थ असा होता की, आम्ही एवढंसं पिऊन दर खेपेला ओकण्याचा सोहळा होत नव्हता, वेळ मस्त मजेत गेल्याचं सिद्ध करणारा. आज आम्ही मद्याच्या प्याल्यात आमची दु:खं बुडवण्याची दोन कारणं होती. पहिलं म्हणजे– वर्षभर ढोर मेहनत करूनही मेकॅनिकल इंजिनिअरिंग विभागानं रायनचा ल्यूब प्रकल्पाचा प्रस्ताव अगदी सरळ सरळ नाकारला होता आणि दुसरं म्हणजे– मी आणखी एका तोंडी परीक्षेचा विचका केला होता. तोंडी परीक्षेची वाट लावायची असेल तर मी तुम्हाला अगदी हवा तसा माणूस आहे!

"खड्ड्यात गेला ल्यूब प्रकल्प. मी त्यावर फारच वेळ फुकट घालवला. पण हरी तुझं काय? हे तुझं नेहमीचंच आहे. तुझं तोंड का आवळतं?" ज्याच्या धमन्यांतून रक्तापेक्षाही जास्त आत्मविश्वास दौडत असतो असा रायन वदला.

"मलाही ते कळलं असतं तर..." मी डोळ्यांच्या कोपऱ्यातून पाहत निराशेनं म्हणालो.

"तुला तोंडी परीक्षेतल्या प्रश्नांची उत्तरं माहीत असतात... येत असतात ना?" आता आलोक संभाषणात उतरला.

मी मान हलवली. यात काहीच अर्थ नव्हता. तीन वर्षं तोंडी परीक्षा देऊनही माझं भय जराही कमी झालेलं नव्हतं.

"रायन, तुला सांगतो, मला तोंडी परीक्षांची चीड आहे. बट कमॉन मॅन. पण तुला फार वाईट वाटत असेल," मी म्हणालो.

"वाईट काय? मी त्या प्रस्तावावर फक्त दहा संध्याकाळी काम केलं आणि लॅबमध्ये शंभर-एक तास. पण अखेर, चेरियननी ते उडवून लावलं. तो म्हणाला

की, हे 'फारच आशावादी व चमत्कारिक आहे' साल्याची मुंडी मुरगळीन.'' रायननं जाहीर केलं.

''पण तुझी कल्पना चांगली आहे, हे तुला माहीत आहे...'' आलोक म्हणाला.

''अर्थातच, आहे. प्रोफेसर वीरांचंसुद्धा तसंच मत आहे. पण चेरियनला नाही तसं वाटत आणि तो विभागप्रमुख आहे. असो, जाऊ दे... गेलं उडत.''

''आता हा विषय पूर्ण संपला?'' मी विचारलं.

''माझ्या बाजूनं. प्रोफेसर वीरा कदाचित खाजगी प्रायोजक वगैरे मिळतोय का बघतील, पण बहुतेकसं संपलं असंच म्हणावं लागेल,'' रायन म्हणाला.

आलोक शान्तपणे बसला होता. एकीकडे नाक कोरतोय... एकीकडे व्होडका पितोय. ते दृष्य इतकं किळसवाणं होतं, पण आता मला त्याचा त्रास होत नसे. सवयीनं माणसात कशी प्रतिकारशक्ती निर्माण होते... आश्चर्य वाटतं.

मी आलोककडे पाहत म्हणालो, ''निदान तू तरी सुखी आहेस.''

''सुखी?'' आलोक म्हणाला, ''चांगला विनोद आहे.''

''आता काय झालं?'' मी विचारलं.

''काही नाही. माझ्या आयुष्यात सालं कधीच काही घडत नाही. त्यामुळेच मी कधीही सुखी नसतो. बहिणीचं लग्न व्हायला हवंय... मला वाटतं, सगळ्यात प्राधान्यानं होणं आवश्यक असणारी गोष्ट आहे.''

आलोकच्या बोलण्यात तथ्य होतं. दु:खानं झाकोळलेलं घर, अर्थशून्य ग्रेडस् आणि रडे मित्र... हा काही सुखाच्या दिशेनं जाणारा मार्ग नव्हता. निदान त्याला एक तरी आनंद होता... मित्रांच्या सहवासात बसून मेकडे काढण्याचा.

''नेहा कशी आहे?'' आलोकनं विचारलं.

''ठीक आहे. मी आयआयटीत राहण्याचं ती एकमात्र कारण आहे,'' मी म्हणालो.

''हो, बरोबर आहे. तुझी आणखी पुढे काही प्रगती?'' रायननं चौकशी केली.

''म्हणजे? तुला माहीत आहे... मी तिचं चुंबन घेतलंय.'' मी म्हणालो.

''हो, पण त्याला झाली आता दहा वर्षं. आणि त्यापेक्षाही अजून बरंच काही असतं. तुला माहीत आहे ते, आहे ना? का तिच्यासमोरही तुझं तोंड आवळतं?''

आलोक फिदीफिदी हसला.

''काय हे रायन,'' मी म्हणालो, ''नेहा तसली मुलगी नाही.''

''पण तू तर 'तसला' मुलगा आहेस ना, मग तिला 'तसली' बनव.'' रायन म्हणाला.

''कसं?''

"मी तुला प्रत्येक गोष्ट सांगू शकत नाही."

काळोख दाटून आल्यावर आम्ही कुमावनमध्ये परतायचं ठरवलं. काळ पुढे सरकला होता... त्याबद्दल देवाचे आभार मानायला हवेत. म्हणजे आता आमचे या ठिकाणी बरेच थोडे दिवस उरले होते.

"कॉलेज संपेल तेव्हा मला फार आनंद होईल," मी म्हणालो.

"निदान आपण सीटूडी तरी परिपूर्ण केलं," आलोक म्हणाला.

"नक्कीच," रायन स्वत:वरच खूष होऊन म्हणाला, "आपण प्रत्येकानं आपापलं असाईनमेंट केल्याला किती दिवस झाले?"

"मला मात्र अजूनही कधीकधी भीती वाटते," मी म्हणालो.

"का प्रोफेसर्स आपल्याला जे भंगार देतात, अगदी काळजीपूर्वक, ते ते कधीही वाचून बघत नाहीत. त्यांना हे कधीही समजणार नाही," रायननं नेहमीच्याच उर्मटपणे माझी शंका उडवून लावली.

"मी ऐकलं आहे की चेरियन भयंकर आहेत म्हणून." आलोक म्हणाला.

ते आम्हाला लवकरच समजणार होतं; कारण आता चेरियन आम्हाला एका विषयाला शिकवायला येण्याची वेळ येऊन ठेपली होती. विषय होता 'इन्डेम' म्हणजे इन्डस्ट्रियल इंजिनिअरिंग ॲन्ड मॅनेजमेंट.

"हो, अखेर तो साला शिकवायला येणार तर. मी त्याच्या एकाही तासाला बसणार नाहीय," रायन म्हणाला.

"तुला बसावंही लागणार नाही. सीटूडीनुसार हा विषय हरीकडे आहे," असं म्हणून आलोक डोळे मिचकावत म्हणाला, "आपल्या या बाबाला डॅडवर छाप पाडायची आहे."

"वेल, कधीतरी नेहानं तिच्या डॅडना माझ्याबद्दल सांगावं असं मला वाटतं आहेच. मी त्यांच्या सगळ्या तासांना दांडी मारली तर ते बरं होणार नाही," मी उद्‌गारलो.

"मला तो माणूस अजिबात आवडत नाही." रायन सरळ म्हणाला.

चेरियनचा पहिला तास कुणीही बुडवला नाही. म्हणजे रायन सोडून कुणीही. मला माझ्या गर्लफ्रेंडला... माझ्या सर्वात जिवलग मैत्रिणीला क्लेष देणारा दैत्य मनुष्यरुपात कसा दिसतो, ते पाहायला मी उत्सुक होतो. बाकीचे सगळेजण देशातील सर्वोत्तम इंजिनिअरिंग कॉलेजमधील मेकॅनिक इंजिनिअरिंगचे विभागप्रमुख कसे दिसतात ते पाहायला आले होते. चेरियन त्यांच्या विद्यार्थीदशेत अगदी पैकीच्या पैकी गुण म्हणजे दहा गुण मिळवणारे होते, असं आम्ही ऐकून होतो. मला त्या माणसाविषयी बाकी फारसं काही माहीत नव्हतं... त्यांच्या मुलीला

माझ्या दृष्टीनं दहापैकी दहा गुण होते, एवढी वस्तुस्थिती वगळता.

त्यांच्या तासाला मी पाच मिनिटं लवकरच वर्गात गेलो होतो आणि तीन वर्षात प्रथमच पहिल्या रांगेत बसलो होतो. का कुणास ठाऊक, पण मला या विषयात खरोखरच चांगली कामगिरी करून दाखवावी असं वाटत होतं. कदाचित 'इन्डेम'मध्ये 'ए' मिळवण्यानं माझ्याविषयी पहिलंवहिलं मत चांगलं बनलं असतं... आणि नेहानं माझी ओळख करून देण्याच्या दृष्टीनं एक चांगलं पाऊल. हे ऐकायला कसं छान वाटतं बघा–

"डॅड, हा हरी– तुमच्या इन्डेममध्ये पहिला आलेला," नाहीतर आहेच... "डॅड, हा हरी. तुमच्या विषयात भंगार 'सी' मिळवणारा रड्या."

बरोबर नऊच्या ठोक्याला प्रोफेसर चेरियन वर्गात आले, सोबत पुस्तकांचा भलामोठा ढीग घेऊन... जणू नुकतेच ग्रंथालय लुटून आले असावेत असा.

"सगळ्यांनी इकडे लक्ष द्या. आपण तासाला सुरुवात करूया," ते करारी आवाजात बोलू लागले.

आपल्या गर्लफ्रेंडच्या आईवडिलांना पहिल्यांदा पाहणं काही वेगळंच असतं. चेरियन म्हणजे नेहाचीच अतिशय वाईट प्रतिकृती आहे, ही गोष्ट मनात आल्यावाचून राहीना. जणू तिचा मेणाचा पुतळा ठासून भरलेला असावा आणि तो अकस्मात वितळू लागला असावा, तसे ते दिसत होते.

तिच्यासारखंच तोंड, गोल चेहरा... फक्त त्यांचा चेहरा तिच्या चेहऱ्याच्या दुप्पट आकाराचा होता. त्यांच्या चेहऱ्यावर चरबीची पुटं ओघळलेली होती तर नेहाचे गाल अगदी मृदू-मुलायम रसरशीत होते. नेहाचा केशसंभार लांबसडक देखणा होता, चेरियनच्या भाळी टकलाचा भलामोठा चंद्र होता, निरुलाजमधल्या हॅम्बर्गरपेक्षाही मोठा. नेहाला भयपटातल्यासारखी वेशभूषा केली असती तर ती अगदी तिच्या बापासारखी दिसली असती.

"काळ आणि गतीचा अभ्यास हा इन्डेमचा आत्मा आहे. एक इंजिनिअर म्हणून तुम्हाला मापन करता येण्याजोगी फलनिष्पत्ती घडवताना मानवी कृती कमी करता यायला हव्यात आणि तिसरी ओळ... बडबड बंद करा," चेरियन तिसऱ्या ओळीतल्या दोघा विद्यार्थ्यांकडे खडूचा तुकडा भिरकावत म्हणाले. त्या दोघांना कुठलासा विनोद सांगितल्यावाचून राहवत नव्हतं.

"बघ तुझा सासरा बघ," आलोक कुजबुजला.

"मला जिवंत खाईल असा दिसतोय," मी म्हणालो.

चेरियननी कुजबुजते स्वर ऐकताच फळ्यावर लिहिणं थांबवलं आणि टेबलवर डस्टर जोरात आपटलं.

"आता पुढच्या साठ मिनिटांत कुणीही बोलायचं नाही," सद्दाम हुसेनसुद्धा

घाबरून थरथरला असता अशा स्वरात चेरियन म्हणाले, ''समजलं?''

खडूच्या भुकटीचा ढग तयार झाला होता... जणू चेरियननी वर्गात हातबॉम्ब फोडला असावा! त्या धूसर ढगामागे त्यांचा पिळवटलेला मुखडासुद्धा दिसत नव्हता. माझ्या मनात आलं... नेहानं तिचं आख्खं आयुष्य या माणसासोबत कसं काढलं असेल... मला त्या क्षणी तिची तिथून सुटका करायची होती. माझ्या मनात तिच्यासोबत पळून जाण्याचा विचार आला. चेरियन झोपलेले असताना त्यांच्या घराच्या छतावरून मार्ग काढायचा आणि तिला घेऊन निसटायचं. पण तिला न्यायचं कुठे? होस्टेलचा काही उपयोग होणार नव्हता, तिथे आम्ही सगळे एका खोलीत कसे झोपणार?

चेरियननी काळ आणि गतीच्या अभ्यासाचं पहिलं उदाहरण दिलं– ''शर्टाचा कारखाना. त्या कारखान्यात पाच कामगार होते असं आपण म्हणू. आता हे कामगार स्वतंत्रपणे शर्ट बनवू शकतात किंवा शर्ट बनवण्याच्या प्रक्रियेतले घटक वाटून घेऊ शकतात. उदाहरणार्थ, पहिला कामगार शर्ट बेतेल, दुसरा– शिवेल, तिसरा– बटणं लावेल अशा प्रकारे.

''अशा प्रकारे कामांची विभागणी करण्याला 'असेंब्ली लाईन' असं म्हणतात. पण एखाद्या विभागातील कामाची गती मंदावून त्यामुळे एकूण उत्पादन मंदावू नये यासाठी प्रत्येक काम सारख्याच वेळात होईल, यावर तुम्ही कटाक्ष ठेवायला हवा.

''अशा प्रकारे, कापड बेतायला जर सहा मिनिटं लागत असतील आणि शिवायला तीन मिनिटं, तर पहिलं काम दोन कामगार करू शकतील.

''अशा प्रकारे, तुम्ही 'असेंब्ली लाईन' जलद तयार करू शकता. कामगार विशिष्ट एका गोष्टीवर पूर्ण लक्ष एकवटतो आणि आपापल्या कामात अधिक निपूण होतो. आणि त्याहून महत्त्वाचं म्हणजे, तुम्हाला जादा सामुग्रीची गरज भासत नाही. म्हणजे, उदाहरणादाखल सांगायचं तर तुम्हाला पाच कात्र्यांची गरज़ लागणार नाही, फक्त एक कात्री पुरेल,'' चेरियन म्हणाले.

हे सगळं अगदी तर्कसंगत वाटत होतं. नाहीतरी, इंजिनिअर्सनी हेच तर करायचं असतं, नाही का? साधनस्रोत वापरात बचत करण्यासाठी चतुर युक्त्या शोधून काढा आणि कामगारांना अधिक कार्यक्षमपणे कसं काम करायचं ते सांगा.

''ते बरोबर बोलतायत,'' मी म्हणालो.

''तू फक्त नोट्स घे. क्विझमध्ये काहीही येऊ शकतं.'' आलोक म्हणाला.

हा जाड्या कायम रड्याच राहणार, माझ्या मनात आलं. फक्त याच्या नाकाचा विषय वगळता. तिथे मात्र त्याची 'कमाई' अगदी समृद्ध होती. म्हणजे असं बघा... मी काही थोर विचारवंत वगैरे नाही, पण कधीकधी एखादा वर्गात

नीट ऐकत असतो. या प्राण्याला फक्त एवढंच माहीत आहे... वर्गात घासायचं आणि परीक्षेत ओकायचं. मी इन्डेमविषयी रायनशीच चर्चा करायचं ठरवलं.

साठ मिनिटं झाल्यानंतर चेरियननी हातातला खडू खाली ठेवला. त्यांनी काळ आणि उपलब्ध साधनस्त्रोतांची विविध समीकरणं मांडून दाखवण्यासाठी ते शर्टाचं उदाहरण दहा वेळा सुधारित रूपात मांडलं. आयआयटीतल्या प्रचलित पद्धतीनुसार ते साधं-सोपं उदाहरण अखेर गुंतागुंतीच्या समीकरणात रूपान्तरित झालं. प्रोफेसरनी पुढच्या तासासाठी या समीकरणांचा वापर असणारं असाईनमेंट दिलं, म्हणजे त्या रात्री ग्रंथालयात कमीतकमी दोन तास पिदावं लागणार होतं.

''तू मूर्ख आहेस का... तुला हे भंगार इन्डेम इन्टरेस्टिंग वाटलं,'' मी रायनला या तासाविषयी सांगितल्यावर त्याची ही प्रतिक्रिया.

''का? विचार कर, प्रत्येक माणूस कपडा बेतणार मग तो शिवणार, त्याऐवजी...''

''म्हणजे, तुला प्रत्येक शिंपी कापड बेतणारा किंवा बटणं लावणारा बनवायचा आहे का? ते काय साले यंत्रमानव आहेत का?''

''नाही, ही हुशारी आहे, तू जर ऑप्टिमायजेशन इक्वेशन वापरलंस तर...''

''खड्ड्यात घाल ते इक्वेशन. त्या कामगारांनी घरी जाऊन काय सांगायचं? की मी आज दहा शर्ट शिवले म्हणून... का आज मी कापडाचे पन्नास तुकडे फाडले म्हणून? प्रत्येक काम करणं हे किती बधीरल्यासारखं असेल, तुझ्या ध्यानात येतंय का?''

''असा विचार करणं मूर्खपणाचं आहे,'' मी म्हणालो.

''हे कार्यक्षमता सुधारण्यासाठी आहे, पण जर प्रत्येक कामगाराला स्वत: आपल्या पद्धतीनं शर्ट बनवून, डिझाईनमध्ये सुधारणा करायची असेल तर? ही फक्त चेरियनची भंपक कल्पना आहे... माणसांना मनशून्य यंत्रांसारखं मानायचं.''

''मला वाटतं रायन, तू त्यांच्या तासाला बसावंस. मी ते समजावून सांगू शकत नाही. त्यांचं म्हणणं बरोबर आहे असं वाटतं.''

''अर्थातच, त्यांचं म्हणणं तुला बरोबर वाटणारच. तुला त्यांची पोरगी पटवायची आहे त्यामुळे.''

''एऽ गप्प बस. फक्त तासाला ये. कळलं. तुला या सिस्टिमला संधी देण्याची ही सर्वात योग्य वेळ आहे.''

''ही सगळी सिस्टिमच भंपक आहे, त्यामुळे तिला आणखी संधी नाही. आता मला असाईनमेंट दे... म्हणजे मला उतरवून काढता येईल.''

मी नेहाला कॉलेजच्या गेटच्या बाहेर 'वॉक-डेट'साठी भेटलो. 'वॉक-डेट' म्हणजे आपल्या मैत्रिणीबरोबर ताजी हवा खात दर्जेदार संभाषण करण्यासाठी

दूरवर फिरायला जाणं... किंवा निदान तसं म्हणणं. वॉक-डेटस्‌बाबतची सर्वांत महत्त्वाची आणि खरी गोष्ट म्हणजे ती चकटफू असते! माझ्या दृष्टीनं पाहता, गेल्या खेपेला रायनच्या स्कूटरची टाकी भरण्याची पाळी माझी होती, त्यामुळे मी हा पर्याय निवडणं अगदी सरळ होतं. नेहानं रस्ता ठरवला... कॅम्पसवरून निघून जवळपासच्या खेड्यांतून फेरफटका मारून, पाच किलोमीटरची सफर करून पुन्हा कॅम्पसमध्ये परत.

''मग... मला सांग, तुला माझे डॅड कसे वाटले?'' मी रोमांचित होऊन टुणकन्‌ उडी मारावी अशी तिची अपेक्षा असावी.

''मला त्यांच्याविषयी खरंच माहिती नाही, पण मला वाटतं, ते चांगलेच कडक आहेत. तू त्यांच्यासोबत कशी राहतेस?''

''तुला सांगते, त्यांच्यावर चांगल्या विद्यार्थ्यांची खरोखर छाप पडते. त्यांच्या विषयात तू चांगली कामगिरी करशील अशी मला आशा आहे.''

''मी प्रयत्न करतोय, पण मला 'ए' कधीच मिळालेलं नाही आणि ते आठवड्याला डझन-डझन असाईनमेंटस्‌ देतात. त्यात भरीस भर म्हणून तोंडी परीक्षा असते... तिचा तर मला प्रचंड तिटकारा आहे.''

''तू जर 'ए' मिळवलंस, तर मला त्यांना सांगता येऊ शकेल की, आपण मित्र आहोत.''

''वेल, मी प्रयत्न करतोय. बरं, आपण कुठे चाललोय?''

''फक्त चालत राहा. माझ्या मनात एक ठिकाण आहे.''

मी गप्प बसलो, तिच्या मनात एखादं एकान्तस्थळ असेल अशा आशेनं. डेटिंगला गेल्यावर कुणालाही फक्त एवढीच आशा असते... काहीही करता न येण्याजोगं रिकामं स्थान, जवळपास कुणीही नसलेलं. तरीसुद्धा बघा, डझनवारी फास्ट-फूड स्थळं, सिनेमागृहं आणि आईस्क्रिम पार्लर्स दिसतात... सगळेजण डेटिंगवाल्यांना 'लक्ष्य' बनवून असतात. त्याऐवजी ते फक्त रिकाम्या खोल्यांच्या रांगा-रांगा का नाही बनवत?

नेहा मला चिखली रस्त्यावरून नेत होती. ती वाट कटवारिया नावाच्या खेड्याच्या दिशेनं जात होती. वाटेत काही अर्धनग्न पोरटी आमच्याकडे आम्ही कुणी निराळ्या प्रजातीतले असल्यासारखी औत्सुक्यानं पाहत होती. गोठ्यातून बाहेर सोडलेल्या दोन म्हशीसुद्धा सायंकालीन फेरफटक्यासाठी बाहेर पडलेल्या होत्या, त्यातली एक आमच्या मागून येत होती.

''आपण कुठे निघालोय ते तुला नक्की माहीत आहे?'' मी साशंकपणे विचारलं.

''अर्थातच माहीत आहे. या रस्त्याच्या त्या टोकाला ते देऊळ दिसतंय बघ,

तिथे जायचं आहे.''

मी डोळे बारीक करून पाहिलं. साधारण एक किलोमीटरवर देवळावरचा ध्वज दिसत होता. थोड्या वेळानं आमचा पाठलाग करणाऱ्या म्हशीनं तो नाद सोडून दिला, आता फक्त आम्ही दोघंच होतो.

आम्ही देवळाजवळ पोचलो आणि तिथल्या दुर्लक्षित पायऱ्यांच्या कठड्यावर बसलो. वामकुक्षी घेणाऱ्या एका भटक्या कुत्र्यानं एक डोळा उघडून आमच्याकडे पाहिलं. देवळाच्या समोर रेल्वेमार्ग होता. बहुधा तो दिल्ली रिंग रेल्वेमार्ग असावा, स्थानिक वाहतुकीसाठी, खरं तर ही सुविधा कुणीच वापरत नाही. या मार्गावरून दर दोन तासांनी फक्त एकच रेल्वे धावते.

''इथे अशा स्थळी हे देऊळ कशाला आहे?'' मी सहजपणे तिचा हात हातात घेत म्हणालो. त्या कुत्र्याला त्याच्याशी काही देणंघेणं नव्हतं आणि आजुबाजूला कुणीही नव्हतं.

''मला वाटतं फक्त काही खेडूत इथे विशेष दिवशी येतात. पण मला हे देऊळ इथे असणंच आवडतं,'' नेहा माझ्या अंगावर झुकून म्हणाली.

आम्ही चुंबन घेतलं, कुणी सुरुवात केली, मला खरंच सांगता येणार नाही. स्थायी गर्लफ्रेंड असण्यातली ही एक चांगली गोष्ट असते. आपल्याला चुंबन घ्यावंसं वाटतं तेव्हा प्रत्येकवेळी झगडावं लागत नाही. पण नेहाच्या बाबतीत सांगायचं तर एवढंच खूप मोठं होतं. मी आधारासाठी तिच्या खांद्यावर हात ठेवला आणि त्यानंतर मनात पूर्णपणे योजून पण आपला 'तसा' उद्देश नसल्याचं भासवत मी तिच्या वक्षांच्या दिशेनं खाली घसरलो. कदाचित याखेपेला तिची प्रतिक्षिप्त क्रिया इतकी तीव्र असणारही नाही.

''नको!'' नेमक्या रसपूर्ण क्षणी नेहा मला बाजूला ढकलून उठून उभी राहिली.

''तू इतकी सुंदर आहेस,'' मी शक्य तितक्या मृदूपणे म्हणालो.

''चूप,'' नेहा फिदीफिदी हसत म्हणाली, ''तुझ्या या त्याच त्याच वाक्यांनी तुला काहीही मिळणार नाहीय. काहीतरी लाज बाळग, आपण देवळाजवळ आहोत.''

हो. बरोबर आहे. देवळाबाहेर बसून चुंबन घेतलं तर चालतं, पण 'बेफिकिरपणे हात खाली घसरणं' नाही! तुम्हाला सांगतो, नेहा म्हणजे विसंगत विधानांची सम्राज्ञी आहे.

मी पुन्हा तिच्या जवळ जाण्याचा प्रयत्न केला, वाद घालण्याचा काही उपयोग नव्हता.

''फक्त चुंबन. हे अयोग्य आहे... तुला माहीत आहे,'' तिनं बजावून सांगितलं.

त्यानंतर अर्धा तास आम्ही तिथे होतो. त्यानंतर तिला घरी जावं लागणार

होत. अखेर, आम्ही उठलो. त्या कुत्र्याकडे अखेरचा कटाक्ष टाकून परतीच्या वाटेला लागलो.

''माझा भाऊ याच रुळांवर गेला, तुला माहीत आहे?'' तिनं विचारलं.

तिचा भाऊ कसा गेला याबद्दल खरंच मी फारसं ऐकलं नव्हतं. मी रक्तरंजित कहाण्यांपासून दूरच असतो. पण मला वाटतं, मुलांना आपापल्या गर्लफ्रेंड काय सांगतायत ते ऐकावंच लागतं.

''रियली? नाही, मला नव्हतं माहीत. हे कसं काय घडलं?''

''मला अजूनही तो दिवस आठवतोय. ११ मे. भय्या जॉगिंगला गेला होता. आम्हाला सकाळी फोन आला. म्हणजे डॅडना फोन आला. त्यांनी आम्हाला संध्याकाळी सांगितलं आणि मला... मला तर त्याचा मृतदेह पाहूसुद्धा दिला नाही.'' तिचा आवाज थरथरू लागला होता.

आम्ही खेड्याच्या जवळ आलो होतो, त्यामुळे तिला माझ्या खांद्यावर मान टेकून रडू द्यावं की कसं, ते मलाच समजत नव्हतं. पण तिनं स्वत:हून तो पर्याय निवडला. त्यामुळे मला फारसं काही करता आलं नाही.

''नेहा, जाऊ दे,'' मी रस्त्यावरच्या आम्हाला निरखणाऱ्या दोन पोरट्यांमुळे जरा अस्वस्थ होऊन म्हणालो. त्या पोरांनी बहुधा एकमेकांच्या बाहुपाशांत बद्ध मुलगा-मुलगी फक्त पडद्यावरच पाहिले असावेत.

आमच्याकडे पाहणाऱ्या पोरट्यांची संख्या आठावर जाऊन पोचली तशी नेहा माझ्यापासून बाजूला झाली.

''वॉव, आता ही पोरं कुठून आली?'' नेहा डोळे पुसत म्हणाली.

ती आठ पोरटी... बहुतांश विवस्त्र, आमच्याकडे सिनेमा पाहावा तसं पाहत होती.

''बघा, ही नायिका आहे,'' मी त्या पोरांना म्हणालो.

''रवीना टंडन,'' त्यातलं तीन वर्षांच एक पोरटं म्हणालं.

नेहा हसू लागली, त्यामुळे मला हायसं वाटलं. नाहीतर तिचा मूड परत यायला फार वेळ लागतो.

आम्ही चालत राहिलो. कॅम्पसच्या जवळ आल्यानंतर आम्ही निरनिराळे रस्ते धरले.

''कदाचित एखाद दिवशी मी तुझी ओळख त्यांच्या विषयात पहिला आलेला अशी करून देऊ शकेन.'' माझ्या पुढे चालणारी नेहा डोळे मिचकावत म्हणाली.

मी तिनं नेमून दिलेली पाच मिनिटं पूर्ण होईपर्यंत तिथेच थांबलो आणि त्यानंतर कॅम्पसच्या दिशेनं निघालो. मी तिच्या प्रेमात होतो की काय?

■

१४

व्होडका

आलोक घरून परत आला तो प्रचंड उद्ध्वस्त झाल्यासारखा.

"तुझे डॅड आणि मॉम कसे आहेत?" सासीजमध्ये त्याचं गप्प गप्प असणं लक्षात येऊन मी विचारलं. त्यानं 'आजचा खास बेत' काय याचीसुद्धा चौकशी केली नव्हती.

"नेहमीसारखीच बोंब. मागच्या वीकेन्डला घरात आणखी एक मोठा तमाशा झाला. बहिणीसाठी आणखी एक अनुरूप स्थळ होतं, पण आम्ही पैशानं अनुरूप ठरलो नाही. त्यामुळे एकतर आम्हाला हे स्थळ नाकारावं लागणार किंवा आयओयूज करावं लागणार... म्हणजे मी पास झालो की नोकरी धरायची आणि ते नंतर फेडायचं."

"कठीण आहे." रायन वदला. महाराज नुकतेच शाही वामकुक्षी आटोपून आमच्यात सहभागी झाले होते.

"पण हे माझं कर्तव्य आहे आणि माझं त्यांच्यावर प्रेम आहे. मी याकडे कटकट म्हणून पाहत नाही," आलोक उतरत्या स्वरात म्हणाला.

"मग... तू कोणती नोकरी धरणार आहेस?" मी विचारलं.

"ज्यामध्ये सर्वाधिक पगार मिळेल अशी. बाकी मला कशाचीही पर्वा नाही," आलोक म्हणाला.

"हा भंपकपणा आहे. तुला स्वत:ला खरोखर मनापासून आवडते अशी गोष्ट करावीशी वाटत नाही?"

"मला पैसे आवडतात," आलोक पुढ्यातलं खाणं संपवत म्हणाला.

जवळ पैसे येईपर्यंत पराठ्यांवर भागणार होतं.

आम्ही आता सेमिस्टरच्या मध्यात होतो. सदासर्वदा माझ्या मनात माझ्या

ध्येयाचाच विचार सुरू असायचा– इन्डेममध्ये चांगली कामगिरी करून दाखवणं. तिसऱ्या वर्षांपर्यंत प्रत्येक आयआयटीकर आपलं स्थान ओळखून फाईव्ह पॉइंटर्स होतो; आमच्या अपेक्षा मर्यादित होत्या, आम्ही आमचे गुण पाहून कधीही निराश वगैरे होत नव्हतो. तथापि मला इन्डेममध्ये मात्र 'ए' मिळवायचं होतं... माझ्या गुणपत्रिकेवर कधीही न उमटलेलं अक्षर. आलोकनं मला माझ्या या उत्तुंग महत्त्वाकांक्षेबद्दल सावध केलं होतं.

"अरे बाबा, चेरियन तुला कच्चा खाईल. सध्या तू झोपतसुद्धा नाहीस. तो फक्त दोन किंवा तीन जणांनाच 'ए' देतो, माहीत आहे ना तुला?"

"माहीत आहे. पण मला यासाठी सर्वतोपरी, शक्य ते करायला हवं. हे फक्त ती खुळचट ग्रेड मिळवणं नाहीय... इथे नेहा पणाला लागली आहे."

"तू असाईनमेंटस् मध्ये किती गुण मिळवले आहेस?"

"चाळीस पैकी तेहतीस. त्यावर मी अक्षरशः कुत्र्यासारखं राबलोय."

"हो. बरोबर. पण तुला 'ए' मिळवायचं असेल तर एकूण ऐंशी गुण मिळायला हवेत."

"मला माहीत आहे, त्यापैकी तोंडी परीक्षेला दहा आणि मेजरचे पन्नास."

"म्हणजे तुला मेजर्समध्ये पैकीच्या पैकी पाडायला हवेत आणि तोंडी परीक्षेतही चांगली कामगिरी करायला पाहिजे."

"मला माहीत आहे, या खेपेला मला यातून तरून जायलाच हवं," मी त्या विचारानं खिन्न, गर्भगळीत होऊन म्हणालो.

"जस्ट रिलॅक्स मॅन, 'बी' सुद्धा काही इतकं वाईट नाही."

" 'ए' आलोक, मला 'ए' हवंय."

"ठीक आहे. ऑल द बेस्ट." आलोक म्हणाला.

तितक्यात सासीनं आणखी पराठे आणले.

"तुझी पोरगी कशी आहे?" रायननं विचारलं.

"नेहा मजेत आहे. तिच्या भावाचा अपघात झाला त्या ठिकाणी मला घेऊन गेली होती. हे विचित्र वाटत नाही?" मी म्हणालो.

"कदाचित तू खास असल्यामुळे असेल आणि त्या स्थळाचा तिच्या लेखी खास अर्थ असेल." आलोक खांदे उडवत म्हणाला.

"जाड्याचं बरोबर आहे. तिला तू आवडतोस." रायन म्हणाला.

"बरं, तिचा भाऊ कधी गेला?"

"साधारण तीन वर्षांपूर्वी. नेमकं सांगायचं तर अकरा मेला. तो जॉगिंगला गेला होता, ह्यांना सकाळी फोन आला... त्याला रिंग रेल्वेनं उडवलं म्हणून."

"वॉव, यावर कुणाचाही विश्वास बसणार नाही," आलोक म्हणाला, "आणि

मला वाटतं रिंग रेल्वेनं कुणीही जात नसेल,''

''तो रिंग रेल्वेनं निघाला नव्हता रे जाड्या. त्याला त्या रेल्वेनं फक्त उडवलं इतकंच.'' रायननं स्पष्ट करून सांगितलं.

''होय... कसलं भयंकर म्हणायचं!'' मी डोळे फिरवत म्हणालो.

''पण मे महिन्यात इतक्या शिजत्या सुप्रभाती जॉगिंगला कोण कडमडतो?'' रायनला जाणून घ्यायचं होतं.

''गप्प बस. तो माणूस मेलाय आणि तू त्याची चेष्टा करतोस...'' मी निषेध नोंदवला.

''नाही, मला तसं म्हणायचं नव्हतं. अरे जाड्या, मला सांग... पहिली रिंग रेल्वे किती वाजता असते?''

''मला माहीत नाही.'' पराठे चापण्यात मग्न आलोक उत्तरला. स्वतःचा सारखा-सारखा जाड्या असा नामोल्लेख ऐकून तो काहीसा वैतागला होता.

''मला माहीत आहे... मला वाटतं... दहा वाजता का?'' मी विचारलं.

''वेल, विचार करून बघ... मे महिन्यात सकाळी दहा वाजता– मला वाटतं त्यावेळी तपमान चाळीस अंशांच्या जवळपास असतं, प्रचंड ऊन असतं. अशा वेळी... मे महिन्यातल्या सकाळी जॉगिंगला कोण जाईल?''

''वेल, तो गेला होता. नाहीतर तो मेला नसता ना?'' आलोक अगदी वैतागून म्हणाला. तो कधीही जॉगिंगला गेला नव्हता, त्यामुळे त्याला त्याविषयी नीट माहिती नव्हती.

''तो मेलाय हे मला माहीत आहे. पण माझा मुद्दा असा आहे...'' रायन म्हणाला, ''एनी वे... जाऊ दे.''

''काय? मला सांग.''

''माझा मुद्दा असा आहे... तो नक्की अपघातच होता का?''

चेरियनच्या तोंडी परीक्षेच्या दिवशी मला सकाळी जाग आली तेव्हा डोकं ठणकत होतं. अजून मेजर्सला काही आठवडे बाकी होते, पण आजचा दिवस माझ्या इन्डेमच्या नशीबावर मोहर उठवणार होता.

''झोपायचा प्रयत्न कर, झोपायचा प्रयत्न कर,'' आदल्या रात्री मी दशलक्षवेळा स्वतःला बजावलं... पण काही उपयोग झाला नाही.

''अरे देवा, कसला तारवटलेला दिसतोयस,'' रायन स्वच्छतागृहात माझं स्वागत करत म्हणाला. आम्ही दोघं बरोबर दाढी करत होतो.

''नीट झोप लागली नाही. श्श्याऽ मला माहीत आहे यातही माझी वाट लागणार आहे,'' मी तोंडावर पाण्याचे हबके मारून घेतले.

रायननं त्याच्या 'जिलेट' शेव्हिंग जेलचं नोएझल दाबलं आणि 'ट्विन-ब्लेड सेन्सर' सज्ज केलं. त्याचे आईवडील त्याच्यासाठी असली आणखी चांगलं दिसण्यास सहाय्य करणारी वैचित्र्यपूर्ण आयुधं धाडत असत, त्याला 'दिसणं' अधिक चांगलं होण्याची गरज असल्यासारखं. त्याला आलोकसारख्यांसारख्या पुटकुळ्या का येत नाहीत?

"ऐक हरी," रायन त्याच्या गालावरून रेझरने सफाईदार हात फिरवत म्हणाला, "तू या विषयासाठी आधीच खूप आपटली आहेस. आता जर तू तोंडी परीक्षेत घोळ घातलास तर काही आशाच नाही. तुला इतर कुणाहीपेक्षा उत्तर चांगली ठाऊक असतील."

"उत्तरं माहीत असणं ही समस्या आहेच कुठे? आणि हा चेरियन आहे, त्याला चांगली चांगली मुलंसुद्धा घाबरतात," मी म्हणालो.

"हे बघ, मी तर या तोंडी परीक्षेला येणार सुद्धा नाहीय. पण तुला जर इतकी भीती वाटत असेल, तर माझ्याजवळ एक कल्पना आहे."

"तू येणार नाहीस? रायन, या परीक्षेला दहा टक्के आहेत आणि जर एखादा विद्यार्थी परीक्षेला आलाच नाही तर चेरियन अक्षरश: पिसाळेल."

"मी अगदी पक्कं ठरवलंय... त्या भडव्याचं तोंड पाहणं होता होईल तेवढं टाळायचं. आणि दहा टक्क्यांची पर्वा इथे आहे कुणाला... मला काही डॅडींवर छाप पाडायची नाहीय."

"ते तू ठरव. पण मला अजूनही वाटतं की, तू यावंस. एनीवे, तुझी कल्पना कोणती ते सांग."

"त्याचा उपयोग होईल की नाही, ते मला माहीत नाही."

"अरे बाबा, तू फक्त सांग. मी अतिशय निराश झालोय." मी म्हणालो.

रायननं टॉवेलनं तोंड पुसलं. त्यानंतर कुठल्याशा अतिशय महागड्या अमेरिकन आफ्टरशेव्हची भपकेदार कुपी उघडून ते गालांवर भरपूर चोपडलं.

"व्होडका. सगळ्या प्रश्नांवरचा मार्ग."

"काय? व्होडका? रायन, मी तोंडी परीक्षेबद्दल बोलतोय. मी पार्टी आयोजित करत नाहीय."

"मला माहीत आहे. पण व्होडका मनात घुसमटणाऱ्या भावना खुल्या करून, घडाघडा कशी बोलायला लावते. ते तुला माहीत आहे. कुणास ठाऊक, तिचा तुला उपयोगही होईल."

"तुला वेड लागलं आहे. तोंडी परीक्षा आहे सकाळी अकरा वाजता. आणि ही वेळ काही पिण्याची नव्हे."

"तुला जर त्याच्या विषयाच्या तोंडी परीक्षेत भोपळा मिळला, तर नेहा तिच्या

डॅडींशी तुझी कधीतरी ओळख करून देईल का?''

त्या भोपळ्याचं आणि इन्डेममध्ये 'बी' किंवा 'सी' मिळाल्याचं चित्र माझ्या नजरेसमोर तरळलं.

''किती घ्यायची?''

''जस्ट अ कपल ऑफ शॉट्स्. चल, माझ्या कपाटात आहे थोडी.''

मी रायनच्या खोलीत गेलो. कपड्यांच्या ढिगात त्यानं मदिरा दडवून ठेवली होती. बाटलीच्या शेजारी लखोटे होते, सगळे अमेरिकेची तिकिटं असलेले.

रायननं स्टीलच्या पेल्यात व्होडका ओतली... प्याला एक तृतियांश भरला.

''हे लखोटे कसले?'' मी विचारलं.

''काही नाही. चल, वन शॉट... वन, टू, थ्री,'' रायन म्हणाला.

ते लखोटे बिनमहत्त्वाचे असतील यावर माझा विश्वास बसला नाही. कारण, चक्क शंभर एक लखोटे असतील तिथे.

''तुझ्या आईवडिलांची पत्रं ना?'' मी तर्क बांधला.

''होय, आणखी एक घे.'' रायन म्हणाला.

''जास्त होणार नाही ना?'' मी विचारलं.

''नाही. उलट तिसऱ्यांदाही घे. हे बघ, मीही तुला सोबत करतो.''

आता तिसऱ्या प्याल्याच्या वेळी रायनही माझ्या सोबत आला होता. माझ्या रिकाम्या पोटात व्होडका अग्निलोळासारखी उतरली... माझी आतडी जाळत.

''बराय तर मग. मी जातो डॅडींना भेटायला,'' मी प्रफुल्लित होऊन म्हणालो.

''ऑल द बेस्ट, हरी. आणि हे बघ, आलोकला त्या लखोट्यांबद्दल काही सांगू नकोस.''

''काय सांगू?'' मी विचारलं.

मला त्याविषयी कुठे काय माहीत होतं आणि रायननं मुद्दाम 'सांगू नको' म्हणून सांगितल्यावर मी सांगणार नव्हतोच.

''काही नको. फक्त कधी त्यांचा उल्लेख करू नकोस. ते दर आठवड्याला पत्र लिहितात आणि महिन्यातून एकदा चेक पाठवतात. मी कधीही पत्रोत्तर देत नाही. दॅट्स ऑल.''

''तू उत्तरं का देत नाहीस?'' मी अंतरंगात उसळलेल्या चैतन्यात डुंबत विचारलं.

''कारण, मला ते अजिबात आवडत नाहीत. खरं तर, मला त्यांची अजिबात पर्वा नाही, म्हणजे... त्यांनाही माझी नाहीय. त्यामुळे आव कशाला आणायचा?'' रायन म्हणाला.

''रायन, तू हे जे... आईवडिलांची अजिबात पर्वा नाही वगैरे म्हणतोस

ना?'' व्होडका माझ्या मुखानं बोलू लागली होती.

''हो... त्याचं काय?''

''मला नाही वाटतं, हे खरं आहे. म्हणजे... हे खरं कसं असू शकेल?'' मी त्याच्या विरोधी पवित्र्याकडे दुर्लक्ष करत म्हणालो. मला एक प्रकारे खरंच तसं म्हणायचं होतं. ते हे जे सगळं जिलेट आणि आफ्टरशेव्हज् वगैरे पाठवतात, तरी याचं त्यांच्यावर प्रेम नाही... असं कसं होऊ शकतं?

''हे खरं आहे. तू अजून बच्चा आहेस. जा, तोंडी परीक्षेला जा,'' असं म्हणून रायननं सिगरेट शिलगावली. धूम्रवलय माणसाला अधिक गहनगंभीर बनवतं.

''मी जातोय. पण हे जर खरं असतं तर तू ही सगळी, पत्रं कशाला जपून ठेवली असतीस?'' मी बाजू लढवत म्हणालो.

चेरियन वर्गात आलेलेच होते. माझी परीक्षा दहा मिनिटांतच आली. मी आलोकजवळ बसलो होतो. ''रायन कुठे आहे?'' आलोकनं नोट्स चाळत कुजबुजत्या स्वरात विचारलं. आलोक नेहमी अशी शेवटच्या क्षणापर्यंत उजळणी करत असतो.

''तो दांडी मारणार आहे,'' मी सांगितलं.

''क्काय? तो खरंच वेडपट आहे.'' आलोक मान हलवत म्हणाला.

''तो म्हणतोय मला पर्वा नाही... जशी आईवडिलांची नाही तशीच.'' मी म्हणालो. या वाक्याचा उत्तरार्ध हा अर्थातच व्होडका प्रसाद होता.

''हरी, तू ठीक आहेस ना? तू काहीसं असंबद्ध बोलतोयस. आणि हा वास... थांब, तू पिऊन आला आहेस?''

''श्श्य... गप्प बस. फक्त जराशी. रायन म्हणाला, त्यामुळे ताण कमी व्हायला मदत होईल.''

''रायन, रायन, रायन... तू स्वतःच्या डोक्यानं कधी विचार करतोस का?'' आलोक म्हणाला.

''हरी,'' मी आलोकला काही उत्तर देण्याच्या आधीच प्रोफेसर चेरियननी माझं नाव पुकारलं, तो क्षण येऊन ठेपला होता. माझ्या पहिल्यावहिल्या 'ए'चा निर्णय पुढल्या पाच मिनिटांत होणार होता.

''सो... उत्पादनासाठी कोणची जपानी पद्धत वापरली जाते, ज्यामध्ये प्रक्रियेतील घटक कमी होतात?'' प्रोफेसर चेरियननी नेहमीसारखीच, काहीही नमस्कार-चमत्कार, हलकंफुलकं संभाषण वगैरे करता थेट सुरुवात केली.

''गुड मॉर्निंग, सर,'' मी म्हणालो.

"गुड मॉर्निंग, हरी. आता माझ्या प्रश्नाचं उत्तर दे," त्यांचे डोळे म्हणजे नेहाच्या डोळ्यांचं मोठं बटबटीत रूप होतं.

"गुड मॉर्निंग, सर," मी मेंदूला किक् मारत पुन्हा म्हणालो.

"ते ठीक आहे, हरी. आता कृपया उत्तर दे, काही हरकत नसेल तर."

"सर, प्रक्रियेतील घटक कमी करणारी जपानी पद्धत." मी प्रारंभ केला.

"होय, तीच. तुला उत्तर येतंय की नाही?" चेरियननी विचारलं. त्यांचा स्वर चढू लागला होता.

"सर मी... सर मी..." मी म्हणालो.

"ती आहे 'जेआयटी'... म्हणजेच जस्ट इन टाईम. आजचे विद्यार्थी इतक्या सोप्या प्रश्नांची उत्तरं देऊ शकत नाहीत, यावर विश्वास बसत नाही. पुढचा प्रश्न : असेंब्ली लाईन आणि बॅच मॅन्युफॅक्चरिंग यांतला फरक काय?"

"सर, अगदी सोपा प्रश्न आहे सर... हिकऽ" मी म्हणालो.

"तू असं का बोलतोयस? आणि हा दर्प कसला? मिस्टर हरी... तू पिऊन आला आहेस? तू माझ्या वर्गात पिऊन आला आहेस?"

"नाही सर, सर, खरंतर मला उत्तर ठाऊक आहे, सर," मी निराशेनं ग्रासून पुन: पुन्हा सांगत होतो.

"तू खरंच पिऊन आला आहेस. आजच्या या विद्यार्थ्यांचं धाडस बघा!" असं म्हणून प्रोफेसर चेरियननं माझ्या दिशेनं खडूचा तुकडा भिरकावला. तो माझ्या छातीवर बसला... थोडासा लागलाही. मी जरी प्यायलो असलो तरी, काहीतरी चुकतंय एवढी जाणीव मला होती. मी या तोंडी परीक्षेत खरोखर तोंड उघडलं होतं, पण त्याला काही अर्थ नव्हता.

"सर," मी म्हणालो.

"माझ्या वर्गातून आत्ताच्या आत्ता चालता होत. आधी चालता हो," प्रोफेसर चेरियनचा चेहरा लालबुंद झाला होता. त्यांनी डेस्कवर फायली धाडदिशी आदळल्या.

मी वही उचलून जायला निघालो, तेवढ्यात चेरियन माझ्या दिशेनं आले. त्यांनी लाल पेननं माझ्या शीटवर एक भोपळा रेखला आणि त्यानंतर त्यांनी आणखी एक भोपळा काढला.

"शून्य... हीच तुझी लायकी आहे. तुला उणे देता यावेत अशी माझी इच्छा आहे," ते म्हणाले, "आणि तू मेजर्समध्ये चांगली कामगिरी करून दाखव कारण मी तुला असा सहज सोडणार नाहीय."

मी गप्प बसलो. ते सगळे रिचवलेले प्याले... मोठ्या भोपळ्यासाठी. तो तर मी एरवीही स्वत:चा स्वत: मिळवू शकलो असतोच, व्होडका घेऊनही आणि न घेताही.

"फक्!" मी कुमावनमध्ये येऊन ही कहाणी ऐकल्यावर रायननं तळहातावर मूठ आपटत प्रतिक्रिया दिली.

"फक् काय? तुला असली चमत्कारिक कल्पना सुचवायला कुणी सांगितलं होतं?" आलोक म्हणाला.

"मला त्याचा उपयोग होईल असं वाटलं होतं, पण 'शॉट्स्' फारच मोठे झाले." रायन म्हणाला.

रायन भिंतीवर टप्पे टाकत बास्केटबॉलनं खेळत होता.

"तू तो आवाज बंद करशील का?" आलोक म्हणाला,

"मग आता तू काय करणार आहेस, हरी?"

"काय करतोय? माझं 'ए' गेलंय एवढं नक्की. आणि चेरियन मला पिंडका समजतायत. त्यांच्या मुलीचा बॉयफ्रेंड होतोय," मी हातानं चेहरा झाकून घेत म्हणालो.

धप्प, धप्प, धप्प. रायन गप्प होता. पण त्याच्या चेंडूचे टप्पे सुरू होते.

"थांबव ते," आलोक त्याच्याकडून चेंडू हिसकावून घेत म्हणाला, "आता काहीतरी गांभीर्यानं बोल!"

"आलोक!" तितक्यात बाहेरून कुणाची तरी हाक आली. खालच्या मजल्यावरून सुरक्षा पहारेकरी हाक मारत होता.

"आलोकसाठी फोन आहे," पहारेकरी गरजला.

"घरून असणार," आलोक म्हणाला, "चल हरी, आता इन्डेमविषयी चर्चा करण्यात काही अर्थ नाही."

मी आलोकबरोबर खाली आलो. बाकी कशासाठी नाही, इन्डेमच्या पचक्यापासून लक्ष बाजूला वेधण्यासाठी.

"हॅलो, मम्मी. कशी आहेस? होय, बऱ्याच दिवसांत मी घरी आलेलो नाही." आलोक फोनवर बोलत होता.

"काय? दीदीचं लग्न जमलं? ओह... म्हणजे मुलाकडचे लोक कबूल झाले," आलोक एक्साईट होऊन बोलत होता.

"होय, मला खरंच खूप आनंद झाला, डॅड कसे आहेत... मला माहीत आहे... मॉम, एकदा का मला नोकरी मिळाली की मी सगळं काही फेडीन... अर्थातच... होय, तू देण्याघेण्याच्या खर्चासाठी कर्ज काढतीयस..."

मला त्यांचं संभाषण अर्धवटच ऐकता आलं, पण त्यावरून ते कशाबद्दल बोलत आहेत ते मला नीट समजलं. अखेर आलोकच्या मातापित्यांनी त्यांच्या मुलीचा हात कुणाच्यातरी हाती सोपवला होता. आलोकनं त्याबद्दल नंतर सांगितलंच–

नवऱ्यामुलाच्या घरच्यांना हुंड्यामध्ये मारुती कार हवी होती, पण ते त्यासाठी आलोक पास होऊन नोकरीला लागेपर्यंत थांबायला तयार होते. लग्न त्याचवेळी होणार होतं, पण तोवर निदान 'व्यवहार' ठरला होता.

"अभिनंदन, तुझ्या बहिणीचं लग्न ठरलं. तुझ्या घरचे आनंदित झाले असतील ना? की त्यांना वाईट वगैरे वाटतंय... ती दुसऱ्या घरी जाणार म्हणून?" आलोकचा फोन झाल्यावर मी त्याला म्हणालो.

"मला वाटतं, बाकी कशाहीपेक्षा त्यांना सुटल्यासारखं झालंय. या झाल्या प्रकरणासाठी, मला नोकरी मिळावी एवढीच आशा आहे. कार तर द्यावी लागेलच, पण लग्नही वाजतगाजत होईल."

"तुम्ही लोक तिचं लग्न नंतर का करत नाही? इतकी घाई कसली आहे?"

"जसजसं तिचं वय वाढेल, तसतसं लोक जास्त हुंडा मागतील. आणखी वाट बघणं म्हणजे नंतर जास्त खर्चात पडणं. हा व्यवहार जमला, याचा मला आनंद आहे."

हे क्रेडिट कार्डाच्या कर्जासारखं वाटत होतं. ते आत्ता उतरवलं नाही, तर नंतर बरंच जास्त भरावं लागेल. यातला सुटकेचा निःश्वास समजण्याजोगा होता.

"नवरामुलगा काय करतो?" मी विचारलं.

"ओह. मला माहीत नाही. मी विचारायचं विसरलो," आलोक म्हणाला.

त्यानंतर बऱ्याच आठवड्यांनी आम्ही कुमावनच्या मेसमध्ये डिनर घेत होतो. मला वाटतं गुरुवार असावा... कारण त्या दिवशी कुमावनमध्ये 'कॉन्टिनेन्टल' डिनर असतं. खरं सांगायचं तर, तो मेसमधल्या आचारी-वाढप्यांचा आम्हाला 'खरं' जेवण न देण्याचा बहाणा होता. मेनू वाचायला मोठा छान होता– नूडल्स, फ्रेंच फ्राईज, टोस्ट आणि सूप. त्याची चव भयानक होती. आचाऱ्यानं नूडल्स उत्तम दर्जाचा डिंक वगैरे वापरून बनवल्या असाव्यात अशा त्या एकमेकींना घट्ट चिकटून, वाढायच्या भांड्यात गिच्च लगदा होऊन बसल्या होत्या. फ्रेंच फ्राईज गारढोण होत्या, त्या एकतर प्रचंड कच्च्या तरी होत्या नाहीतर जळक्या तरी... अगदी कोळशाच्या चवीच्या. क्रीम ऑफ मशरुम सूप म्हणजे गढूळ पाणी... फक्त ते सूप गरम आणि खारट होतं एवढाच काय तो सूप व गढूळ पाण्यातला फरक.

"कसलं घाणेरडं आहे," आलोक म्हणाला. त्याच्या काट्या-चमच्यावरून खाली उतरायला नूडल्सनी नकार दिला होता.

"मी तुम्हाला सांगत होतो, आपण बाहेर जाऊ या."

"हे इतकं घाणेरडं असेल, असं मला वाटलं नव्हतं. आणि सेमिस्टर

जवळपास संपलीच आहे. मी आत्ता पूर्ण कडका आहे.''

"बरोबर आहे.'' आलोक म्हणाला, "मेजर्सच्या अभ्यासाला लागावं हे बरं. आता दहा दिवससुद्धा उरले नाहीत.''

"होय, पण मला आत्ता त्याची काळजी नाहीय. इन्डेमचा विचका झाल्यापासून मी प्रत्येक विषयात पास होणं, यापलीकडे खरोखर काळजी करत नाही.''

"रायन, मला वाटतं तू इन्डेमवर लक्ष केंद्रित करावसं. चेरियनना तुझं तोंडी परीक्षा बुडवणं आवडलेलं नाही. वर्गात हजेरी घेताना ते तुझं नाव घेताना आत्मसंतुष्ट स्मित करतात.''

"मला माहीत आहे,'' रायन अर्धवट खाल्लेली फ्रेंच फ्राय तिटकाऱ्यानं खाली टाकत म्हणाला, "मला क्विझेसमध्ये चाळीस पैकी सोळा मिळाले आहेत आणि तोंडी परीक्षेत शून्य. मला पास होण्यासाठी मेजर्समध्ये पन्नासपैकी चोवीस मार्कांची गरज आहे.''

"ते तितकं सोपं नाही,'' मी वास्तवाकडे लक्ष वेधत म्हणालो.

"वाईटात वाईट काय, मी नापास होईन. म्हणून काय झालं?'' असं म्हणून रायननं सूप चाखून पाहिलं आणि काही सभ्यता, शिष्टाचार संकेत वगैरेंची पर्वा न करता तोंडातली चूळ पुन्हा बाऊलमध्ये थुंकली.

"चेरियन तुला हे पुन्हा करायला लावतील, हा मुख्य विषय आहे,'' आलोक म्हणाला, "आत्ता तू थुंकलंस ते सूप पुन्हा प्यायला लागण्यासारखा प्रकार...''

"फक,'' रायन म्हणाला.

त्याची ही प्रतिक्रिया समोरच्या खाद्यपदार्थांना उद्देशून होती की चेरियनचा विषय पुन्हा द्यावा लागण्याच्या संभाव्य शक्यतेला, ते मला कळलं नाही.

"बाबांनो, मला जर 'ए' मिळालं तरच मला अखेर नेहा मिळू शकेल...'' मी म्हणालो.

"मला वाटतं आपल्याला अजूनही काही करता येईल.'' रायन म्हणाला.

"कॅय? नेहाला विसरण्यासाठी भरपूर ढोसू?'' मी वेडावून विचारलं.

"नाही. तू जर मेजर्समध्ये धडाका उडवलास, तर तुला अजूनी हे जमू शकेल, बरोबर?''

"मला चाळीसपैकी तेहतीस मिळाले आहेत. 'ए' मिळवण्यासाठी ऐंशी लागतात. मेजर पन्नास मार्कांची आहे. मला पन्नासपैकी सत्तेचाळीस मार्क कसे मिळणार?''

"शक्यच नाही. रायन, याला आणखी त्रास देऊ नकोस. हा विषय संपला आहे.''

"संपलेला नाही, माझ्या मित्रांनो, कधीही संपलेला नाही. मी जर तुम्हाला

सांगितलं की, तुम्हाला मेजर्समध्ये पैकीच्यापैकी मार्क मिळू शकतील, तर तुम्ही माझ्यावर विश्वास ठेवाल?''

''वेड्यासारखं बोलू नकोस. मी इन्डेमवर दिवसातले वीस तास घालवले तरी ते जमणार नाही. चेरियनच्या मेजर टेस्टमध्ये 'सरप्राईज' प्रश्न ठासून असणार. मी संपलोय...'' मी शोकसागरात बुडालो.

''जर तुला प्रश्न माहीतच असतील तर?'' रायननं विचारलं.

''तर काय... तर काय? रायन, तू स्वप्न पाहतोयस का?'' आलोक म्हणाला.

''नाही, मी स्वप्न पाहत नाहीय जाड्या. मी माझ्या मित्राला मदत करण्याचा प्रयत्न करतोय. मला वाटतं, आपल्याला 'मेजर'ची प्रश्नपत्रिका मिळू शकेल.''

''कशी काय?'' मला ही कल्पना फारच लोभस वाटली.

''ती चेरियनच्या ऑफिसमधून उडवायची.'' रायन म्हणाला.

आलोक आणि मी आख्खं मिनिटभर गप्प राहिलो... त्या बेचव अन्नासोबत ती हास्यास्पद कल्पना पचवायला तेवढा वेळ लागलाच.

''म्हणजे चोरायची? आयआयटीच्या प्रोफेसरकडून मेजर प्रश्नपत्रिका चोरायची? असंच म्हणालास ना?'' आलोकनं विचारलं.

''यात एवढं काही नाट्यपूर्ण असल्यासारखं करू नकोस. यात फारसं मोठं असं...''

''तुम्ही मूर्ख आहात का? सांग मला, तुम्ही मूर्ख आहात का?'' असं म्हणून आलोक मेसमधून बाहेर पडला. त्याच्यापाठोपाठ मीही बाहेर पडलो... मनात विचार होते नेहाच्या आगामी भेटीचे, विशेषत: प्राणप्रिय डॅडींच्या मागच्या भेटीवर कसा पडदा टाकायचा... याचे.

■

१५

ऑपरेशन पेन्ड्युलम

दुसऱ्या दिवशी आम्ही कुमावनच्या हिरवळीवर होतो, तेव्हा रायन अगदी त्याच्या सर्वोत्तम उदात्त रूपात होता.

"गाईज, मी काय सांगतोय ते ऐका."

"अजिबात नाही, तू असलं काही करायचं नाहीस. कृपा करून हा आचरटपणा थांबव." आलोक म्हणाला.

"त्याच्या बोलण्यात तथ्य आहे." ते नेमकं काय आहे याची पूर्ण खात्री नव्हती, तरी मी त्याच्या बाजूनं कौल दिला.

"तुम्ही माझं फक्त एक मिनिट ऐकून घेणार का? तुम्हाला काहीही करायचं नाहीय." रायन म्हणाला. त्याचं बोलणं बरचसं रास्त वाटत होतं.

"शुअर." मी म्हणालो.

"आपण या ठिकाणी तीन वर्षं राहिलो आहोत, बरोबर? आणि आपल्याला काय मिळालं?" रायननं विचारलं.

"ओह, आता ही सिस्टिम भंपक आहे वगैरे पुराण सुरू करू नकोस, रायन, थेट मुद्यावर ये." आलोक म्हणाला.

"येतो, येतो," रायन म्हणाला. आपल्यापाशी शान्त, संयमी श्रोतृवृंद नसल्याचं त्याच्या ध्यानात आलं होतं. त्यानं खिशातून एक शीट काढलं... ए फोर साईजचे दोन कागद चिकटवून तयार केलेलं... आणि ते हिरवळीवर पसरलं. त्यावर दोन खडे पेपरवेटसारखे ठेवून त्यानं अगदी ऐटीत बोलायला प्रारंभ केला,

"जन्टलमन, हा आहे संस्थेच्या इमारतीचा नकाशा. सगळे प्रोफेसर्स मेजर्सच्या प्रश्नपत्रिका तयार करून त्या परीक्षेआधी आठवडाभर छापून घेतात. पण आपला चेरियन म्हणजे अत्युत्कृष्ट नमुना... त्यामुळे त्याची प्रश्नपत्रिका त्याही आधी तयार

असणार. हे चेरियनचं ऑफीस... सहाव्या मजल्यावर. नवव्या मजल्यावर गच्ची...''

रायनचा चेहरा, पेपर लिहिताना आलोकचा चेहरा जसा विचारमग्न असायचा तसा दिसत होता, हे काही 'साधं' संभाषण नव्हतं. त्यानं त्यावर काही काळ चिंतन केलं होतं.

''मी तुला सांगितलं आहे, ही सगळी कल्पनाच भंपक आहे. आणि तू, आम्ही या बेताला 'होय' म्हणालो असल्यासारखा हे तपशील आमच्यावर कशाला लादतोयस?'' आलोक म्हणाला.

पण रायन असाच तर आहे... तो ठरवतो, त्यानंतर तो ती कल्पना मांडतो आणि त्यानंतर काहीही झालं तरी तो त्याला हवं तेच करतो.

''रायन, काय चाललंय हे सगळं?'' मी विचारलं.

''हरी, माझं फक्त ऐकून घे. मी तुला हवी असणारी 'ए' ग्रेड मिळवून देऊ शकतो. कल्पना कर, तुझ्या त्या पोरीला तुझा उल्लेख करताना लाज वाटणार नाही. आणि तुलाही जाड्या... तू जेव्हा नोकऱ्यांसाठी अर्ज करशील तेव्हा तुझ्या गुणपत्रिकेवर 'ए' असलं, तर ते काही इतकं वाईट दिसणार नाही.''

''पण हे इतकं गुंतागुंतीचं... इतकं... इतकं चुकीचं आहे.'' आलोकनं निषेध नोंदवत माझ्याकडे पाहिलं. रायनच्या या सर्वात नव्या ताज्या वेडेपणाला विरोध करण्यासाठी माझा पाठिंबा मिळावा म्हणून. पण माझ्या मनात केव्हाच कल्पनाचित्र उभं राहिलं होतं... नेहा आणि मी चांदण्याच्या बरसातीत भिजत, हातात हात गुंफून कॉलेजच्या बागेत फिरतोय. खरचं, मला 'ए' मिळू शकेल?

''या बेतात जर आपण पकडले गेलो, तरच हे चुकीचं ठरेल, बरोबर?''

रायनच्या तर्कशास्त्राशी वाद घालणं मुष्किलच होतं, विशेषत: त्या क्षणी मनात जर देखण्या गर्लफ्रेंडचे विचार घोळत असतील, तर फारच मुष्किल! होय, जर कुणी आम्हाला पकडलं असतं तरच फक्त तो गुन्हा ठरणार होता, नाहीतर ही एक आखीवरेखीव योजना होती.

''पण...'' आलोकनं पुन्हा निषेध नोंदवून पाहिला.

''एनीवे, माझं सांगून होऊ दे,'' रायन आलोकचं सांगून व्हायच्या आत म्हणाला. ''नवव्या मजल्यावर गच्ची आहे. मी तिथून दोरावरून खाली उतरून चेरियनच्या खिडकीत आलो, तर मला त्याच्या ऑफिसमध्ये जाता येईल. तुम्ही दोघांनी मला मदत करायची... आपण हरीला नेहाच्या खोलीत जाण्यासाठी केली होती तशी.

''तुला वेड लागलंय का? नेहाच्या खोलीत जाणं सोपं होतं, त्यासाठी दोर-बिर काही लागणार नव्हतं. पण, कॉलेजची इमारत नऊ मजली आहे.'' मी म्हणालो.

"मला भीती वाटत नाही. मी शाळेत असताना रॉक क्लायम्बिग केलं आहे." रायन म्हणाला.

"तिथली खिडकी उघडी नसली तर?" आलोकनं विचारलं.

रायनला आलोकचा प्रश्न आवडलेला दिसत होता. या प्रश्नांचा त्यानं आधीच विचार करून ठेवला होता... म्हणून नव्हे, तर याचा अर्थ होता आलोक हळूहळू गळाला लागत होता. जरा थांबा... मीही या बेताला तयार होत होतो ते केवळ रायनमुळेच. 'ए'चं अमिष फार मोहक होतं.

"हो, खिडकीचं काय?" मी विचारलं.

"कॉलेजच्या खिडक्यांच्या खिट्ट्या रबरबँडपेक्षाही कमकुवत आहेत. त्या खिडक्या कुमावन होस्टेलमधल्या खिडक्यांसारख्याच आहेत. एक ठोसा मारला की उघडतात."

"तरीही... तू गच्चीपासून दोरावर लटकणार?" मी म्हणालो.

"सांगितलं ना, मला भीती वाटत नाही,"

"कुणी आपल्याला पाहिलं तर?" मी म्हणालो.

रायनचं हे एक वैशिष्ट्य आहे. तो बुद्धिमान तर आहेच, शिवाय निर्भयही आहे. याच पुरुषार्थातून फाजील आत्मविश्वास निर्माण होण्याची शक्यता होती आणि त्यामुळे या योजनेवर बोळा फिरण्याचीही.

"आपल्याला कुणीही बघणार नाही." रायन म्हणाला.

"होय, बरोबर आहे. नेहमीसारखेच तीन जण कॉलेजच्या गच्चीपासून लटकले आहेत. सुरक्षा पहारेकरी काही मनावर घेणार नाहीत, हं?" आलोकनं हसून विचारलं.

"जाड्या, त्यावेळी काळाकभिन्न अंधार असेल," रायन म्हणाला.

"पण आपल्याकडून काही आवाज झाला किंवा हालचाल झाली तर रस्त्यावर गस्त घालणाऱ्या सुरक्षा जीपवाल्यांच्या नजरेला पडू शकेल. लक्षात घे, आपण गच्चीवर नाही, आपण कडेला लटकलेलो आहोत. आपण सहज नजरेला पडू."

"कमॉन गाईज..." रायन कंटाळलेला दिसत होता.

"भयंकर धोका आहे. फरगेट इट." आलोक गवताची पाती उपटत म्हणाला. मलाही त्याच्याशी सहमत होऊन मान डोलवावी लागली. शिवाय, रायनच्या लटकण्याच्या साहसी कल्पनेनंच मला घाम फुटला होता.

"वेल, तुमच्या मनात चांगल्या कल्पना आहेत का?" रायन वैतागून म्हणाला.

"पण तुझं यापुढचं पाऊल कोणतं होतं?" माझं औत्स्युक्य.

"ओके. या पुढच्या पायऱ्या," रायन कागदाच्या एका बाजूला निर्देश करत म्हणाला.

"पहिली – विरुद्ध बाजूच्या भिंतीवरचा दिवा लावायचा.

दोन – खोलीत सीलबंद असणारा तपकिरी लखोटा शोधायचा.

तीन – चाकूनं सील उघडायचं. मेजर प्रश्नपत्रिकेची एक प्रत काढून घ्यायची.

चार – मेणबत्ती आणि दुसरं ताजं 'सील' वापरून तो लखोटा पुन्हा चिकटवायचा.

पाच – तिथून बाहेर सटकायचं."

"त्यानंतर अगदी सोपं आहे." आलोक म्हणाला,

"पण मला वाटतं आपल्याला पेपर मिळणार नाही. आता आपण निघूया, मला भूक लागली आहे."

"काहीतरी मार्ग निघू शकेल," मी म्हणालो.

"काय?"

"दारातून जायचं. त्यांच्या ऑफिसच्या नेहमीच्या प्रवेशद्वारातून." मी म्हणालो.

"कसं? कुलूप तोडून? ते अशक्य आहे हे तुलाही माहीत आहे... त्याचा आवाज-बिवाज येणार जोरात आणि त्याला दुसऱ्या दिवशी हे समजणार." रायन म्हणाला.

"कुलूप तोडायचं नाही. सरळ किल्ली घेऊन आत प्रवेश करायचा." मी म्हणालो.

"किल्ली? तुला किल्ली कुठून मिळणार आहे?" आलोक म्हणाला.

"नेहाच्या गाडीच्या किल्ल्यांच्या जुडग्यात. तिच्या डॅडच्या ऑफिसच्या किल्ल्या त्या जुडग्यात असतात." मी सांगितलं.

सगळेजण पाच सेकंद स्तब्ध राहिले. ती कुशाग्र बुद्धिमत्तेच्या कौतुकाची स्तब्धता होती.

"वॉव, मला वाटतं, मग तुला फक्त तुला त्या किल्ल्या चोराव्या लागतील इतकंच." आलोक म्हणाला.

"आपण त्या अर्ध्या तासासाठी पळवून त्यांची प्रतिकृती बनवली तर?" रायननं विचारलं.

"चालेल, ते सोपं नाही, पण जमू शकेल." असं म्हणून मी स्वत:च्या अलौकिक बुद्धिसामर्थ्यावर संतोषानं हसलो. आता चेरियनचं ऑफिस खुलं होतं!

"हरी, तू चांगला तयारीचा आहेस!" रायन म्हणाला.

त्यानंतर त्यानं पुन्हा एकदा सुधारीत योजना आखून त्यावर अखेरचा हात फिरवला. आत्ता तर हे अगदी साधं-सोपं वाटत होतं आणि ही कल्पना तशीच सोडून कशी द्यायची! या पायात आम्ही भलताच वेळही घालवला होता.

"मग आपण रात्री वर जायचं, नेहमी व्होडका प्यायला गच्चीवर जातो तसं.

मात्र आपण सहाव्या मजल्याशी थांबायचं आणि चेरियनच्या ऑफिसवर धाड घालायची.'' रायन म्हणाला.

''धाड नाही, फक्त किल्ली फिरवायची आणि आत शिरायचं.'' मी बोटांनी किल्ली फिरवण्याचा अभिनय करत म्हणालो.

''यस, अप युवर्स चेरियन.'' रायन मधलं बोट हवेत परजत म्हणाला.

आम्ही सर्वांनी हसून हात मिळवले.

''आपण या मोहिमेला नाव देऊ या. काहीतरी सेक्सी... संशय येणार नाही असं काहीतरी... आणि सोपं.''

''असं काहीतरी... आपल्या या ठिकाणच्या दुःखी नशीबाला झोका देऊन हलवेल, असं काहीतरी.'' मी म्हणालो.

''होय, या झोक्याच्या मोहिमेला आपण 'ऑपरेशन पेन्ड्युलम' म्हणूया.''

आणि डोळ्यात चमक जागलेले आम्ही त्या हिरवळीवर आनंदानं एका सुरात म्हणालो, ''ऑपरेशन पेन्ड्युलम!''

■

१६

माझ्या आयुष्यातील सर्वात दीर्घ दिवस–१

असं म्हणतात की, आपल्या आयुष्यात कुठलाही एखादाच दिवस अत्यंत ठळक महत्त्वाचा असत नाही, पण तुम्हाला सांगतो, 'ऑपरेशन पेन्ड्युलम'चा तो दिवस माझ्या आयआयटीतल्या कालखंडातला सर्वात संस्मरणीय व सर्वात दीर्घ दिवस होता. त्या दिवसातला प्रत्येक क्षण... प्रत्येक घटना अगदी कालच घडली असावी, इतकी माझ्या मनात ठळक आणि ताजी आहे. त्या दिवसानं आमची आयुष्यंच बदलून टाकली किंवा निदान आम्हाला तरी बदललं असं म्हणता येईल.

'ऑपरेशन पेन्ड्युलम'साठी कुठली औपचारिक तारीख वगैरे ठरलेली नव्हती. मला किल्ली मिळेल, त्या दिवशी ही मोहीम फत्ते करायची असं साधारण ठरलं होतं. मेजर्सना अजून आठवडाभर बाकी होता, त्यामुळे एव्हाना चेरियनकडे प्रश्नपत्रिका तयार असणार याची आम्हाला खात्री होती. आणि त्या प्रश्नांची उत्तरं शोधण्यासाठी, अर्थातच आम्हाला थोडा वेळ मिळणं गरजेचं होतं. त्यामुळे जितकं लवकर हे जमेल तेवढं उत्तम होणार होतं.

अकरा एप्रिल... ऑपरेशन पेन्ड्युलमचा दिवस उजाडला. या दिवसाचा प्रारंभ माझ्या आणि नेहाच्या भेटीनं झाला. नेहानं मला तिचा घोटा मुरगळल्याचं सांगितलं. तेव्हाच मला आगामी घटनांची चाहूल लागायला हवी होती.

"काय?" मी फोनवर म्हणालो, "मी तुला भेटायला मरतोय. आजचं रद्द करू नकोस. त्यानंतर मेजर्स सुरू होतील."

"पण हरी. मला दहा पावलंसुद्धा चालता येत नाहीय. प्लीज, पुन्हा कधीतरी भेटलं तर चालणार नाही का?"

"मला फक्त अर्धा तास भेटशील? मी घरी येऊ?"

त्या दिवशी नेहाची आई घरी असणार नाही, हे मला माहीत होतं. अकरा

तारीख... म्हणजे ती रुळांजवळच्या त्या मंदिरात जाऊन मुलाच्या आठवणीनं अश्रू ढाळणार. त्यामुळेच तर नेहानं या दिवशी भेटायचं कबूल केलं होतं.

"घरी? वेडा आहेस का? इथे कुणी तुला पाहलं तर?"

"तिसरं वर्ष संपत आलंय... आता तरी इतकं घाबरणं थांबव."

"पण..."

"आणि समजा मला 'ए' मिळालं तर तू माझी ओळख करून देणार आहेसच ना?"

"ठीक आहे, पण फक्त अर्धा तास. आणि बरोबर साडेअकराला ये म्हणजे मी दार उघडं ठेवते." ती म्हणाली.

'ग्रेट. भेटूया तर मग." मी सुटकेचा निःश्वास टाकत फोन ठेवला. त्या दिवशी मला काहीही करून तिला भेटायचं होतं... त्यापेक्षा तिच्या गाडीला भेटायचं होतं म्हणूया.

"सगळं ठीक आहे?" मी कुमावनमधून बाहेर पडताना रायननं प्रश्न केला.

"अर्थात. दोन तासांत येतो." मी म्हणालो.

"इश्श्य... आवाज नको... चटकन् आत ये." नेहा उगीचच कुजबुजत म्हणाली.

"इथे कुणीही नाहीय." मी म्हणालो.

"तू वेडा आहेस आणि आजच मला भेटायची इतकी कसली निकड आहे?" नेहानं मला तिच्या खोलीकडे नेत विचारलं.

"वेल, तुला माहिती आहेच, तिसरं वर्ष संपत आलं आहे, मेजर्स आहेत," मी म्हणालो, माझी नजर खोलीत कुठे किल्ल्यांचं खुंटाळं दिसतंय का ते पाहत भिरभिरत होती.

"मग?" नेहानं विचारलं.

"म्हणून मी विचार केला की, तुला भेटावं म्हणजे परीक्षेसाठी गुडलक!" मी बिछान्यावर तिच्या शेजारी बसत म्हणालो.

"वॉव, किती रोमँटिक!" ती म्हणाली, "आणि मला वाटलं माझा लोफर माझ्यासाठी, मला भेटण्यासाठी तळमळतोय वगैरे..."

"ओह, मी होतोच तळमळत." असं म्हणून मी तिला बाहुपाशात घेण्यासाठी पुढे झुकलो. हे खरंच होतं. मी तिच्यासाठी सदैव तळमळतच होतो. ती देखणी दिसत होती. अगदी पायाचा घोटा सुजून, त्याला गुलाबी बँडेज गुंडाळलं असलं तरीसुद्धा ती देखणीच दिसत होती.

"आऊच, जपून." ती मला मागे ढकलत म्हणाली.

"तू कशासाठी अतिआतुर आहेस ते मला माहीत आहे."

"कशासाठी?"

"माझ्या देहासाठी, माझ्यासाठी नव्हे." ती म्हणाली.

'काय फरक पडतो?' माझ्या मनात आलं, कधीकधी या मुलींचं काही समजतच नाही.

"असं अजिबात नाही." मी हा सुयोग्य प्रतिसाद ठरेल असा अंदाज बांधून म्हणालो.

"इकडे ये." असं म्हणून तिनं माझं चुंबन घेतलं.

"मॉम केव्हा परत येते?"

"दोन तासांनी. तुला समीर भय्याची तारीख माहिती आहेच."

"माहीत आहे... अकरा. नेहा, मला त्या विषयी विचारायचं आहे."

"त्या विषयी काय?"

"मी त्याबद्दल रायनशी बोलत होतो..."

"तू रायनशी समीरबद्दल बोललास?"

"नाही, आम्ही फक्त तो कसा गेला याबद्दल बोलत होतो.... म्हणजे जॉगिंग वगैरेबद्दल."

"मग?"

"मग रायननं एक मुद्दा काढला. चांगला मुद्दा."

"कोणता?"

"हाच की मे महिन्यातल्या तळपत्या सकाळी कुणी जॉगिंगला जातं का?"

नेहा गप्प राहिली. माझ्या बाहुपाशातून स्वत:ला सोडवून दूर जाऊन बसली.

"नेहा?"

"हरी..." असं म्हणून ती रडू लागली, "हरी, मला हे तुला सांगायचं नव्हतं, पण मला सांगावंच लागेल."

"काय?"

"थांब." असं म्हणून ती तिचं कपाट उघडायला गेली. तिच्या कपाटात रंगीबेरंगी कपड्यांची चमकदार चळत होती. कुमावनमधल्या सर्वसामान्य प्राण्यांच्या कपाटापेक्षा हे दृष्य अगदी निराळं होतं. नेहानं एक घडी घातलेला कागद माझ्या हातात दिला.

"हे वाच." ती म्हणाली.

मी तो कागद उघडला... आणि माझ्या भुवया त्या धक्क्यानं उडाल्याच. ते पत्र समीरचं होतं.

प्रिय नेहा,

माझी चिमुरडी बहीण! माझं तुझ्यावर खूप खूप प्रेम आहे... तू जन्माला आल्यानंतर मी तुला सर्वप्रथम माझ्या हातात घेतलं. तेव्हापासून आजपर्यंत मी तुझ्यावर तितकंच प्रेम केलं आहे. त्या दिवशी माझा ऊर अभिमानानं भरून आला होता... आणि तो सदैव तसाच राहील.

नेहा, एक गुपित जपून ठेवशील? हे पत्र तुला मिळेल, तेव्हा मी बहुधा या जगात नसेन. पण तू एक गोष्ट समजून घे, ती म्हणजे जगातील कुणालाही या पत्राविषयी समजता कामा नये.

मी आयआयटीत प्रवेश मिळवण्याचा तीनदा प्रयत्न केला. दर खेपेला मी डॅडना निराश केलं आहे. आपल्या मुलाला भौतिकशास्त्र, रसायनशास्त्र आणि गणित झेपत नाही हे वास्तव त्यांना पचवता येत नाहीय. नेहा, मला हे जमत नाही, कितीही परिश्रम घेतले तरी. मी किती वर्षं अभ्यास केला. किती पुस्तकं वाचली, तरी नाही. मी आयआयटीत प्रवेश मिळवू शकत नाही आणि डॅडींची नजर मला सहन होत नाही.

त्यांनी त्यांच्या आयुष्यात आयआयटीतले हजारो विद्यार्थी पाहिले आहेत, आपल्या स्वत:च्याच मुलाला हे जमत नाहीय ही गोष्ट ते पाहू शकत नाहीत. वेल नेहा, ते ज्या विद्यार्थ्यांना जमतं असे विद्यार्थी पाहतात, पण ज्यांना हे जमत नाही अशा शेकडो विद्यार्थ्यांकडे पाहत नाहीत. ते माझ्याशी दोन महिन्यात अवाक्षरही बोलले नाहीत. माझ्यामुळे ते मॉमशी सुद्धा नीट बोलत नाहीत. मी काय करू? मरेस्तोवर प्रयत्न करत राहू? का सरळ आपलं मरणच पत्करू?

मी स्वत:चं जीवन संपवलंय हे जर कुणाला कळलं तर मॉम जिवंत राहू शकणार नाही. पण मला हे कुणालातरी सांगायलाच हवं आणि तुझ्याशिवाय कुणाला सांगू? आय लव्ह यू नेहा. तू त्यांना मी जॉगिंगला गेलो होतो म्हणून सांग.

सदैव तुझाच,
समीर

"अरे बापरे! काय हे!" मी भयभीत होऊन म्हणालो. आत्महत्येपूर्वी लिहून ठेवलेली चिठ्ठी काही रोज-रोज हाती येत नसते.

"हे खरं आहे. हे मी तुला कधीही सांगितलं नसतं, पण मी तुझ्या इतकी जवळ आले आहे आणि तू या सगळ्या चौकश्या सुरू केल्यास आणि..."

तिला रडू कोसळलं.

"ऐक, आता शांत हो." मी तिला सांगत असण्यापेक्षा स्वत:लाच बजावत होतो.

पाच मिनिटांनी तिचं रडं थांबल्यानंतर मी तिला पाणी आणून दिलं.

"माझ्या तोंडी परीक्षेत काय झालं सांगू?" कदाचित तो किस्सा ऐकून तिला हसू फुटलं असतं.

"रायननं मला व्होडकाचे शॉट्स घ्यायला लावले," मी म्हणालो.

नेहा मान वर उचलून चिरकत्या आवाजात म्हणाली, "तो तू होतास? डॅडींनी सांगितलं. तो तू होतास?" असं म्हणून तिनं मला उशीनं बडवायला सुरुवात केली. तिच्या चेहऱ्यावर पुन्हा हास्य उमललं होतं. ती अतिशय सुंदर दिसत होती... मी तिच्या सौंदर्याची तारीफ करत तिथे कायमचा बसू शकलो असतो, पण आज मी मोहिमेवर होतो... ऑपरेशन पेन्ड्युलमसाठी किल्ल्या हस्तगत करण्याच्या मोहिमेवर.

"गप, लागतंय." मी बिछान्यावर तिच्या दिशेनं सरकत म्हणालो.

"माझ्या जवळ येऊ नकोस, दारुडा लोफर कुठला. त्या दिवशी डॅड दोन तास विचार करत बसले होते."

नेहा पोट धरून हसत होती.

मी तिच्या जवळ सरकलो आणि तिला मिठीत घेतलं. तिनं तिचा चेहरा माझ्या दिशेनं वळवला... प्रतिक्षिप्त क्रिया घडावी तसा. आमचे ओठ ओठांना भिडले... पुनःपुन्हा. त्यानंतर तिनं माझा हात धरून आजवर कधीही न केलेली गोष्ट केली– तिनं माझा हात तिच्या वक्षावर ठेवला.

वॉव, मला काय घडतंय तेच कळेना! या मुलीला काय झालं तरी काय? हिचं भान हरपलंय?

माझं भान मात्र खचितच हरपलं होतं. मला ऑपरेशन पेन्ड्युलमचा पूर्ण विसर पडला होता.

माझा हात तिच्या टी-शर्टच्या आत सरकला आणि त्यानंतर ब्रामध्ये...

"ईझी टायगर ईझी." नेहा म्हणाली.

तिनं मला 'टायगर' म्हणून संबोधणं मला फार आवडलं.

ती टी-शर्ट काढायला उठून बसली. त्यानंतर बाकीचे कपडे... मी तिथे जागीच खिळल्यासारखा बसलो होतो, जीभ कुत्र्यासारखी लपलप लोंबकळू नये किंवा कुत्र्यासारखं धापू नये याचा आटोकाट प्रयत्न करत.

"वेल टायगर, तू काही उतरवणार आहेस की नाही?" तिनं विचारलं.

"मी... मी..." मी म्हणालो तितक्यात तिनं मला जवळ ओढलं.

त्यानंतर अर्ध्या तासानं आम्ही बिछान्यावर पडलो होतो. अगदी थकून पण पूर्णपणे संतोष पावून. माझी नजर नेहाच्या खोलीच्या छतावर कसनुशा गिरक्या घेणाऱ्या जुन्या पंख्यावर गेली. मला सुखाची भोवळ आल्यासारखं झालं.

“मग?” नेहानं विचारलं.

“मग काय...” मी तोल सावरत म्हणालो.

“काहीतरी बोल ना....”

मी प्रचंड म्हणजे प्रचंड खूष होतो... माझ्या आनंदाला पारावार उरला नव्हता.

“हे अगदी... आश्चर्यकारक होतं.” सुखाच्या हिंदोळ्याचं वर्णन करायला हे शब्द कमीच होते.

“थँक्स, मलाही आवडलं. मला वाटतं आता मी ‘बॅड गर्ल’ झाले.” ती म्हणाली.

“नाही, तू तशी नाहीस.” मी तिला झाल्या गोष्टीचा पश्चात्ताप होऊन ती पुन्हा असं घडू द्यायची नाही या भयानं म्हणालो.

“हो, बरोबर. इथे मी अशा माणसासोबत नागवी पडलीय की जो तोंडी परीक्षेला पिऊन गेला होता... माझे डॅड ऑफिसमध्ये आहेत, इथून एक किलोमीटरपेक्षाही कमी अंतरावर.” असं म्हणून ती हसू लागली, “किती मुक्त... स्वच्छंद वाटतंय!”

“खरंच?”

“होय, अतिशय मुक्त आणि तरीही खूप दुःखाचंही.” ती म्हणाली.

“जाऊ दे, नेहा!” मी अश्रूंच्या समजण्यापलीकडल्या प्रपाताला घाबरून म्हणालो, “तुला बाहेर जायचं आहे?”

“नाही, का? तुला इथे आवडलं नाही?”

“आवडलं, मला सिगारेट हवी होती.” मी म्हणालो.

“ओह यस, प्रणयानंतर सिगरेट ओढणं मस्त वाटतं असं मी ऐकलं आहे. प्लीज माझ्यासाठीसुद्धा एक आण,” ती म्हणाली.

“तू सिगरेट कुठे ओढतेस!”

“मी मुलांबरोबर झोपते तरी कुठे! लवकर जा, प्लीज माझ्यासाठी एक सिगरेट आण.” ती म्हणाली.

मी या संधीवर उडी घेतली.

“मी तुझी गाडी घेऊन जाऊ?”

“का? तुला रायनची स्कूटर मिळाली नाही?”

“नाही. त्याला स्क्वॅशला जाताना स्कूटर न्यायची होती. नेऊ मी?”

“ठीक आहे, फ्रीजवर किल्ल्या आहेत. मात्र लवकर ये.” असं म्हणून तिनं माझा शर्ट उचलला.

“ए, तू माझा शर्ट घालतीयस,” मी तिचं लक्ष वेधलं.

“मला माहीत आहे. मला हा आवडला... किती मस्त सैलसर आहे, एक

छोटीशी डुलकी काढायला तर अगदी योग्य.'' असं म्हणून तिनं गाढ झोपण्याचा बहाणा केला.

''नेहा, वेड्यासारखं करू नकोस, मी बाहेर कसा जाऊ?''

''माझा टॉप घालून जा,'' ती आळसावलेपणे म्हणाली.

''तो गुलाबी आहे आणि अगदी घट्ट. मूर्ख आहेस का तू?''

''खालच्या मजल्यावरच्या कपाटातला डॅडचा एक शर्ट घे.''

''नेहा, वेड्यासारखं काय करतेस...''

''आधी जा आणि सिगरेट घेऊन ये हरी, तू मला पूर्ण दमवून टाकलं आहेस.'' असं म्हणून तिनं माझ्या दिशेनं उशी भिरकावली.

आपण जर प्रोफेसर चेरियनची गाडी नेऊ शकतो, मुलीला नेऊ शकतो तर त्यांचा शर्टही घेऊ शकतो असा विचार करून मी त्यांच्या कपाटातून एक पांढरा शर्ट काढला. शर्ट पूर्ण पांढरा होता, फक्त एका बाहीवर 'डीसी' अशी अक्षरं कोरलेली होती.

मी फ्रीजवरचा किल्ल्यांचा जुडगा उचलला. त्यात सहा किल्ल्या होत्या... त्यातली एक नक्की चेरियनच्या ऑफिसची असणार होती.

''यस!'' असं स्वत:शीच म्हणत मी तिथून निघालो.

मी गाडी घेऊन निघालो. मध्यान्हीच्या तळपत्या उन्हामुळे लोकांना सक्तीनं सावलीच्या निवाऱ्याला बसणं भाग असल्यामुळे रस्ता रिकामा होता. मी जिया सराईत जाऊन थेट किल्ल्या बनवून देणाऱ्या दुकानात गेलो.

''कुठली करायची?'' दुकानदारानं विचारलं.

''सगळ्या... साहीच्या साही.'' मी उत्तरलो.

दुकानदार नव्या किल्ल्या बनवत होता, त्या दरम्यान मी सिगरेटचा पॅक घेऊन आलो. मला वाटलं त्यापेक्षा हे अगदीच सोपं होतं. मी एक सिगरेट शिलगावून, नेहाला पुन्हा मिठीत घेण्याच्या विचारांत हरवलो. हा माझ्या आयुष्यातील सर्वांत विस्मयकारक दिवस होता.

लवकरच किल्ल्या तयार झाल्या. मी नव्या किल्ल्यांचा जुडगा खिशात टाकून, गाडी घेऊन परत निघालो. कॉलेजच्या प्रवेशद्वारातून आत येऊन मी शिक्षकांच्या निवासस्थानाच्या बाजूला वळलो तितक्यात मला एक सायकल दिसली. आणि तुम्हाला सांगतो... मी मूर्ख, गधडा... मी हॉर्न वाजवला आणि मला धक्काच बसला... सायकलवरच्या माणसानं मागे वळून पाहिलं... ते चेरियन होते.

■

१७

माझ्या आयुष्यातील सर्वात दीर्घ दिवस–२

आयुष्यात असे काही प्रसंग येतात, जेव्हा आपण इतके घाबरलेलो असतो की आपण जोरात किंचाळतो आणि कधीकधी तर ही स्थिती घाबरण्यापलीकडे अशी जाऊन पोचते की तुम्ही फक्त जागीच थिजता. जणू बर्फाच्या पेटीत ठेवलेला, पुन्हा जीवनात कधीही प्रवेश करणार नसलेला जीवाष्म! चेरियन जेव्हा सायकलवरून उतरून माझ्या दिशेनं... माझ्या दिशेनं म्हणण्यापेक्षा त्यांच्या गाडीच्या दिशेनं आले, तेव्हा मी जागीच थिजलो... पूर्ण गोठलो.

ते माझ्या समोर येऊन उभे राहिले. मी गाडीतून उतरून बाहेर यायला हवं होतं बहुधा, पण मी तर एक इंचभरसुद्धा हलायला घाबरत होतो. मला माझं काळीज जोरात धडधडताना ऐकू येत होतं... चेरियनच्या शब्दांपेक्षा मोठ्या आवाजात.

"ही माझी गाडी आहे." ते म्हणाले.

माझ्या मनात आलं, अगदी बरोबर. दहा पैकी दहा. आपण या परिस्थितीला तोंड देऊ शकतो असं स्वत:ला बजावत मी श्वास घेण्याचा प्रयत्न केला.

"होय, सर." मी म्हणालो.

"कोण आहेस तू? आणि माझ्या गाडीत काय करतोयस?" त्यांनी पुढचा प्रश्न फेकला.

"सर, परत निघालो होतो... सर." मी बहुधा अगदी मूर्ख दिसत असणार.

चेरियननी रस्त्याच्या कडेला सायकल लावली. मी मेणाच्या पुतळ्याची भूमिका सोडून गाडीतून बाहेर उतरलो. ओह, आपल्याला गरज असते तेव्हा हे डायनासोर्स कुठे जातात?

"तू माझ्या घरी निघाला होतास?" चेरियननी गाडीचा पुढचा दरवाजा उघडत विचारलं.

आता ते गाडी चालवणार होते. मग मी घरी जावं का?

"होय, सर."

अचानक त्यांच्या गर्विष्ठ कपाळावर आठ्यांचे फाळ पडले.

"मी तुला ओळखतो. तू विद्यार्थी आहेस, बरोबर? तुझं नाव काय?"

"हरी सर." मला ज्या एकमात्र गोष्टीची खात्री होती तीच त्यांनी विचारल्याचा मला आनंद झाला होता.

"माझ्या तोंडी परीक्षेत लबाडी करणारा तो तूच?"

मी अपराधीपणे मान डोलावली.

"आत ये." त्यांनी सांगितलं.

मी मुकाट्यानं गाडीचा पुढच्या बाजूचा दुसरा दरवाजा उघडून त्यांच्याशेजारी बसलो. त्यांनी गाडी सुरू केली.

"तुला किल्ल्या कुणी दिल्या?"

किल्ल्या हा शब्द ऐकून मी उडालोच. मी पँटच्या खिशातल्या किल्ल्या वरून चाचपल्या. किल्ल्यांचा दुसरा जुडगा अजून माझ्याच खिशात होता. आता मला काहीतरी सबब शोधून काढावी लागणार होती... मी तुमच्या गाडीत कसा, याचं तुमच्या मुलीसाठी संभोगानंतर सिगरेट आणायला चाललो होतो एवढं कारण सोडून काहीतरी कारण द्यावं लागणार होतं.

"नेहा, सर." मी जाणूनबुजून क्षणभर थांबून म्हणालो.

"तू नेहाला ओळखतोस?" प्रोफेसर महोदयांच्या भुवया कापत गेल्या होत्या.

"सर. ती मला रस्त्यात भेटली. गाडीचं टायर बसलं होतं."

"मग?"

"सर, मी तिथूनच निघालो होतो. मी तिथून मेकॅनिकपर्यंत गाडी ढकलायला मदत केली. तिला परत जावं लागलं. मी तिला गाडी घरी आणून देतो असं सांगितलं."

यावर चेरियन गप्प राहिले. त्यांना हे पटलं असेल? मला वाटतं, त्यांना पटलं असावं कारण ते गाडी सुरू करून ती सावकाश चालवू लागले होते.

"तू तिला हा मार्ग का सुचवलास?"

"मला फक्त मदत करायची होती." मी विनयशीलपणे खांदे उडवत म्हणालो, जसा काही मी दिवसभर सत्कृत्यांच्याच मागावर असतो.

"आणि तुला तास नाहीत?"

"फ्री पिरियड, सर."

"मूर्ख मुलगी." चेरियन स्वत:शीच मोठ्यानं म्हणाले, "कुणाही मूर्ख अनोळख्याच्या हातात गाडी देते. याबद्दल तिच्याशी बोलायला हवं."

मी गप्प बसलो... आता एक नवाच विचार माझ्या मनात तरळला... नेहानं कपडे-बिपडे घातलेले असावेत. आत्ता या क्षणी मला फक्त एवढंच हवं होतं की, तिनं दार उघडल्या क्षणी मला मिठीत घ्यावं. तिनं चेरियनशी बोलण्याआधी मला फक्त दहा सेकंद मिळू शकले तर... अथवा मी अदृश्य होऊ शकलो तर...

चेरियननी घराच्या दाराशी गाडी लावली.

"सर, मी आता जाऊ?"

"नाही. आत चल. या मूर्ख मुलीला निदान तुझे आभार तरी मानू देत. नाहीतर मी तुझ्यासारख्या मुलांना माझ्या घराजवळसुद्धा फिरकू देत नाही."

"राईट, सर."

मला त्यांचं बोलणं अगदी पूर्ण समजलं होतं.

चेरियननी दारावरची बेल वाजवली. नेहानं दार उघडलं... तिच्या अंगावर फक्त बेडशीट होतं.

"तू..."

मग तिचं लक्ष वडिलांकडे गेलं.

"डॅड," नेहा डोळ्यांची उघडझाप करत आणि देहाचा जास्तीत जास्त भाग बेडशीटनं झाकत म्हणाली. सिगारेटच्या तुलनेत ही 'किक' जबरदस्त होती... नक्कीच!

"तुमच्या किल्ल्या, मॅम," मी भराभर बोलून टाकलं, "काळजी करू नका, मी पंक्चर व्यवस्थित काढून घेऊन तुमची गाडी परत आणली आहे."

"अं?" तिनं माझ्याकडे पाहिलं.

"नेहा, तुझं डोकं फिरलंय का? तू कपडे का घातले नाहीस?" चेरियननी केवळ मी तिथे असल्यामुळे आवाजाच्या पट्टीवर ताबा ठेवला होता.

नेहानं डोळे मिचकावले आणि ती बेडरूममध्ये गडप झाली, कपडे बदलायला असणार.

"ही माझी मुलगी वेडी आहे. बस." चेरियन म्हणाले.

"सर, आम्ही वीस मिनिटं गाडी ढकलत होतो. त्या कंटाळल्या असतील." मी म्हणालो.

वेल, सेक्स म्हणजे कधी कधी गाडी ढकलण्याचाच प्रकार असतो... फक्त त्याहून बराच सुखद.

नेहा डॅडींच्या शहाण्यासुरत्या मुलीसारखी सलवार-कमीज घालून बाहेर आली. तिच्या हातातल्या ट्रेमध्ये पाण्याचे दोन ग्लास होते.

चेरियननी ग्लास तोंडाला लावला, तितक्यात मी पुन्हा म्हणालो, "मी

आत्ताच तुमच्या डॅडना सांगत होतो... तुमच्या गाडीचं टायर रस्त्यातच कसं बसलं आणि मी तुम्हाला गाडी मेकॅनिककडे न्यायला मदत केली आणि आता ती परत घेऊन आलोय. मला सर वाटेतच भेटले.''

''ओह?'' नेहा चेहऱ्यावर हुशारीचे भाव आणण्यासाठी धडपडत म्हणाली.

''तू अशी परक्या माणसावर गाडी कशी सोपवतेस?'' चेरियननी तिला प्रश्न केला.

''सॉरी डॅड.'' असं म्हणून नेहा सोफ्यावर धप्पकन बसली.

''सर, मी जाऊ आता?'' मी विचारलं.

चेरियननी मानेनंच अर्धवट होकार दिला आणि मी तिथून निघालो. मी तिथून शक्य तितक्या जलद चालत... फक्त पळत नाही इतकंच, बाहेर पडलो.

''हरी,'' मी फाटकाशी पोचलो. तितक्यात चेरियनची जोरात हाक आली.

मी गोठलोच.

मी मागे वळून पाहत म्हणालो, ''यस, सर?''

''तू इतका हुशार नाहीस, यू नो!'' ते म्हणाले.

कमी मार्क मिळवणाऱ्या विद्यार्थ्यांविषयी चेरियनना असणारा तिरस्कार मला माहीत होताच, पण ते असं थेट बोलतात हे मात्र मला माहीत नव्हतं.

''सर, मला माहीत आहे. मी आणखी मेहनतीनं अभ्यास करीन.''

''मला ते म्हणायचं नाही.''

''सर?''

''तुला सांगतो, एकेकाळी मी सुद्धा विद्यार्थी होतो आणि सर्वोत्तम विद्यार्थी होतो... चारी वर्ष दहापैकी दहा मिळवणारा.''

''मला माहीत आहे सर.''

''आणि तुला जर असं वाटत असेल की, माझ्या मुलीच्या मागे लागून तू यातून सुटू शकशील, तर तुझी समजूत चुकीची आहे.''

मी गप्प उभा राहिलो.

''तू माझ्या तोंडी परीक्षेत पिऊन येतोस आणि आता माझ्या मुलीला मूर्ख बनवतोयस... माझ्या गाडीत, माझाच शर्ट घालून.'' चेरियन माझी कॉलर खेचत म्हणाले.

''हे बघ हरी, हे बघ. हे आयआयटी आहे, कुठलं प्रादेशिक कॉलेज नाही. आधी तोंडी परीक्षेत आणि आता माझी मुलगी. माझी मुलगी!''

''सर, तुम्ही समजताय तसं काही नाही.''

''ते तू मला सांगू नको. माझ्या मुलीचं लक्ष अलीकडे भरकटलं आहे, हे माझ्या लक्षात आलं होतं. अरे देवा... ते तुझ्यासारख्या हीन माणसामुळे! तू

माझ्या घरापासून आणि माझ्या मुलीपासून दूर राहा... पूर्ण दूर. समजलं?''

''होय, सर.'' चेरियननी माझी कॉलर सोडावी अशी मनोमन इच्छा करत मी म्हणालो.

आता माझं अवसान गळायला सुरुवात झाली होती. म्हणजे... आधी कौमार्यभंग आणि त्यावर कळस म्हणजे त्यांनी पकडणं, यामुळे बळ थोडंच लाभणार होतं!

''गुड. मला लोकांनी याबद्दल चर्चा करायला नकोय, त्यामुळे मी हा विषय वाढवत नाही. पण तू तिच्यापासून दूर राहा आणि तुझ्या अभ्यासाकडे लक्ष दे. हरी, कॉलेजमध्ये एक जरी चूक झाली तर मी तुझी वाट लावीन, वाट लावीन तुझी.'' चेरियन म्हणाले. त्यांचा लालबुंद चेहरा पाहणंसुद्धा नकोसं वाटत होतं.

''सर, मी दूर राहीन. फक्त मला जाऊ द्या.'' मी विनंती केली.

त्यांनी माझी कॉलर सोडली, पण त्यांची बोटं अजूनही थरथरत होती. मी त्यांच्या फाटकातून धावत सुटलो, ते थेट कुमावनमध्ये. ते माझ्या आयुष्यातलं सर्वांत वेगवान जॉगिंग होतं. वाटेत मी फक्त एकदाच थांबलो, चेरियनच्या सायकलजवळून जाताना. अचानक मनात काय आलं कोण जाणे... मी आजूबाजूला कुणी नाही ना याची खात्री करून घेतली आणि सायकलच्या दोन्ही टायर्समधली हवा सोडली. साला... त्या राक्षसावर थोडा तरी सूड उगवायलाच हवा होता. आणि त्यामुळे त्या भडव्याचा जगात टायर बसू शकतात यावर कदाचित विश्वास बसला असता.

''कठीण आहे बाबा.'' मी रायनच्या खोलीत धापा टाकत पोचलो.

मी श्वास पुन्हा पूर्ववत घेण्याचा प्रयत्न करत होतो.

''काय झालं?'' आलोकही रायनच्या खोलीत आला. ''आकाश कोसळलं, आकाश.''

माझे नाडीचे ठोके पुन्हा नीट सुरू झाल्यावर मी त्यांना सगळा प्रसंग कथन केला.

रायन मोठ्यानं हसू लागला. तो धडाडीचा आहे वगैरे सगळं खरं असलं तरी, मला त्याच्याकडून हे अपेक्षित नव्हतं. तिथे तो चेरियन माझी गळपट्टी धरून मला माझी वाट लावण्याची धमकी देत होता.

''फक रायन... यात मजेशीर असं काहीही नाहीय.'' मी म्हणालो.

''ओह रियली,'' असं म्हणून तो आणखीनच हसू लागला, ''मग काय आहे? चेरियनचा शर्ट... नेहा बेडशीटात. प्रोफेसर पार वेडाच झाला असणार.'' रायनला हसू आवरेना. ''मी तिथे असायला हवा होतो.''

''गप्प बस. आता डोक्यावरचा भार आणखी वाढला आहे,'' आलोक म्हणाला.

मी मान डोलावत खिशातून जुडगा काढला.

“म्हणजे अजूनही आपण ठरल्याप्रमाणेच करायचं आहे?” मी विचारलं.

“का नाही? चेरियनला हे कसं समजेल?” असा प्रतिप्रश्न करून रायननं तो किल्ल्यांचा जुडगा पिकलेल्या रसाळ द्राक्षांचा घड तोंडासमोर धरावा तशा लटकवत धरला होता.

“मला कळत नाही. पण रायन मला भीती वाटतेय. खरंच मी घाबरलोय.”

“जस्ट रिलॅक्स ड्यूड. तू अजून धक्क्यातून सावरलेला नाहीस... प्रणयाचा बहर आणि भयावह प्रसंग... दोन्ही एकाच दिवशी.” असं म्हणून रायन पुन्हा हसू लागला.

“हरीचं बरोबर आहे, आपण ऑपेरशन पेन्ड्युलम पुन्हा एकदा तपासायला हवं.”

“मूर्खपणा आहे,” रायन उद्‌गारला आणि पुन्हा गंभीर होत म्हणाला, “काहीही असलं तरी यामुळे आपला उद्देश आणखी मजबूत होतोय. मेजर्समध्ये जबरदस्त कामगिरी घडवणं ही हरीची एकमात्र आशा आहे. अजूनही तो चेरियनला, तो काही असातसा अपयशी रड्या नाही हे दाखवून देऊ शकतो.”

“थँक्स रायन.” मी म्हणालो.

“ओह, कमॉन हरी. आज तुझ्यापुढे काही अडचणी उभ्या राहिल्या, तरीही सगळं काही व्यवस्थित पार पडलं आहे. चेरियनला काय वाटायचं ते वाटू दे.”

“तो नेहाचं काय करेल... हा विचार मनात येतोय.” मी म्हणालो.

“त्या विषयात तू काहीही करू शकत नाहीस, तुला काही करणं शक्य आहे का? आणि निदान आज तरी नाही. आपण आधी मेजरची प्रश्नपत्रिका मिळवूया आणि मग बाकीच्या गोष्टींची चिंता करूया.”

“तू नेहाशी काही दिवसांनी बोलावंस. काळजी करू नकोस. चेरियन हा विषय मिटवेल. त्याला हे सगळ्या जगाला कळायला नको असणार. आणि तो काही स्वत:च्या मुलीशी असल्या गोष्टींबद्दल बोलणाऱ्यातला दिसत नाही.” असं म्हणून आलोकनं माझ्या खांद्यावर हात ठेवला.

“आपण दोस्त आहोत रे. आता फक्त संध्याकाळ होण्याची वाट पाहायची. लक्षात ठेवा... कोऑपरेट टू डॉमिनेट.” रायन म्हणाला.

त्यानंतर दोन तासांनी... बरोब्बर संध्याकाळी पाचच्या ठोक्याला आलोकच्या घरून फोन आला. आम्ही रायनच्या खोलीत पत्ते खेळत होतो.

“आलोक! अर्जंट फोन कॉल!” पहारेकरी खालच्या मजल्यावरून टिपेच्या आवाजात ओरडला.

आलोक हातातले तीन पत्ते टाकून उठला.

“काय झालं?” मी विचारलं.

"कुणास ठाऊक. माझ्या बहिणीच्या वाङ्निश्चयाची तारीख ठरली असणार.'' जिन्यावरून धावत खाली जाता-जाता आलोक म्हणाला.

"आपण खाली जाऊया. खरंच असं असेल तर आपण जाड्याकडून 'ट्रीट' उकळू शकतो.'' रायन म्हणाला.

आम्ही दोघं आलोकच्या पाठोपाठ बूथकडे गेलो.

"होय, मॉम, होय. मी ठीक आहे. काय झालं... तुझं काहीतरी बिनसल्यासारखं वाटतंय.'' आलोक म्हणाला.

रायननं आणि मी एकमेकांकडे पाहून खांदे उडवले.

"खरंच? काय? ते असं कसं करू शकतात?''

आलोकचा चेहरा पडला होता.

रायन आणि मी बूथपासून बाजूला झालो. या खेपेला ट्रीट मिळणार नव्हती.

"डॅडना काय झालं? मॉम. मोठ्यानं बोलं... लाईन क्लिअर नाहीय... काय झालं? काहीही खाल्लं नाही? केव्हापासून?'' आलोक विचारत होता, तितक्यात लाईन डिसकनेक्ट झाली. फोन 'डेड' झाला होता.

आलोकनं टेलिफोन बूथमध्ये जमिनीवरच बसकण मारली. ती तकलादू लाकडी पेटी त्याच्या वजनानं थरारली.

"तुमचा विश्वास बसतोय?''

"काय झालं? हा फोन आठवडाभर झाला ताप देतोय.'' रायन म्हणाला.

"मुलाकडच्यांनी नकार दिलाय.'' आलोक म्हणाला.

"का?'' मी विचारलं.

"त्यांना हुंड्याची काही रक्कम आत्ताच हवी आहे, त्यांच्या मुलाचं स्थळ पक्कं करण्यासाठी. मॉमनं त्यांना सांगितलं की, मी कर्जासाठी अर्ज करते, पण त्याला काही महिने लागणार. दरम्यान, त्यांना दुसरं स्थळ आलं आणि सगळं संपलं. मूर्ख साले.'' आलोक म्हणाला.

"हा प्रकार अगदी घृणास्पद आहे. तुला तरी आपल्या बहिणीला असल्या घरी कशाला द्यायचं आहे?'' मी म्हणालो.

"काय सांगू... मुलाकडचे सगळे सारखेच. आणि डॅड फार अस्वस्थ झाले आहेत. त्यामुळे त्यांनी काहीही खाल्लेलं नाही... कधीपासून नाही खाल्लं कोण जाणे. घरी असा सगळा हाहाकार माजला आहे आणि हा फोन साला डेड झालाय...''

"फोन डेड आहे ते चांगलंच झालं. तू काय करू शकणार होतास? चल, ऊठ आता, आपण वर जाऊन बोलूया.'' रायन आलोकला हात देत म्हणाला.

आम्ही वर आलो आणि काही वेळ सगळेचजण गप्प राहिलो. अखेर रायननंच ती शान्तता भेदली.

"सहा वाजले आहेत," एखाद्या डॉननं आपल्या अनुयायी गँगस्टर्सना सांगावं तशा थाटात रायन म्हणाला, "अजून चार तास. आपण मोहिमेवर जाण्यासाठी दहाच्या ठोक्याला कुमावन सोडायचं."

मी मान डोलावली, माझं त्याच्या बोलण्याकडे फारसं लक्ष नव्हतंच. माझ्या मनात नेहा आत्ता काय करत असेल याचे विचार घोळत होते.

"रायन," आलोक म्हणाला, "आत्ता माझी मन:स्थिती खरोखर ठीक नाही..."

"का?"

"या मोहिमेच्या कल्पनेनं माझ्या पोटात गोळा येतोय. आधी हरीला चेरियन भेटले... त्यानंतर दीदीचं लग्न मोडलं... आणि डॅडींनी नीट खाल्लं नाही तर ते पुन्हा आजारी पडतील... आपण हे करायला नको... आपण करावं असं वाटतं?"

"हेऽ आता एक मिनिट थांब," रायन उठून उभा राहत म्हणाला, "तुझ्या बहिणीच्या लग्नाचा याच्याशी काय संबंध? आणि तुझे डॅड ठीक होतील रे."

आलोक रायनचं बोलणं न पटल्याचे भाव चेहऱ्यावर आणून गप्प राहिला.

त्यानंतर रायननं माझ्याकडे... त्यानंतर पुन्हा आलोककडे असं काहीवेळा पाहिलं. खोलीत येरझाऱ्याही घातल्या. त्यानंतर त्यानं पुन्हा बोलायला प्रारंभ केला.

"पण मला सांगा, या सगळ्यावर चर्चा करण्याची ही वेळ आहे का? मला वाटलं होतं की, आपण ठाम निर्णय घेतला आहे. बघा, आपल्याजवळ किल्ल्यासुद्धा आहेत."

त्यानं किल्ल्यांचा जुडगा हातात खुळखुळवला.

"पण रायन, आपल्याला आत्ता धोका पत्करायची गरज नाही." आलोक म्हणाला.

"यात काहीही धोका नाही. फक्त चार तास थांब... आपल्या हातात प्रश्नपत्रिका असेल... कहाणीचा शेवट."

"हरी, तुला काय वाटतं?" आलोकनं विचारलं.

"एक मिनिट थांब," रायन चढ्या आवाजात म्हणाला, "तू पुन्हा त्याला कुणा एकाची बाजू घ्यायला लावणार आहेस का? हरी, या जाड्यानं पहिल्या सेमिस्टरनंतर जे केलं होतं, तेच त्याला पुन्हा करायचं आहे का?"

"जाऊ दे रायन," मी नेहाच्या सहवासातल्या शेवटच्या क्षणांचा मनातला 'रिप्ले' थांबवत म्हणालो, "ओरडतोस कशाला?"

"मग जाड्याला मनाची तयारी करायला सांग." असं म्हणून रायन खाली बसला आणि सिगरेट शिलगावून तिचे भराभरा झुरके घेऊ लागला.

"अरे बाबांनो, मला अजिबात वेगळं व्हायचं नाहीय." आलोक म्हणाला.

"का त्याला स्वत:ला इथेच थांबून आपण कामगिरी फत्ते करून यावी असं वाटतंय? म्हणजे याला प्रश्नपत्रिका आयती हातात मिळेल..." रायन म्हणाला.

"बघ, हा असा विचार करतो. त्याचा माझ्यावर विश्वास नाही." आलोक म्हणाला.

"शांत व्हा," मी म्हणालो, "मला वाटतं आपल्या सगळ्यांच्याच मनावर ताण येऊ लागला आहे. कॉलेज पूर्ण रिकामं व्हायला अजून चार तास बाकी आहेत. आपल्याजवळ किल्ल्या आहेत. आपल्याला प्रश्नपत्रिका हवी आहे. आपण हे केलं तर, सगळ्यांनी मिळून करायचं, राईट?"

"राईट!" रायन म्हणाला.

आम्ही आलोककडे पाहिलं.

"राईट." आलोक म्हणाला पण रायनच्या एक दशांश आवाजात.

"आणि आपण धोक्यांचाही विचार केलेला आहे, राईट?" मी रायनकडे बघत म्हणालो.

"अर्थातच!" रायन म्हणाला.

"मग आपण ठरल्याप्रमाणे करूया. आणि आलोक, तुझ्या दीदीला दुसरं अनुरूप स्थळ मिळेल. अगदी आत्ता नाही तरी, तुला नोकरी लागल्यावर... त्यावेळी तुला लग्नासाठी पैसेही खर्च करता येतील. एवढी घाई कसली आहे? राईट?" मी आलोककडे पाहत म्हणालो.

"राईट." आलोक म्हणाला... आता त्याचा आवाज अधिक आत्मविश्वासयुक्त आणि मनावरचा ताण सैलावल्यासारखा होता.

"फ्रेंड्स?" मी त्या दोघांकडे पाहत म्हणालो.

"अर्थातच." रायन आणि आलोक एका सुरात म्हणाले.

"मी पण आहे यात." आलोक म्हणाला.

"छान. आता आपण काही तास गप्प बसूया." मी म्हणालो. मला नेहाच्या स्वप्नरंजनात शिरायचं होतं.

आम्ही पुढचे तीन तास शान्त... गप्प बसलो. आलोक डॅडची काळजी वाटते वगैरे काहीतरी बोलत होता, पण आम्ही त्याला तुझ्या आईनं यापूर्वीही अशी परिस्थिती हाताळली आहे, तू काळजी करू नकोस असं समजावलं. आम्ही रात्रीच्या जेवणासाठी मेसमध्ये सुद्धा गेलो नाही. मेसमधल्या मंडळींना आमच्या मनातल्या गोष्टी वाचता येतील असं वाटत होतं.

"दहा वाजले." रायन म्हणाला आणि आम्ही घड्याळाच्या ठोक्याबरोबर ताडकन् उठलो.

■

१८

माझ्या आयुष्यातील सर्वात दीर्घ दिवस– ३

आम्हाला आमच्या अस्तित्वाच्या कसल्याही पाऊलखुणा मागे ठेवायच्या नव्हत्या. आमच्या तिथल्या वास्तव्यकालात प्रथमच आम्ही चालत कॉलेजमध्ये गेलो... रायनची स्कूटर न घेता. आम्ही मुकाट्यानं होस्टेल्स मागे टाकली. आमच्या हातात पुस्तकं होती. जणू आम्ही ग्रंथालयात मध्यरात्री वाचन करणार होतो!

"पण तुझ्या आईवडिलांनी तुझ्या बहिणीसाठी इतक्या लवकर बघायला का सुरुवात केली? ती किती वर्षांची आहे?" मी कुजबुजत्या स्वरात प्रश्न केला. मी प्रचंड घाबरलो होतो.

"फक्त तेवीस. मला वाटतं, त्यांनी मी कामाला सुरुवात केल्यानंतरच मुलगा बघावा. मला त्यावेळी कर्ज मिळणं खूप सोपं होईल." आलोक म्हणाला.

मला त्याचं म्हणणं पटलं.

"फक्त मला नोकरी मिळायला हवी. फाईव्ह पॉइंटरसाठी तिथेही फारसं काही मिळणार नाही." तो म्हणाला.

"वेल, कदाचित या 'ए'मुळे तुझं स्थान थोडं उंचावेल." मी म्हणालो.

"श्श्यऽऽ" रायन म्हणाला.

आम्ही कॉलेजच्या इमारतीजवळ आलो.

आम्ही अतीजागरूक असल्यामुळे आम्ही कॉलेजचे सुरक्षा रक्षक आहेत का ते पाहण्यासाठी प्रत्येक कानाकोपरा बारकाईनं धुंडाळला. या वेळी ते लॉबीमध्ये कधीच नसत. आम्ही आमच्या व्होडका सत्रांसाठी किती तरी वेळा इथल्या जिन्यांवरून सटकून जायचो. मात्र तरीही आम्ही तिघांनी इमारतीच्या सर्व बाजू बारकाईनं निरखल्या. तिथे कुणीही नव्हतं.

चेरियनचं ऑफिस सहाव्या मजल्यावर होतं. जिन्यांवर अगदी कमीतकमी

दिवे होते. जिन्यांचा प्रत्येक टप्पा पार केला की आम्ही पार केलेल्या जिन्यांचे आकडे मोठ्यानं म्हणत होतो.

"... आणि सहा. गाईज, हेच ते. चेरियनचं ऑफिस... उजव्या बाजूला सातवा दरवाजा." रायन म्हणाला.

आम्ही सहाव्या मजल्यावर आलो. संपूर्ण कॉरिडॉरमध्ये फक्त एकच छोटा बल्ब तेवत होता.

"डी. सी. चेरियन, विभागप्रमुख. सालं डुक्कर." रायन चेरियनच्या ऑफिसबाहेरची नावाची पाटी वाचत म्हणाला. रायन कुलपाची तपासणी करत होता, त्यावेळी आलोक माझ्या मागे अंग चोरून उभा होता.

"किल्ल्या..." रायन डावा हात पुढे करत म्हणाला.

मी किल्ल्यांचा जुडगा काढला. किल्ल्या स्टिरिओवर आवाज यावा तशा खुळखुळल्या.

"आवाज करू नकोस." आलोक म्हणाला.

"जाड्या, इतकं घाबरू नकोस. आपण इथे आहोत, हे कुणालाही माहीत नाही."

तो मला अस्वस्थ करत होता.

"रायन, कुठली किल्ली आहे ते शोध बाबा." मी म्हणालो.

"मी प्रयत्न करतोय. या जुडग्यात कोट्यावधी किल्ल्या आहेत. थांब ही... नाही ही... नाही ही... हं. मला वाटतं ही असेल."

"हीच आहे?" आलोक गोंधळलेला दिसत होता.

रायननं एका तडाख्यात कडी उघडली आणि दारावर लाथ घालून दारही. आता दिल्लीच्या आयआयटीतल्या मेकॅनिकल इंजिनिअरिंगच्या विभागप्रमुखांची गुहा आमची होती. रायननं भिंतीवर बटण शोधून दिवा लावला.

"काय करतोयस हे?" आलोक म्हणाला.

"नाहीतर आपण शोधणार कसं, जाड्या? काळजी करू नकोस, आपण कुणालाही दिसणार नाही. हवा तेवढा वेळ घे आणि शोध. आणि मला आणखीही काही शोधायचं आहे."

"काय?"

"माझा ल्यूब प्रकल्पाचा प्रस्ताव. साल्या चेरियननं ते त्याच्या ऑफिसमध्ये दडपून ठेवलंय आणि आता ते सापडत नाहीय. प्रोफेसर वीरांनी मला सांगितलं की, त्यानं शेरे मारलेली एक प्रत इथेच कुठेतरी आहे."

"ते काहीही असेल रायन. आपण आधी प्रश्नपत्रिका शोधायची का?"

"आपण सुरुवात कुठून करायची?" आलोकनं चेरियनच्या शेल्फमध्ये ठेवलेले

कागदांचे गठ्ठे तपासत विचारलं. या कामाला आख्खी रात्र लागली असती.

"तपकिरी पिशवी बघ, लाल मेणाचं सील लावलेली. ते नेहमी पेपरच्या वेळीच सील उघडतात." रायन म्हणाला.

आम्ही वेळ वाचवण्यासाठी शेल्फं वाटून घेतली आणि भराभरा कागद चाळू लागलो. मी जर्नल्स, प्रशासकीय कागदपत्रं, अभ्यासक्रमाच्या रूपेरेषा, वेळापत्रकं... भराभरा चाळत होतो. वीस मिनिटं झाली तरी काहीही सापडलं नाही.

"काही मिळालं?" मी विचारलं.

रायन आणि आलोकनं नकारार्थी मान डोलावली.

दहा मिनिटांनी रायन मागे फिरला आणि चेरियनच्या खुर्चीत स्थानापन्न झाला.

"काय झालं?" मी म्हणालो.

"मी माझ्या वाटणीची शेल्फ तपासली. त्यात काहीही नाही. माझा ल्यूब प्रकल्प तेवढा मिळाला. त्यानं एवढंच म्हटलंय की, 'नो कमर्शियल व्हाएबिलिटी ऑर ॲकेडेमिक व्हॅल्यू.' व्यापारदृष्ट्या अशक्य व शैक्षणिक मूल्य नाही!... किती बोचरी प्रतिक्रिया आहे."

"वेल, मलाही काही सापडत नाहीय." मी म्हणालो.

"लाल सील आणि तपकिरी पिशवी. इन्डेम मेजर्स– गोपनीय. सभ्य गृहस्थहो, तुम्ही शोधत आहात ते हेच का?" आलोकनं ती पिशवी आमच्यापुढे नाचवत विचारलं.

आम्ही टुणकन उठलो.

"जाड्या, अरे हेच की!" रायन म्हणाला.

"यस्." मी म्हणालो. आम्ही परस्परांना टाळ्या दिल्या.

"माझा विश्वासच बसत नाहीय." आलोक म्हणाला.

"कारण तुझा माझ्यावर विश्वास नाही. अजून आपलं काम व्हायचं आहे, त्यामुळे मी या सीलकडे बघतो, तोवर थांब." असं म्हणून रायननं त्याचे खिसे रिकामे केले. एक ब्लेड, मेणबत्ती, लायटर आणि थोडंसं मेण– पिशवी पुन्हा सील करण्यासाठी.

"तू तर तयारीनिशी आला आहेस!" आलोक म्हणाला. त्याच्या चेहऱ्यावर सुटकेचं स्मित उमटलंच.

"वेल, तुझी काय अपेक्षा आहे? आता मला काही मिनिटं दे."

रायननं अंगठा आणि पहिल्या बोटात ब्लेड धरून कामाला सुरुवात केली. त्यानं शक्य तितक्या व्यवस्थितपणे सील उघडलं.

"तू हे सगळं कुठे शिकलास?" मी प्रभावित होऊन विचारलं.

“मी इंजिनिअरिंगचं शिक्षण घेतोय. हे काम काही एवढं कठीण नाही. आता गप्प बस.” रायन म्हणाला.

“किती वेळ लागणार?” आलोक चेरियनच्या खुर्चीच्या समोरच्या खुर्चीत बसत म्हणाला.

“दहा मिनिटं. आता गप्प बस, नाहीतर माझ्या हातून कागद फाटेल.” रायन म्हणाला.

दोन मिनिटं गेली. मी आलोककडे पाहिलं. तो चेहऱ्यावर हात टेकवून बसला होता. त्याच्या डोक्यात पुन्हा घरचेच विचार घोळत होते.

“डॅडना लवकर बरं वाटावं म्हणजे झालं. त्यांनी नीट खाल्लं नाही, तर ते खरंच आजारी पडतील. मला आपल्याला काहीतरी करता यावं असं वाटतंय.”

आलोकच्या कुटुंबाचं अन्नाविषयीचं प्रेम पाहता, त्यातला एखादा अन्नविना राहिला तर आजारी पडेल, याची मला पक्की खात्री होती.

“काळजी करू नकोस. यात कुणाचीच चूक नाही. मला विचारशील तर, मला मुलाकडचे अतिशय लोभी वाटतातय.” मी त्याचं सांत्वन करत म्हणालो.

“ते सगळे सारखेच असतात. मला फक्त डॅड कसे आहेत, तेवढं जाणून घ्यायचं आहे. कुमावनमधला साला फोन चालू असता तर...” आलोक म्हणाला.

“यस!” रायननं सील कमीतकमी धक्का लावत उघडलं. पिशवीत शंभर एक कागद होते. मेजर पेपरच्या ताज्या करकरीत प्रती!

“वॉव, ही प्रश्नपत्रिका मला पाहू दे.” मी म्हणालो.

“नाही. मला तुमचं माहीत आहे. तुम्ही इथे आत्ता लगेच यावर चर्चेला सुरुवात कराल. आपण हे सगळं गुंडाळून जसंच्या तसं ठेवून, इथून बाहेर पडेपर्यंत मी ही प्रश्नपत्रिका माझ्याजवळ ठेवतोय.”

“आता आणखी काय करायची गरज आहे?” आलोक म्हणाला.

“मला दुसरं नवं सील लावावं लागणार आहे. मी मेणबत्ती कशाला आणलीय असं वाटलं तुला?” रायन म्हणाला.

“एनीवे, मला वाटतं हा हे सगळं पूर्ण करायला आणखी कोट्यवधी तास लावणार.” आलोक म्हणाला.

“लवकर आटप, रायन.” मी म्हणालो.

“गप्प बस.” रायन मेणबत्तीवर मेणाचा ताजा गोळा वितळवत म्हणाला. रायन अगदी कार्यमग्न कारागिरासारखा तन्मय दिसत होता.

“हेऽ हरी, चेरियनच्या ऑफिसमध्ये फोन आहे.” आलोक म्हणाला.

“होय, तिथे आहे.” मी फोन ठेवला होता तिथल्या शेल्फकडे बोट दाखवत म्हणालो.

“मला इथून घरी पटकन् फोन करता येईल.” आलोक म्हणाला.

“खरंच? तू आत्ता थांबून नंतर बाहेरून फोन करू शकत नाहीस?”

“तोवर फारच उशीर होईल आणि मला फक्त डॅड कसे आहेत, तेवढंच जाणून घ्यायचं आहे. आता आपल्याला दुसरं काय काम आहे?”

“ठीक आहे.” मी खांदे उडवत म्हणालो.

आलोक उठून फोनजवळ गेला.

“मला वाटतं... बाहेरची लाईन मिळण्यासाठी नऊ नंबर डायल करावा लागेल.” मी म्हणालो.

“आता तुमचं काय चाललंय? तुम्हाला जरा वेळ गप्प बसता येत नाही का?” रायननं ताजं सील करून त्यावरचं जादा मेण काढून घेतलं होतं.

“फक्त एक मिनिटभर घरी फोन करतोय. तुझं होईपर्यंत वाट बघायची म्हणजे फारच होतंय.” आलोक म्हणाला.

“तू बाहेरून फोन करू शकत नाहीस?” रायननं विचारलं, “का तू एक रुपडा खर्च करायला महाग झाला आहेस?”

“मला फक्त एक मिनिट पुरे. तू फक्त सील वर लक्ष दे.” असं म्हणत आलोकनं नंबर फिरवले.

त्याचा फोन लागला... त्याची आई त्याच्या उलट फोनची वाटच पाहत होती. आलोकला तोंडच उघडता आलं नाही कारण त्याची आई फोनवर तिच्या शोकात्म जीवनाची आणि त्याच्या दीदीच्या कमनशिबाचा पाढा वाचत होती.

रायन जुन्या सीलवर ताजं मेण लावत होता. मी रायनचा ल्यूब प्रस्ताव चाळत वेळ काढायचा प्रयत्न करत होतो. नेमका त्याचवेळी सगळा घोळ झाला!

मला हे त्यावेळी माहीत नव्हतं, पण कॉलेजमधल्या फोन सिस्टिमची विशिष्ट कार्यपद्धती होती. प्रत्येक प्रोफेसरच्या खोलीत असणारा फोन हा आयआयटी नेटवर्कचाच भाग होता. मुख्यत्वे या फोनवरून कॅम्पसमधले नंबर्स लावले जात असत. बाहेर फोन करायचा असेल तर नेटवर्क काही बाह्य लाईन्सशी संपर्क साधून देत असे. म्हणजे नऊ नंबर दाबला की, अंतर्गत फोन बाह्य लाईन जोडून देण्याची विनंती करत असे व कॅम्पसमधलं दूरसंचार केंद्र लाईन्स जोडून देत असे. दूरसंचार केंद्रातल्या कन्ट्रोल स्विचबोर्डवर हे स्वयंचलित होत असे. त्या स्विचबोर्डवर प्रत्येक ‘एन्गेज’ लाईनसाठी एक छोटा लाल दिवा लागत असे. एखाद्यानं बाह्य लाईन देण्याची विनंती केली, की तो दिवा हिरवा होत असे. ही कन्ट्रोल रूम कॉलेजच्या इमारतीच्या तळमजल्यावरील सुरक्षा कार्यालयात आहे. रात्री तिथे एक रात्रपाळीचा ऑपरेटर आणि एक सुरक्षा रक्षक बहुतेकवेळा

गप्पाटप्पा करत आणि घोरत बसलेले असतात.

त्यामुळे, सहाव्या मजल्यावरच्या फोनपैकी एका फोनचा लाल दिवा लागला आणि तो हिरवा झाला. हे पाहिल्यावर सुरक्षा रक्षकाच्या मनात आलं... आत्ता रात्री यावेळी प्रोफेसर चेरियन त्यांच्या खोलीत काय करतायत? ऑपरेटरला त्याची इच्छा असेल तर फोनवरचं संभाषण ऐकण्याचा पर्याय उपलब्ध असतो, त्यानुसार त्यानं बोलणं ऐकलं. फोनवर प्रोफेसर चेरियन नव्हते...फोनवर एक आई आपल्या मुलीची करूण कहाणी कुणा आलोक नामक माणसाला ऐकवत होती. सुरक्षा रक्षकाने वॉकी-टॉकी उघडून गस्तीच्या रक्षकांना चेरियनची खोली तपासायला सांगितली. गस्तीचा एक पहारेकरी आणखी एका पहारेकऱ्यासह सहाव्या मजल्याच्या दिशेनं निघाला.

दुर्दैवानं... आम्हाला हे सगळं तेव्हा माहीत नव्हतं.

"काही काही पानांवरसुद्धा शेरे मारले आहेत." मी म्हणालो.

"भंपक आहे सगळं. चेरियनला या प्रकल्पाला परवागी द्यायची नव्हती. मी कार्यक्षमतेत सुधारणा घडते हे प्रत्यक्ष सिद्ध करून दाखवलं आहे. हे वास्तवात शक्य नाही असं म्हणून तो हा विषय बंद कसा करू शकतो? तो भडवा... आऊच!" रायनच्या बोटावर मेणाचा गरम थेंब पडला.

"तू काळजी करू नकोस. तू सीलवर लक्ष दे आणि लवकर आटप, आलोक." मी म्हणालो.

दोन्ही पहारेकरी सहाव्या मजल्यावर येऊन दाराबाहेर उभे राहिले. दार उघडण्याआधी ते तिथे दोन मिनिटं उभे असणार. जळती मेणबत्ती, वितळलेलं मेण, एकजण प्रोफेसरच्या खुर्चीवर बसलेला, काही कागद पसरलेले... काय चाललंय हे समजण्यासाठी पहारेकऱ्यांना शिक्षण द्यायची गरज नव्हती.

आलोक जागीच थिजला, त्याच्या हातातून फोन गळून पडला. त्याच्या गरीब बिच्चाऱ्या आईला फोन पुन्हा 'डेड' झाला असंच वाटलं असणार. पण प्रत्यक्षात मात्र आम्हीच सगळे 'डेड' झालो होतो. मी सुद्धा खुर्चीत जागीच गोठलो होतो. कसं कोण जाणे, पण रायनच्या तोंडून पहिला शब्द फुटला.

"ओह, गार्ड साहेब, हॅलो, आत या... मी तुम्हाला काय झालं ते सांगतो." रायन शक्य तितकं शांत राहण्याचा प्रयत्न करत म्हणाला.

"तू कोण आहेस?"

"गार्ड साहेब," रायन उठून उभा राहिला, गरज पडलीच तर तिथून मुसंडी मारून बाहेर पडण्याच्या पवित्र्यात. आलोक आणि मीही त्याच्या मागोमाग आलो... कुठल्याही आकस्मिक सूचनेची वाट पाहत सज्ज.

"आमच्या जवळ येऊ नका." पहारेकरी म्हणाला, "आम्ही आता प्रोफेसरना बोलवून घेतोय."

"ओह, नको. गार्डसाहेब, आमचं ऐकून घ्या." असं म्हणत रायन दाराजवळ गेला. आता आम्हाला तिथून मुसंडी मारून सटकावं लागणार होतं, हे स्पष्ट होतं.

आमचा उद्देश त्या पहारेकऱ्याच्या लक्षात आला की काय कुणास ठाऊक किंवा तोच खुळचट घाबरला असावा. तो मागे सरकला आणि त्यानं आम्हाला त्या खोलीत कोंडलं. त्यानं बाहेरून कडी घातल्याचं आम्हाला ऐकू आलं, तसंच तो त्या दुसऱ्या पहारेकऱ्याला प्रोफेसरना आणि मुख्य सुरक्षा अधिकाऱ्याला फोन करायला सांगत होता, हेही ऐकलं. रायन त्या पहारेकऱ्याला आवाज देण्याचा पुन्हा प्रयत्न करत होता. पण त्याचा काहीही उपयोग झाला नाही. आता फक्त आम्ही तिघं होतो... मध्यरात्रीच्या वेळी सहाव्या मजल्यावर चेरियनच्या ऑफिसमध्ये कुलूपबंद!

आम्ही एक शब्दही बोललो नाही. फक्त एकमेकांकडे पाहत राहिलो. आता काही करणंच शक्य नव्हतं. फक्त प्रतिक्षा... प्रतिक्षा... आणि प्रतिक्षा. माझ्या आयुष्यातला तो सर्वांत दीर्घ दिवस... पुन्हा कधीच भरून न येणारा...

■

१९

माझ्या आयुष्यातील सर्वात दीर्घ दिवस–४

चेरियनच्या ऑफिसचं दार पुन्हा उघडून आमच्या नशिबावर शिक्कामोर्तब होण्याच्या आधीच्या त्या काही क्षणांत मी आत्ममग्न झालो... फक्त शान्त बसून राहिलो आणि रायन, आलोकच्या बोलण्याकडे पूर्ण दुर्लक्ष केलं... म्हणजे जर ते काही बोलले असले तर. माझ्या नजरेसमोर भविष्याचं चित्र तरळलं. उद्या सकाळपर्यंत सगळ्या प्रोफेसर्सना, कुमावनमधल्या व इतर होस्टेल्समधल्या सगळ्या विद्यार्थ्यांना आमच्याबद्दल समजणार. प्रोफेसर चेरियनच्या ऑफिसमधून मेजरची प्रश्नपत्रिका चोरताना सापडले... असेतसे नाही! कदाचित या विशेष प्रसंगी संस्थेचे संचालकसुद्धा येतील. शक्य असेल तर चेरियन आम्ही तिघांना गोळ्या घालूनच उडवतील, पण निदान ते आम्हाला यातून अलगद सुटू देणार नाहीत हे खात्रीनं. त्याला काय बरं म्हणतात? शिस्तविषयक समिती... डिसिप्लिनरी कमिटी किंवा डिस्को... शिस्तभंग करणाऱ्या विद्यार्थ्यांचं भवितव्य ठरवणारी समिती. अकस्मात, मला माझं पाच- पॉइंट जीपीए फार रम्य भासू लागलं. इथून पास होऊन बाहेर पडून एखादी साधीशी नोकरी मिळाली तरी गंगेत घोडं न्हालं! पण एवढं जीपीए टिकवून पास होणं आता सोपं राहिलेलं नव्हतं.

जर आम्ही चरणांशी लोटांगण घातलं, तर चेरियनला पाझर फुटेल? आम्ही इथे चोरी करायला आलो होतो, ही गोष्टच नाकारावी का? की सगळं काही कबूल करून क्षमायाचना करावी? आम्हाला काही मिनिटं मागे जाऊन आलोकला तो फोन करण्यापासून रोखता येईल? फक्त हा एकच दिवस मला पुन्हा जगता येईल?

माझ्या मस्तकात असले खुळचट प्रश्न सैरावैरा धावत होते. मी दीर्घ श्वास घेतला, आम्हाला या क्षणांतून पार पडावंच लागणार होतं.

"कुणीतरी आलं." रायन म्हणाला.

आम्ही उठून उभे राहिलो. दाराची कडी निघाली आणि जवळपास दहाएक माणसांची झुंड आत शिरली. मी ते दोन पहारेकरी आणि प्रमुख सुरक्षा अधिकारी यांना त्यांच्या गणवेशांवरून ओळखलं. त्यांच्याबरोबरचा दुसरा माणूस दूरसंचार केंद्रातला ऑपरेटर होता. मी त्यालाही गणवेशावरून ओळखलं. ही कंटाळवाणी कामं करणारी खुळचट माणसं त्या दिवसाचे नायक बनली होती!

शिवाय मेकॅनिकल इंजिनिअरिंग विभागाचे काही प्रोफेसर्सही आले होते. प्रोफेसर वीरासुद्धा होते. आणि अर्थातच... आम्ही ज्या व्यक्तीच्या ऑफिसमध्ये होतो ती व्यक्ती– चेरियन. त्यांना धक्का बसलेला दिसत होता. आपलं ऑफिस इतकं सहजपणे, व्यवस्थित कसं काय फोडलं असेल याचं त्यांना आश्चर्य वाटतं होतं.

हे आयआयटीतले हूज हू... बहुतेकसे लेंग्यावरच आले होते. लेंग्यावर असताना असा त्रास दिला की माणसं आणखीनच वैतागून जातात.

पहारेकऱ्यानं त्या सर्वांना आम्ही खोलीत कसा प्रवेश केला ते सांगितलं... त्यावेळी त्याचा एक डोळा आमच्यावर होता, आम्ही तिथून पळून जाण्याचा पुन्हा प्रयत्न केला तर!

"तू?" चेरियन थेट माझ्याकडे बघत म्हणाले.

त्यांच्या मनात नक्की आलं असेल : सकाळी आपल्या मुलीबरोबर आणि रात्री आपल्या ऑफिसमध्ये! असा एकाच दिवसात जर कुणी माझ्या अख्ख्या आयुष्यावर घाला घातला असता तर मी वैतागलो असतो.

"तुम्ही इथे काय करताय?" प्रोफेसर वीरा म्हणाले.

त्यांना बहुधा आमच्या करणीविषयी कळलं असावं. पहारेकऱ्यानं आपण काय पाहिलं ते सगळ्यांना कोट्यवधीवेळा ऐकवलं होतं... मेणबत्ती, सील आणि मेजर्सच्या प्रश्नपत्रिका. बहुधा प्रोफेसर वीरा आम्हाला यातून सुटण्यासाठी एखादी थाप ठोकण्याची संधी देत असावेत.

आम्ही काहीही बोललो नाही... या शान्ततेत आपण विरून जावं अशी आशा करत होतो.

"लबाडी, सर. मेजरची प्रश्नपत्रिका चोरत होते. माझ्या मुलांनी त्यांना पकडलंय." सुरक्षाप्रमुख जणू त्यांनी सीआयएचं कडं भेदलं असावं अशा अभिमानानं म्हणाला.

"तुम्ही माझ्या ऑफिसमधून प्रश्नपत्रिका चोरत होता? तुम्ही आत कसे आलात?" चेरियननी थेट मला प्रश्न केला.

"तुम्ही याला ओळखता?" एका प्रोफेसरनी चेरियनना विचारलं.

"नॉट रिअली. मी याला फक्त वर्गात पाहिलं आहे... अगदी ढ विद्यार्थी. तुम्हाला सांगतो डीन शास्त्री, हा माझ्या तोंडी परीक्षेला चक्क पिऊन आला

होता. यस, तेव्हापासून हा माझ्या लक्षात आहे... हरी कुमार, नाही का?''

चेरियनना आमच्या सकाळच्या भेटीचा इतर प्रोफेसरांसमोर उल्लेख करायचा नसावा.

''आणि हे कोण? तुमचं नाव काय?'' डीननी विचारलं.

''आलोक गुप्ता, सर. कुमावन होस्टेल, मेकॅनिकल इंजिनिअरिंग.'' आलोक म्हणाला.

''रायन ओबेरॉय... सेम.'' रायन म्हणाला.

''तुम्हाला काय वाटतं... आपण फार हुशार आहोत?'' डीन म्हणाले.

''नाही सर, त्यामुळेच आम्हाला प्रश्नपत्रिका हवी होती, सर.'' रायन म्हणाला.

फडाक्!

डीननी रायनला फाडदिशी ठेवून दिली. मी त्यांना दोष देणार नाही... रायननं असली चतुराई पाजळायला वेळकाळ बघायला हवी होती.

फडाक्! फडाक्!

काय घडतंय ते कळायच्या आत डीननी आलोकला व मलाही एक एक लगावली.

अरे देवा, तुम्हाला सांगतो... इतकं अपमानास्पद वाटलं. प्रोफेसर्स, पहारेकरी, चेरियन सगळे आमच्याकडे बघतायत आणि आमची डावी गालफडं लालभडक झालेली.

पण आम्ही गप्प बसलो. मला मनोमन वाटत होतं की, या सगळ्यांनी आमच्या मुस्कटात भडकाव्यात, पण डिस्कोला तोंड द्यायला लावून आमच्या करियरची वाट लावू नये.

''तुम्ही गुन्हेगार आहात. तुम्हाला कळतंय का? तुम्ही गुन्हेगार आहात. पोलिसांना बोलवा.'' चेरियन म्हणाले.

ते नखशिखान्त थरथरत होते, त्यांना फाडदिशी लगावली असावी तसे.

ते फोनच्या दिशेनं निघाले, तितक्यात प्रोफेसर वीरा म्हणाले, ''चेरियन सर, एक मिनिट, पोलिसांना बोलावण्याआधी एक मिनिट थांबा. हे फार मोठं प्रकरण होईल.''

''हे मोठंच प्रकरण आहे.'' चेरियन जोरात किंचाळले. माझ्या मनात आलं, चेरियन, आमच्या मुस्कटात भडकावा. त्यांची तीच इच्छा होती हे मला माहीत होतं, विशेषत: माझ्या बाबतीत.

''डीन शास्त्री, तुम्ही त्यांना समजवा. पोलिसांपर्यंत गेलं की, हे प्रकरण वृत्तपत्रांत गाजणार. तुम्हाला आयआयटीचं नाव वाईट संदर्भात वृत्तपत्रांत यावं असं वाटतं का?'' प्रोफेसर वीरा समजूत पटवण्याचा प्रयत्न करत म्हणाले.

"हंऽऽ" डीन शास्त्री हात चोळत उद्‌गारले.

"सर, अशा प्रकरणांसाठी आपल्या संस्थेत कार्यपद्धती आहेत, बरोबर? आणि पोलीस वृत्तप्रतिनिधींना सोबत घेतल्याखेरीज येणार नाहीत." प्रोफेसर वीरा म्हणाले.

"वीरांचं म्हणणं बरोबर आहे. मला आयआयटीचं नाव धुळीला मिळवायचं नाहीय... या हलकटांच्या पायात."

अगदी त्या परिस्थितीतसुद्धा मला 'हलकट' हा शब्द अगदी गोड आणि मजेशीर वाटला. मी तर जवळजवळ हसलोच.

"सर, मलाही आयआयटीचं नाव खराब करायचं नाही. पण मला या मुलांना शिक्षा व्हायला हवी आहे. ते स्वत:ला समजतात तरी कोण?" चेरियन फोन कुरवाळणं थांबवत म्हणाले.

"मी सहमत आहे, हे अत्यंत चीड येणारं आहे. आपण त्यांचं भविष्य इतकं सहज ठरवू शकत नाही. आपल्याकडे त्यासाठी कार्यपद्धती आहे, आपण ती वरचेवर वापरत नाही. त्यांना 'डिस्को' पुढे न्या."

'डिस्को' हा शब्द ऐकताच आमचा थरकाप उडाला. आमचं मौन काही लाभदायी ठरलं नाही. हे बुद्धिमान रायन... काहीतरी कर बाबा, असं मला सांगावंसं वाटत होतं, पण रायन गप्प उभा होता. काहीतरी केलं ते फक्त आलोकनं. त्यानं त्याच्या नेहमीच्या रीतीनुसार रडायला सुरुवात केली.

"सर, प्लीज सर. आम्हाला माफ करा, सर..." तो म्हणत होता.

"आता यावर चर्चा नाही. या विद्यार्थ्यांचा दर्जा दरवर्षी घसरतोय. आपण तातडीच्या डिस्कोमध्ये बोलू– उद्या!" डीननी जाहीर केलं.

"डीन सर, तुम्ही प्रवेश परीक्षांमध्ये बुद्धिमत्तेची चाचणी घेऊ शकता, पण प्रामाणिकपणाची चाचणी कशी होणार?" सुरक्षाप्रमुख वदले. त्या रात्रीच्या त्यांच्या कर्तबगारीचं श्रेय त्यांच्या पदरात जरा कमीच पडलं असावं.

दुसऱ्या दिवशी सकाळी कुमावन होस्टेलमधल्या सूचना फलकाशी गर्दी जमली होती. बँकेच्या धनादेशाच्या आकाराच्या कागदाच्या छोट्या तुकड्यावरची छोटीशी सूचना प्रदीर्घ चर्चांना तोंड फोडायला पुरेशी होती.

'कळविण्यात येते की, उद्या रात्री दहा वाजता मेकॅनिकल इंजिनिअरिंग विभागाच्या परिषद दालनात शिस्तविषयक समितीची बैठक होईल. या बैठकीत हरी कुमार (कुमावन), आलोक गुप्ता (कुमावन) आणि रायन ओबेरॉय (कुमावन) यांनी अकरा एप्रिल रोजी केलेल्या शिस्तभंग कृत्याविषयी कारवाईची दिशा ठरवली जाईल.'

आम्हा तिघांना तर त्या सूचना फलकापाशी जाण्याचीसुद्धा लाज वाटत होती. आम्ही तिथून शक्य तितक्या वेगानं सटकलो, तरीसुद्धा काही प्रश्न कानावर पडलेच.

"काय झालंय?" अनुराग म्हणत होता, "बरेच तास बुडवले आहेत की काय?"

"त्यासाठी डिस्कोसमोर नेत नाहीत. दुसरं काहीतरी असणार."

"मला वाटतं काहीतरी मोठं प्रकरण आहे. ते एका दिवसात डिस्को घेत आहेत." एक कुमावनवासी म्हणाला.

"होय, आणि रात्री घेत आहेत. मेकॅनिकल इंजिनिअरिंग विभागातलं काहीतरी दिसतंय."

आम्ही कुमावनमधल्या चतुर सहाध्यायींना काय झालं असावं याबाबत तर्क लढवू दिले. आम्ही मान खाली घालून कॅम्पसमधून बाहेर पडलो. नेहाच्या कृपेनं मला अशी काही ठिकाणं माहीत झाली होती की, जिथे आम्ही कुणाच्या नजरेला पडणार नाही. आईस्क्रीम पार्लर हे ठिकाण अगदी सुयोग्य वाटलं. आलोक थेट काऊन्टरशी गेला आणि तीन स्ट्रॉबेरी कोन घेऊन आला.

"रायन, तुझ्याकडे पैसे आहेत? माझ्याकडे एक पैसाही नाही." आलोक आमच्या 'ट्रीट' आमच्याकडे सोपवत म्हणाला.

"जाड्या, तुला यावेळीसुद्धा खाण्याचा मोह आवरत नाही." मी म्हणालो.

"अरे, हे आईस्क्रीम आहे बाबा, लक्ष दुसरीकडे वळवण्याचा प्रयत्न करतोय, तुला सांगतो, काल रात्री मला दोन सेकंदसुद्धा झोप आली नाही."

"मला सुद्धा." मी म्हणालो.

"ते काय करतील... तुला काय वाटतं?" आलोक म्हणाला.

"इन्डेममध्ये 'एफ' देतील बहुतेक." रायननं धोक्याचा अंदाज वर्तवला.

"एफ! मला 'एफ' कधीही मिळालेलं नाही आणि आपल्याला हा विषय पुन्हा द्यावा लागेल." आलोक म्हणाला.

"मला माहीत आहे, पण ही काही जगाची अखेर नव्हे." रायन म्हणाला.

"तुम्ही स्वप्न बघताय का? ते इतके सगळे प्रोफेसर्स गोळा करून रात्रीच्या वेळी डिस्को ठेवतायत ते काय आपल्याला फक्त 'एफ' देण्यासाठी?" मी म्हणालो.

रायन आणि आलोकनं माझ्याकडे अशा नजरेनं पाहिलं की, मी जणू त्यांच्या आईस्क्रीमवरची चेरी मटकावली असावी.

"महाशय, वास्तवाचं भान ठेवा. डिस्को क्वचितच बोलावली जाते आणि जेव्हा बोलावली जाते, तेव्हा तिथे दयामाया नसते."

“म्हणजे ते काय करू शकतात?” आलोकनं विचारलं.

“ते तुम्हाला कॉलेजमधून हाकलून देऊ शकतात किंवा सर्वसाधारणपणे, तुम्हाला एखाद्या वर्षासाठी किंवा एखाद्या सेमिस्टरसाठी निलंबित करतात.”

“हाकलून?” आलोक आईस्क्रीमनं गारठल्यासारखा थरथर कापत म्हणाला.

“ते हाकलून देणार नाहीत. असं आजवर कधीही घडलेलं नाही. ती कोकच्या बाटल्या कोंबणारी पोरं... ‘कुठं’ ते तुम्हाला माहीत आहे, त्यांनासुद्धा हाकलून दिलेलं नाही.” रायन म्हणाला.

“ते आपल्याला एका सेमिस्टरसाठी अथवा एका वर्षासाठी निलंबित करू शकतात. आणि एवढं आपल्या भविष्याची पूर्ण वाट लावायला पुरेसं आहे. यानंतर तुम्ही नोकरी मिळवायचा प्रयत्न करा.” मी म्हणालो.

“पूर्ण सेमिस्टरसाठी? मग आपण काय करायचं?” आमचा हा बाबा आत्ताच जागा होत होता जणू.

मी गप्प राहिलो. रायननं स्ट्रॉबेरी कोन संपवून टिश्श्यू पेपर नेम धरून केराच्या डब्यात फेकला.

“काहीतरी बोल रे. मग काय होईल?”

“कल्पना कर की जाड्या. तुझ्या गुणपत्रिकेवर एखाद-दुसऱ्या सेमिस्टरला ग्रेड्स् असणार नाहीत, त्यावर सगळीकडे ‘निलंबित’ असा शिक्का मारलेला असेल. नोकरीसाठी मुलाखतीला गेल्यावर संभाषणाचा प्रारंभ करायला त्याचा फार चांगला उपयोग होतो, कळलं?” रायन म्हणाला.

“मला वाटतं, आपल्याला कुणीही नोकरी देणार नाही. यूएस टाईपचे साले तर असली फसवणूक प्रकरणं भयंकर गंभीरपणे घेतात. एमबीए कॉलेजमध्ये प्रवेशही मिळणार नाही. तिथेही ते मुलाखतीत हेच विचारणार.”

“दुसऱ्या शब्दांत सांगायचं तर आपल्या आयुष्याची वाट लागली आहे.” मी म्हणालो. तितक्यात माझ्या ध्यानात आलं, अजून मी आईस्क्रीमला तोंड लावलेलं नव्हतं. आईस्क्रीम वितळून चिकट रचका झाला होता. मी ते रायनकडे केराच्या डब्यात टाकायला दिलं.

“आणि तुम्ही तरीसुद्धा शांत आहात? तुम्ही शांत कसे राहू शकता? माझ्या आईवडिलांना काय वाटेल? दीदीचं काय होईल?” आलोक टेबलावर कपाळ टेकवून केस उपटत म्हणाला. त्यानंतर त्यानं हातांनी चेहरा झाकला, डोळ्यांतले अश्रू लपवण्यासाठी.

“मी शांत आहे असं कोण म्हणतं?” असं म्हणत रायन उठून उभा राहिला. त्याचा आवाज काऊन्टरवरच्या पेंग्या कॅशियरला खडबडून जागं करण्याइतका खणखणीत होता.

"शांत हो आणि खाली बस. इथे कॉलेजमधली माणसं असू शकतात." मी म्हणालो.

"खड्ड्यात गेली माणसं आणि खड्ड्यात गेलं कॉलेज आणि खड्ड्यात गेला हा जाड्या... याला वाटतंय फक्त आपलीच रात्रीची झोप उडाली आहे..., भविष्याची काळजी करतोय! जागे व्हा श्रीयुत आलोक... ही वेळ रडारडी करत केस उपटण्याची नाही. आपल्याला दहा तासांत त्या साल्या डिस्को समोर उभं राहायचं आहे आणि आपण त्यावेळी साल्या प्रोफेसरांना काय उत्तर द्यायचं त्याचा विचार करायला हवा."

"होय." या खेपेला आलोक उठून उभा राहिला. मला वाटतं, तुम्ही जेव्हा उभे असता तेव्हा ओरडणं सोपं जातं.

"ओह, यस श्रीयुत रायन." आलोक म्हणाला.

"म्हणजे या क्षणी, डावपेच काय आखायचे याबद्दल सगळी विचारशक्ती फक्त आपल्याकडेच आहे तर. मी म्हणतो... तू आणि तुझे डावपेच... गेला खड्ड्यात. 'ऑपरेशन पेन्ड्युलम'चं काय झालं?"

आता त्या दोघांमध्ये पडून त्यांना शान्त करण्यात काही अर्थ नव्हता. मला वाटतं त्यांना त्याची गरज होती.

"ऑपरेशन पेन्ड्युलम? ती व्यूहरचना चांगली नव्हती हे तू मला सांगतोयस? कुठल्या कारट्याला आईला फोन करायचा होता?" रायन म्हणाला.

"होय आणि आजवरच्या इतिहासात कुठला आयआयटीवाल्या प्रोफेसरच्या ऑफिसमध्ये असा घुसला असेल? काहीही होऊ शकत नाही... आता काहीही होऊ शकत नाही."

त्यांची अशी वादावादी पाच मिनिटं सुरू होती. त्यानंतर मला एकदम रडू कोसळलं. आसवं आपोआप ओघळत होती. तुम्हाला सांगतो, मी आलोकसारखा रडत होतो. मला लाजेनं मेल्याहून मेल्यासारखं होत होतं, पण निदान त्यामुळे त्यांचं माझ्याकडे लक्ष तरी गेलं.

"आता तुला काय झालं?" रायन म्हणाला.

"काही नाही. तुम्ही दोघंही आरडाओरडा थांबवा आधी. त्याचा काहीही उपयोग नाही. आता आपल्याला एकमेकांची गरज आहे."

"त्याचं बरोबर आहे. बस, जाड्या." रायन म्हणाला.

आम्ही तिघंही पुढे पाच तास त्या आईस्क्रीम पार्लरमध्ये बसून होतो. दोन बनाना टॉफी कोन्स, एक मिन्ट चॉकलेट चिप आणि तीन रॉसबेरी डिलाईट्स... एवढ्या रसदीवर आम्ही आमचं जीवन वाचवण्यासाठी कोणते सर्वोत्तम मुद्दे मांडता येतील ते ठरवलं. आशेचा किरण अगदीच अंधूक होता, पण आम्हाला

शक्य ते करून पाहावंच लागणार होतं. आमचं व्यूहरचनात्मक धोरण सर्जनशील वगैरे नव्हतं– ते होतं... प्रामाणिकपणे कबूल करायचं, शान्त राहायचं आणि दयेची भीक मागायची. आम्ही संध्याकाळी सहा वाजता कुमावनमध्ये पोचलो, तोवर प्रोफेसर वीरांचे सहा तरी फोन येऊन गेले होते. त्यांना आम्हाला 'डिस्को'च्या आधी भेटायचं होतं. आम्ही त्यांना नऊ वाजता भेटायचं कबूल केलं.

"तुम्ही हुबेहूब दुसऱ्या किल्ल्या मिळवल्यात?" प्रोफेसर वीरांनी पुन्हा विचारलं. आम्ही त्यांना सांगितलेली कहाणी ऐकून त्यांना आणखीनच धक्का बसला होता.

"होय सर, जिया सरायमध्ये सहा रुपयांना." मी म्हणालो.

प्रोफसर वीरा खुर्चीत बसले. त्यांना जोरात हसू फुटलं.

"हे अविश्वसनीय आहे. मी आयआयटीमध्ये असं कधी ऐकलं नव्हतं. मग रायन, तुला काय वाटलं... की आपण विभागप्रमुखांच्या ऑफिसमध्ये जाऊन प्रश्नपत्रिका चोरून 'ए' मिळवू शकतो."

"होय सर." रायन अगदी प्रसंगाला योग्य अशा नम्र स्वरात उत्तरला.

"आणि हरी तू... तू नेहाकडून किल्ल्या मिळवल्यास... तिला तू तुझी गर्लफ्रेंड म्हणवतोस... तुला तिच्या डॅडींच्या ऑफिसमधून चोरता यावं यासाठी."

"बरोबर आहे, सर." मी म्हणालो.

"आणि आलोक तू... तू त्यांच्या वेडपट बेतात त्यांची साथ दिलीस!"

"ते माझे मित्र आहेत, सर." आलोक म्हणाला.

आलोकचं हे वाक्य माझ्या मनाला स्पर्शून गेलं... मला सांगायला हवं. क्षणभर मी सगळं काही विसरलो आणि आलोकला फक्त एवढं कारण पुरेसं वाटावं, याचं मला बरं वाटलं.

"तुम्ही मूर्ख आहात. यू नो, महामूर्ख आहात तुम्ही." प्रोफेसर वीरा म्हणाले. ते अगदी कठोर दिसत होते, पण आम्हाला ते आवडत असत. शिवाय, त्यांचं म्हणणं बरोबर होतं.

"सर, आमचं काम जवळजवळ झालंच होतं. आलोकनं तिथून फोन केला..." रायन म्हणाला.

"जवळजवळ झालंच होतं?" प्रोफेसर वीरा रायनचं बोलणं मध्येच तोडत म्हणाले, "हे सगळं त्यासाठी चाललंय? तुम्हाला काय वाटतं, तुम्ही सापडलात म्हणून मी तुम्हाला मूर्ख म्हणतोय?"

प्रोफेसर वीरांचा आवाज करारी झाला होता.

"तू रायन ओबेरॉय, मला वाटलं होतं की, तू माझ्या आजवरच्या सर्वांत हुशार विद्यार्थ्यांपैकी आहेस. तुझा ल्यूब प्रकल्प म्हणजे मी आजवर पाहिलेल्या

विद्यार्थ्यांच्या कामगिरीतली सर्वोत्तम कामगिरी होती. मला तुझ्या ग्रेडशी अजिबात देणंघेणं नाही. पण तू ग्रेडशीटवरच्या एका खुळचट अक्षरासाठी अख्खं भवितव्य पणाला लावण्याइतका खुळचटपणा केला आहेस.''

रायननं मान खाली घातली.

''आणि तुम्ही तिघं एकमेकांचे सर्वांत जिवलग मित्र आहात. पण तुमच्यापैकी एकजणही इतर दोघांना असल्या वेडेपणापासून परावृत्त करू शकला नाही. तुम्हाला कळतंय का, चेरियननी तुम्हाला तुरुगांत टाकलं असतं.''

''सर, आम्ही फक्त एवढंच सांगतो... आमचं चुकलं, आम्हाला माफ करा. कदाचित त्यांनाही दया येईल...'' आलोक म्हणाला.

''दया? ही डिस्को आहे, मदर तेरेसांचा आश्रम नव्हे. तू चेरियनचा चेहरा पाहिला आहेस.'' प्रोफेसर वीरा म्हणाले.

आम्ही तिघंही एकदम गप्प झालो. आम्हाला प्रोफेसर वीरांच्या ऑफिसमधल्या घड्याळाची टिकटिक ऐकू येत होती. साडे नऊ वाजले होते.

''मग तुम्ही डिस्कोसमोर काय म्हणणं सादर करणार आहात? अपराध स्वीकारणार की नाही?'' प्रोफेसर वीरांनी विचारलं.

''स्वीकारणार. त्यांनी आम्हाला रंगे हाथ पकडलं आहे, सर.'' मी म्हणालो.

''हं, मला वाटतं, तुम्ही सर्वप्रथम हकालपट्टीची शक्यता दूर करायला हवी.'' प्रोफेसर वीरा म्हणाले.

''म्हणजे तुम्हाला वाटतंय की, अजून संधी आहे?'' आलोक म्हणाला.

''फारशी आशा नाही, कारण चेरियननं आकाशपाताळ एक केलं आहे. तू किल्ल्यांबाबत काय सांगणार आहेस?'' प्रोफेसर वीरांनी विचारलं.

''मला नेहाला यात ओढायचं नाहीय. मला वाटतं आम्ही फक्त एवढंच सांगावं की, आम्ही बऱ्याच किल्ल्या जमवल्या होत्या, त्या किल्ल्या लागतायत का पाहत होतो, अखेर एक किल्ली लागली.'' मी म्हणालो.

''त्यांना खरं काय ते का नाही सांगत? तू मला सगळं काही सांगितलं आहेस.'' प्रोफेसर वीरा म्हणाले.

''मला हे नेहाला समजायला नकोय.'' मी म्हणालो.

''लिसन बॉईज, मी इथे तुम्हाला मदत करायचा प्रयत्न करतोय. तुम्ही अवघड चक्रव्यूहात अडकलेले आहात, पण आता तुम्ही तो थोडासा जरी भेदू शकलात, तरी तुम्ही संकट थोडं कमी करू शकाल.''

''म्हणजे कसं?''

''पहिली गोष्ट– आम्ही शिक्षेचे काही इतर पर्याय पुढे मांडायचा प्रयत्न करू. मी तिथे असेनच, त्यामुळे मी या विषयात 'एफ' द्यावं, जाहीर माफी मागावी

आणि शंभर तास समाजसेवा करावी असा पर्याय सुचवेन.''

''समाजसेवा म्हणजे काय?'' रायननं विचारलं.

''कॅम्पसमध्ये कामं करायची– सायकल पार्क्स रंगवायचे किंवा वृक्षारोपण करायचं... अशा प्रकारची सेवा.'' प्रोफेसर वीरा म्हणाले.

''मला तसलं अजिबात आवडत नाही.'' रायन म्हणाला.

''गप्प बस रायन. ठीक आहे, सर. प्लीज, तुम्ही बोला.'' मी म्हणालो.

''दुसरी गोष्ट म्हणजे– मला तुम्ही या कहाणीला जरासं वेगळं वळण द्यावं असं वाटतं. मला खोटं बोलण्याची चीड आहे, पण तुम्ही यातून सुटण्याची फारशी आशा नाहीय, त्यामुळे तुम्ही निरनिराळ्या किल्ल्या लावून बघितल्या असं सांगण्यापेक्षा, नेहानं या किल्ल्या दिल्या असं सांगा.'' प्रोफेसर वीरा म्हणाले.

''काय?'' आम्ही तिघांनीही एका सुरात प्रश्न केला.

''ऐका, तुम्ही जर सांगितलंत की, तुमची नेहाशी ओळख आहे आणि तिचं कशावरून तरी वडिलांशी बिनसल्यामुळे तिनं तुम्हाला किल्ल्या दिल्या, तर त्याला व्यक्तिगत परिमाण लाभेल. डिस्को समितीला वाटेल की, तुम्ही काही प्रत्यक्ष कुलूप फोडून घुसलेले नव्हता. हे बरोबर आहे की नाही कोण जाणे, पण तुम्ही प्रयत्न करून बघावा असं मला वाटतं.''

''नेहाला हे समजेल तेव्हा तिला काय वाटेल?'' मी म्हणालो. ''आम्ही असं कुठल्याही परिस्थितीत करू शकत नाही.''

''कलंकित पदवी आणि कॉलेजनंतर नोकरी नाही या अवस्थेपेक्षा गर्लफ्रेंडनं नाराज होणंच बरं म्हणायचं.'' प्रोफेसर वीरा म्हणाले.

''हरी, प्रोफेसर वीरांचं बरोबर आहे.'' रायन म्हणाला.

''तू चेरियनच्या कुटुंबाला यात ओढ म्हणजे कदाचित ते माघार घेतील आणि सगळ्यात महत्त्वाची गोष्ट म्हणजे तू त्यांच्या मुलीचा बॉयफ्रेंड आहेस, हे सगळ्यांना कळू दे.''

''पण यामुळे ते सगळ्या जगाला कळेल.'' मी म्हणालो.

''तुला सगळी कथा सांगायची नाहीय. तू फक्त इतकंच सांग की, नेहाशी माझी नुकतीच मैत्री झाली आहे. मला खात्री आहे की, चेरियन या मुद्यावर वाद वाढवणार नाहीत.''

''आलोक तुलाही हाच मार्ग योग्य असं वाटतंय?'' मी विचारलं.

''होय, आत्ता आपल्याला आपले प्राण वाचवायचे आहेत. कमॉन, हे शेवटच्या क्षणापर्यंत लढण्याचं धोरण आहे. जिवंत राहण्याचा अखेरचा प्रयत्न!''

या कल्पनेला मान्यता देताना मला स्वत:चाच तिरस्कार वाटला. मी सांगितलेलं

जेव्हा नेहाला समजेल, तेव्हा तिला काय वाटेल? मला किल्ल्या देऊन आपण ह्याला मदत केली, असं वाटेल? बहुधा ती माझा कायम तिरस्कार करेल.

घड्याळात दहाचे टोल पडले. विभागीय समितीसमोर जाण्याची वेळ येऊन ठेपली होती.

आत्ता तरी जिवंत राहण्याच्या मुद्यापुढे प्रणय दुय्यम स्थानावर गेला होता.

■

२०

माझ्या आयुष्यातील सर्वात दीर्घ दिवस–५

आयआयटीतल्या 'डिस्को'चा आणि नाचण्या-बिचण्याचा दूरान्वयानंही काही संबंध नाही. इथे खोलीत अगदी मंद प्रकाशयोजना असते... प्रचंड नीरव शान्तता असते... आणि इथे उपस्थित असणारा जवळजवळ प्रत्येकजण वयस्क असतो. अर्धवर्तुळाकर टेबलाशी साधारण दहा एक प्रोफेसर बसलेले असतात आणि आरोपी विद्यार्थ्यांना मध्यात आणून आदळलेलं असतं. प्रोफेसर्स त्यांच्यावर सर्व दिशांनी प्रश्नांची फैर झाडत असतात. विद्यार्थ्यांना त्या प्रत्येक प्रोफेसरपासून कमीत कमी अंतरावर म्हणजे जवळ बसवलेलं असतं. मला वाटतं ही न्यायालयासाठी अधिक सुयोग्य रचना आहे.

डीन शास्त्रींनी आम्हाला बसायला सांगितलं. डीन शास्त्री, संचालक वर्मा आणि प्रोफेसर चेरियन प्रमुख भूमिकेत होते. इतर सात प्रोफेसर्सना त्यात कमी महत्त्व होतं. प्रोफेसर वीरा त्या सातजणांमध्ये होते. त्यांच्यापैकी बहुतेकजण कड्‌कड् जांभया देत होते... बहुधा ही त्यांची झोपायची वेळ असणार. अर्थातच त्यांच्या विद्यार्थ्यांसाठी मात्र आत्ता उजाडणार होतं, कारण त्यांनी त्यांच्या डोंबलावर असाईनमेंट्‌सचा आणखी एक संच आदळला होता.

"सहकाऱ्यांनो, शिस्तविषयक समितीचं काम सुरू करू या." डीन शास्त्री अत्यंत कडक कोरड्या स्वरात म्हणाले.

"आपण प्रारंभ करावा." संचालक आणि प्रोफेसर चेरियन म्हणाले. मला वाटतं या औपचारिकतेनं त्यांना त्यांच्या स्थानाची जरा जास्तच जाणीव दिली असावी.

आजही आपल्या तोंडून शब्द फुटला नाही तर... माझ्या मनात आलं आणि माझ्या सर्वांगाला दरदरून घाम फुटला. सगळ्या प्रोफसर्सनी विशेष डिस्को फाईल उघडली, त्यामध्ये आदल्या रात्रीच्या कृष्णकृत्यांचं वर्णन लिहिलेलं होतं.

माझी अस्वस्थता रायनच्या ध्यानात आली. तुम्हाला चांगलं ओळखणारे

लोक प्रत्येक गोष्ट कशी ओळखतात... मोठं आश्चर्य आहे!

"हरी," तो कुजबुजत्या स्वरात म्हणाला.

मी त्याच्याकडे पाहिलं.

"तुला कशाची काळजी वाटतीय ते मला माहीत आहे. लक्षात ठेव, ही तोंडी परीक्षा नाही. इथे जर तू तोंड उघडलं नाहीस तर तुला भल्यामोठ्या भोपळ्याच्याही खाली जावं लागेल. तुला समजतंय का?"

"अं... हो." मी म्हणालो.

"आणि मला तुला एक गोष्ट सांगायची आहे, तसं म्हणणं मला अजिबात आवडत नाहीय... पण तू मदनपुतळा आहेस." रायन म्हणाला.

"का?"

"कारण, आत्ता तुझ्या भविष्याचा दोर तुझ्यासमोर बसलेल्या माणसाच्या हातात आहे. तरीसुद्धा... तो बाकी काहीही करू शकतो, पण तो एक वस्तुस्थिती पुसून टाकू शकत नाही."

"कोणती?"

"हीच की, तू टळटळीत भरदिवसा त्याच्या एकुलत्या एका मुलीबरोबर झोपला आहेस. माझा मित्र म्हणजे खरोखर मदनाचा पुतळा आहे." रायन म्हणाला.

"तुला असं खरंच वाटतं?" मी खुश होऊन विचारलं.

"खरंच. मी तुला सलाम करतो. मला तुझ्यासारखा मित्र असण्याचा अभिमान आहे." रायन म्हणाला.

माझा चेहरा उजळला.

"विद्यार्थ्यांनी आपापसात बोलायचं नाही." डीन शास्त्री फाईलमधून डोकं वर काढत म्हणाले.

"सॉरी सर." मी म्हणालो.

रायनने आणि मी परस्परांकडे पाहून अंगठा उंचावला.

डॅम इट, मी या थेरड्यांच्या प्रश्नांची उत्तरं कधीही देऊ शकतो.

"मिस्टर हरी कुमार, या फाईलमध्ये म्हटलं आहे की, काल रात्री तुम्ही दोन मित्रांसमवेत प्रोफेसर चेरियन यांच्या ऑफिसमध्ये सापडलात. हे खरं आहे?" डीन शास्त्री म्हणाले.

"होय सर." मी म्हणालो.

"रायन ओबेरॉय, आम्हाला असं समजलं आहे की, तुम्हाला सुरक्षा व्यवस्थेनं मेणबत्ती, सील करण्याचं मेण आणि मेजर्सच्या प्रश्नपत्रिकांसह पकडलं. हे खरं आहे?"

"होय सर." रायननं कबुली दिली.

"आलोक गुप्ता, आम्हाला असं समजलं आहे की, काल रात्री प्रोफेसर चेरियन यांच्या फोनवरून आपणच फोन केला होता."

आलोकनं होकारार्थी मान डोलावली.

"तुम्हाला या घटनेचं गांभीर्य समजतंय?" संचालक म्हणाले.

"होय, सर, आम्ही वाहवत गेलो होतो सर." मी म्हणालो.

तुम्हाला सांगतो, मी थक्कच झालो... या प्रश्नांना उत्तरं देण्यात मी पुढाकार घेत होतो!

इतर प्रश्न थोडेसे अलंकारिक भाषेतले, थोडेसे नैतिक वगैरे स्वरुपाचे होते. आत्ता मला ते सगळे आठवतसुद्धा नाहीत, पण सचोटी, प्रामाणिकपणा, व्यक्तिमत्त्वाचं सामर्थ्य असलं सगळं होतं. आम्ही फक्त क्षमायाचना केली, कोटी कोटी वेळा. अखेर, त्यांनी आम्ही ज्या प्रश्नाची वाट पाहत होतो तो प्रश्न विचारला.

"तुम्ही माझ्या ऑफिसमध्ये कसे शिरलात?" प्रोफेसर चेरियननी विचारलं.

"आमच्याजवळ किल्ल्या होत्या, सर." रायन म्हणाला.

"तुम्हाला किल्ल्या कशा मिळाल्या?" ते गोंधळलले दिसत होते.

"सर, आम्ही सर..." एवढं बोलून मी गप्प झालो. नाही... मी असं नाही करू शकत.

"हरीच्या मैत्रिणीनं, नेहानं आम्हाला किल्ल्या दिल्या." रायननं माहिती पुरवली.

"ही नेहा कोण?" डीन शास्त्रींनी विचारलं.

"नेहा चेरियन... प्रोफेसर चेरियन यांची मुलगी. माझी तिच्याशी गेल्या तीन महिन्यांपासून मैत्री आहे." मी म्हणालो.

त्याबरोबर खोलीत एकदम सन्नाटा पसरला. डीन शास्त्री आणि संचालक वर्मांचं तोंडच बंद झालं. त्यांनी प्रोफेसर चेरियन यांच्याकडे असं काही पाहिलं की जणू पुढचं लक्ष्य तेच होते. पण डिस्को नियमावलीत ते बसत नव्हतं.

"क्काय? तू काय बोलतोयस ते तुला समजतंय?" डीन शास्त्रींनी विचारलं.

"होय, मी खात्रीनं सांगतो. तिचं वडिलांशी काहीतरी बिनसलं होतं. तिनं आम्हाला किल्ल्या देऊ केल्या आणि आम्ही वाहवत गेलो." मी सांगितलं.

यानंतर फारसे प्रश्न विचारले गेले नाहीत. मात्र प्रत्येक प्रोफेसरला आपल्या शेजाऱ्याशी बोलायचं होतं. अगदी ते झोपाळलेले सात प्रोफेसर्ससुद्धा खाड्दिशी जागे झाले होते, 'रंगेहाथ सापडले...' अशा प्रकारच्या साध्या प्रकरणापेक्षा हे फारच इन्टरेस्टिंग होतं.

चेरियन डीन शास्त्री व संचालक वर्मा यांच्या कानाशी काहीतरी कुजबुजले. डीन शास्त्री यांनी मान डोलावली आणि जाहीर केलं–

"आम्ही विद्यार्थ्यांची चौकशी केली आहे. मला वाटतं, महत्त्वाचा निर्णय

घेण्याआधी समितीतल्या सदस्यांशी चर्चा होण्याची गरज आहे. याला काही अवधी लागेल, काही ताससुद्धा लागतील. पण एकदा हे पूर्ण झालं की, आम्ही अंतिम निर्णय देऊ. त्यावर पुन्हा अपील नसेल... विनंती नसेल. विद्यार्थी आता जाऊ शकतात.''

डीन शास्त्रींनी आम्हाला तिथून जाण्याचा इशारा केला. आम्ही डिस्को दालनातून निघालो ते कॅम्पसमधल्या हिरवळीवर आलो.

''कसं काय झालं... तुला काय वाटतं?'' आलोकनं विचारलं.

मी फक्त खांदे उडवले. नेहाच्या विचारानं माझ्या पोटात लाथ घातली.

''कुणास ठाऊक? आपण इथेच जवळ थांबूया.'' मध्यरात्रीच्या दवभिजल्या गवतावर बसत रायन म्हणाला.

''त्याला तासन्‌तास लागणार.'' मी म्हणालो.

''आपण दुसरं काय करू शकतो? पण आपण इथे जवळपास थांबायला नको. आपण कॉलेजच्या गच्चीवर जाऊया.'' आलोक म्हणाला.

मला कॉलेजच्या गच्चीवर जाण्याची कल्पना आवडली. आता आम्हाला सुरक्षित वाटण्याजोगी ती एकच जागा होती. कारण आत्ता कुमावनध्येसुद्धा जाणं अवघड होतं. लक्षावधी डोळे आमच्यावर खिळलेले होते.

''त्यांचं झालेलं आपल्याला कसं कळणार?'' रायन म्हणाला.

''आपण खाली लक्ष ठेवून राहू. कॉरिडॉरमधले दिवे सुरू आहेत. ते बाहेर आले की, आपल्याला दिसेलच.''

''ठीक आहे, आपण वर जाऊया.'' रायन म्हणाला.

आम्ही कॉलेजच्या इमारतीच्या गच्चीवर बसलो होतो. तिघंही पाच-पाच फूट अंतरावर... जणू एखाद्या काल्पनिक त्रिकोणाचे तीन बिंदू असावेत तसे. चंद्र फारच तोऱ्यात चमकत होता, शेवटी काय फक्त उजेडच परावर्तित करत होता ना! त्या दिवशी गच्चीवर काही वेगळंच वाटत होतं. मी नेहाला यात ओढल्याबद्दल स्वत:चाच धिक्कार करत होतो. खरं तर मी स्वत:चाच तिरस्कार करत होतो... लबाडीबद्दल... आणि सगळ्याचबद्दल... दुसऱ्या किल्ल्या बनवण्यास कबूल झाल्याबद्दल, 'ऑपरेशन पेन्ड्युलम'मध्ये सहभागी झाल्याबद्दल आणि आयुष्य या टप्प्यावर आणून ठेवल्याबद्दल.

मी इथवर कसा काय आलो? माझ्या संपूर्ण शालेय जीवनात मी पहिल्या क्रमांकावर असायचो. त्यामुळेच तर मी आयआयटीमध्ये आलो, बरोबर? मग आताच मी असा का... निकृष्ट दर्जाची कामगिरी घडवणारा, फाईव्ह पॉइंट्‌सच्या दरम्यान असणारा, फसव्या, मध्यरात्री कॉलेजच्या गच्चीवर बसलेला, भविष्याची खात्री नसलेला...

किती गंमत आहे पाहा... मनात प्रश्नांचा पिंगा कसा सुरू होतो! डॅम इट. या प्रश्नांची उत्तरं घेऊन येणं मनावरच तर अवलंबून असतं, मग ते शंकाकुशंका स्वत:पाशीच का ठेवत नाही? माझ्या मनातल्या उलटसुलट विचारांना काहीही अर्थ नव्हता. सलग दोन रात्री झोपेविना काढूनही काही उपयोग झाला नाही... प्रश्नांचा फेर काही थांबणार नव्हता.

मी माझ्या मित्रांकडे पाहिलं. मित्र...? नाहीतरी मित्र म्हणजे काय असतं? कोण हा आलोक? त्याच्या वडिलांचं अर्धं शरीर लुळं पडलंय आणि त्याच्या बहिणीचं पैशाविना लग्न जमणार नाहीय, या गोष्टीची मी कशाला काळजी करतोय? मग मी रायनकडे पाहिलं. होय... स्टायलिश, हुशार, तरतरीत आणि आत्मविश्वासपूर्ण रायनकडे. स्वत:वर प्रचंड विश्वास असणारा माणूस. तो जगाला भुरळ पाडू शकतो. त्याला चेरियनवर सूड उगवायचा होता. आता त्याला नेमका काय अर्थ राहिला आहे? त्याच्या सगळ्या कल्पना इतक्या हुशारीच्या आहेत असं वाटतंय? मी त्याचं का ऐकतो आणि आलोकचं का ऐकत नाही? आणि आत्ता सगळेचजण इतके गप्प का आहेत?

मी रायनच्या स्विस घड्याळात किती वाजले आहेत ते पाहिलं. पहाटेचे तीन वाजले होते.

''चहा?'' रायन हात चोळत म्हणाला.

''नको, आधीच मी टक्क जागा आहे, थँक्यू?'' मी म्हणालो.

''होय, मी सुद्धा ठीक आहे.'' आलोक म्हणाला.

चहा. रायन आत्ता सुचवू शकत असलेला सर्वोत्तम उपाय. कॅफिनचा एक 'शॉट'... आम्हाला भेडसावणाऱ्या सगळ्या गोष्टींची गुंतवळं भिरकावून देण्याचा मार्ग.

''इथे थंडी आहे.'' रायन म्हणाला.

मी मान डोलावली. होय रायन, आत्ता प्रचंड बोचरी थंडी आहे... खरं तर, दिल्लीत डिसेंबर महिन्यातल्या रात्री असते तितकी आहे, असं मला म्हणावसं वाटत होतं. पण तुम्हाला सांगतो... मला ती जाणवतच नव्हती. त्या क्षणी इतक्या महत्त्वाच्या शोकात्म गोष्टी घडत होत्या. कदाचित काही तासांत आमची आयआयटीमधून हकालपट्टी होऊ शकली असती आणि कदाचित पुन्हा आम्हाला सन्मानानं शिक्षण घेणं किंवा नोकरी मिळवणं कधीच जमलं नसतं. मी तिसरीच प्रतिक्रिया दिली.

''होय, पाच अंश असणार.''

अर्धा तास गेला, रायन उठून गच्चीच्या टोकाला गेला. नववा मजला... हे कॉलेजमधील सर्वांत उंच स्थान होतं. तरीसुद्धा इथे कठडा नाही कारण गच्चीवर यायला अधिकृत परवानगी नाही. इथून एक पाऊल पुढे टाकलं तर रायन अखेरच्या काही क्षणांत मुक्त, वजनरहित अवस्थेचा आनंद घेऊ शकत होता.

त्यानं अगदी टोकावर उभं राहून खाली वाकून पाहिलं. त्यानं एक पाय पुढे केला.

"तू काय करतोयस?" आलोकनं विचारलं.

माझ्याही मनात आलं, रायन नेमकं काय करतोय? आम्ही सगळे कितीतरी काळ 'टोका'वर नव्हतो? आधीच आमच्या आयुष्याची पुरेशी वाट लागलेली नाही का? आता आम्ही डिस्कोचा निर्णय समजेपर्यंत, लक्ष वेधून घेणारं वर्तन न करता शांतपणे प्रतिक्षा करू शकत नाही का?

"रायन, मागे फिर." मी हाक दिली.

तो वळला.

"खरंच किती उंच आहे."

हळूहळू तो मागे फिरला आणि आम्ही जिथे बसलो होतो तिथे आला.

होय, उंच आहे, होय, इथे थंडी आहे... आणखी काही दिव्यज्ञानयुक्त विधानं आहेत का सर?

पुरुषांमध्ये अजिबात म्हणजे अजिबात न आढळणारी कुठली गोष्ट असेल, तर ती म्हणजे कठीण समयी संवाद साधण्याचं कौशल्य. आलोक आणि माझ्याजवळ तर शब्दच नव्हते. नेहाचं कसं असतं... तिच्याजवळ कुठल्याही प्रसंगाला सुयोग्य साजेसं असं काहीतरी बोलण्यासारखं नेहमी असतं. पण आता या प्रकारानंतर नेहा-बिहा काही नाही, विशेषत: आलोकच्या डिस्को मुलाखतीतल्या त्या 'शेवटपर्यंत लढण्याच्या' तथाकथित धोरणानंतर तर नाहीच नाही. या गोष्टीवर अखेरची मोहर उठावी तशी माझ्या पोटात कालवाकालव झाली... आता नेहा म्हणायचंही नाही. तर... आता मी इथे बसलोय, माझ्या दोन सर्वांत जिवलग मित्रांसोबत. यातल्या एकामुळे माझी कॉलेजमधून हकालपट्टी होणार होती. ज्या कॉलेजमध्ये प्रवेश मिळवण्यासाठी मी दोन वर्षं परिश्रम घेतले होते आणि पुढे तीन वर्षं इथलं वास्तव्य सहन केलं होतं. आणि दुसऱ्यामुळे... कधी काळी माझं असणारं माझं प्रेमजीवन उद्ध्वस्त झालं होतं.

"डिस्को काही दयामाया दाखवेल असं वाटतं तुम्हाला?" आलोकनं विचारलं.

"ही शिस्तविषयक समिती आहे, गंमत नाही. तुला सांगतो, डिस्को कधीही कुणाला सोडत नाही." मी म्हणालो.

डिस्को! काय नाव आहे! मला या क्षणीसुद्धा... अगदी मी या गुंत्यात अडकलेलो असतानासुद्धा हे नाव मजेशीर वाटलं.

रायननं आम्हा दोघांकडेही पाहिलं.

"ही सगळी कल्पनाच चुकीची होती." तो म्हणाला.

आभारी आहे, रायन. इथे थंडी आहे... हे ठिकाण खूप उंच आहे आणि हो, ऑपरेशन पेन्ड्युलम ही चुकीची कल्पना होती. अशीच स्पष्ट वाक्य येत राहोत.

साडेचार वाजता तळमजल्यावर आवाज ऐकू आला. काही स्कूटर्स सुरू झाल्या, कंटाळलेल्या प्रोफेसर्सना घरी धावायचं होतं. आम्हाला संकेत मिळाला... निर्णय झाला होता.

''चला, आपण खाली जायला हवं.'' मी म्हणालो.

''होय, चला, जाऊया. प्रोफेसर वीरा असतील तिथे.'' रायन म्हणाला.

''मी इथेच थांबणार आहे. तुम्ही परत येऊन मला सांगा.'' आलोक म्हणाला.

''तू आधी खाली चल, जाड्या.'' रायन म्हणाला.

''नाही, मी प्रोफेसर्स निर्णय सांगतील तेव्हा त्यांच्या नजरेला नजर देऊ शकत नाही.'' तो म्हणाला.

''काहीही कर, चल हरी, आपण जाऊया.'' रायन म्हणाला.

आम्ही जिने उतरून खाली धावलो. बहुतेकसे प्रोफेसर्स गेले होते. डीन शास्त्री, चेरियन आणि वीरा थांबले होते.

''प्रोफेसर वीरा सर.'' रायननं त्यांच्याजवळ पोचल्यावर मागून हाक मारली.

''रायन,'' प्रोफेसर वीरा म्हणाले, ''एक सेकंद.''

प्रोफेसर वीरा चेरियन व डीन शास्त्री यांच्याशी आणखी काही मिनिटं बोलले. लवकरच त्या सर्वांनी परस्परांना शुभरात्री म्हटलं. चेरियन त्यांच्या गाडीकडे गेले.

''सर?'' मी म्हणालो.

''रायन... हरी, तुम्हाला काढून टाकलेलं नाही.'' प्रोफेसर वीरा म्हणाले.

''खरंच? मग निर्णय काय झाला?'' मी विचारलं.

''आम्ही बरेच तास चर्चा केली. त्यामध्ये मतभिन्नता होती, पण अखेर डिस्कोनं निर्णय घेतला की, तुम्हा तिघांनाही एका सेमिस्टरसाठी निलंबित करायचं.''

''सर?'' मी उद्गारलो.

''मी प्रयत्न केला, पण डिस्को सहज सोडत नाही. तुमची एक सेमिस्टर जाणार... म्हणजे चौथ्या वर्षाच्या विषयांच्या अभ्यासासाठी तुमच्याकडे फक्त एक शेवटची सेमिस्टर आहे. शिवाय, इन्डेममध्ये तुम्हाला 'एफ' मिळणार. हा विषय तुम्हाला पुन्हा द्यावा लागणार आहे. शेवटच्या वर्षाच्या प्रकल्पाबद्दल बोलायला नको. आत्तापासून, कॉलेजच्या नियमांनुसार तेवढा अभ्यास पूर्ण करण्याची परवानगी नाही.'' प्रोफेसर वीरा म्हणाले.

''म्हणजे आम्हाला पुढच्या वर्षी विषय द्यावे लागणार आणि आम्हाला नोकऱ्यांच्या मुलाखतीही देता येणार नाहीत.'' मी म्हणालो.

''मला तसं वाटतं. मी प्रोफेसर चेरियन यांच्याशी तुम्हाला निलंबित सेमिस्टरमध्ये काही प्रकल्प पूर्ण करण्याची परवानगी द्यावी यासाठी बोलायचा प्रयत्न केला. मी त्यांना तुम्हाला माझ्यासोबत काम करू द्यावं असंही सांगितलं. पण ते नाही

म्हणाले. निलंबन म्हणजे पूर्ण निलंबन.''

"सगळं संपलं. आमच्या गुणपत्रिकांची वाट लागली. आम्हाला नोकरी मिळणार नाही आणि निरुपयोगी पदवी मिळवण्यासाठी आणखी एक वर्ष वाट बघावी लागणार.'' मी म्हणालो.

रायन गप्प बसला.

"यातून हे असं निष्पन्न झालं, याचं मला वाईट वाटतंय.'' प्रोफेसर वीरा आमच्या खांद्यावर थोपटत म्हणाले आणि स्कूटरच्या दिशेनं चालू लागले. काही सेकंद धूर सोडत स्कूटर सुरू झाली... ते निघून गेले.

आम्ही गच्चीवर परत आलो. आलोक हात जोडून वाटत पाहत होता. बहुधा देवाची करुणा भाकत असावा किंवा कदाचित गारठल्यामुळे असेल.

"एका सेमिस्टरसाठी हाकललं आहे. इन्डेममध्ये 'एफ'. विषय पूर्ण सोडवण्यासाठी पुढच्या वर्षापर्यंत थांबायला पाहिजे.'' रायननं आलोकला सारांश सांगितला.

"काय?'' आलोक समाधीतून बाहेर येत म्हणाला.

"प्रोफेसर वीरांनी प्रयत्न केला. हकालपट्टी वाचवली. पण अजूनही मोठं संकट आहेच. आपण काय करायचं मला कळत नाहीय.'' मी म्हणालो.

आम्ही पुन्हा खाली बसलो. पहाटेचे पाच वाजले होते... सुप्रभात होण्यास फक्त एक तास बाकी होता.

आलोक मूकपणे उठला. त्यानं काहीतरी बोलावं असं मला वाटत होतं. कारण, त्याच्या चेहऱ्यावर भयंकर ताण दिसत होता. तो गच्चीच्या टोकाला निघाला होता... तासाभरापूर्वीच रायन जिथे उभा होता त्या ठिकाणी.

"रायन तुझं बरोबर आहे. हे खरंच किती उंच आहे.'' आलोक म्हणाला.

"आलोक, बरा आहेस ना?'' रायन म्हणाला.

"हो, तुला काय वाटतं, फक्त तूच गच्चीच्या टोकावर उभं राहू शकतोस?'' आलोकनं विचारलं.

"नाही, तू आधी मागे ये, आपण खाली जाऊया. आधीच माझ्या डोक्याला खूप झालंय.'' रायन म्हणाला.

आलोक खाली वाकून पाहत होता.

"रायन, मी तुझ्याशी एकदाच सहमत झालो आहे. माझ्याही डोक्याला खूप झालंय. मला वाटतं मी इथून खाली जावं.''

आलोकच्या स्वरात काहीतरी विचित्र मिश्रण होतं. मी मागे वळून पाहिलं. तो ताठ उभा होता... त्यानंतर त्यानं एक उडी मारली आणि थेट खाली गेला. अर्ध्या सेकंदात तो दिसेनासा झाला होता. गुरुत्वाकर्षणानं आपलं काम पार पाडलं होतं. ■

२१

माझ्या आयुष्यातील सर्वात दीर्घ दिवस—६

याआधी मी कधीही रुग्णवाहिकेत बसलो नव्हतो. आतमध्ये अगदी भयानक वाटत होतं. झटपट बांधाबांध करून निघायला सांगण्यात आलं होतं. दोन बिछाने... त्या भोवती उपकरणं, कॅथेटर्स, नळ्या आणि औषधांचा डबा. आलोक अस्ताव्यस्त पसरलेला असल्यामुळे मला आणि रायनला उभं राहायलासुद्धा जागा नव्हती. तेरा तेरा ठिकाणी अस्थिभंग झाल्यावर बिछान्यावर पडावं लागणारच, तिथे अंथरलेलं कापड मूळचं पांढरशुभ्र होतं, पण आता ते आलोकच्या रक्तानं पूर्ण माखलं होतं. आलोक ओळखण्यापलीकडल्या अवस्थेत होता. डोळे पांढरे झालेले... जीभ तोंडातून बाहेर लुळी पडलेली, डॉक्टरनी नंतर आम्हाला सांगितलं, त्याचे पुढचे चारी दातही गेले होते.

त्याचं शरीर निश्चेष्ट झालं होतं, त्याच्या वडिलांच्या उजव्या बाजूसारखं. त्याचा उजवा गुडघा असा काही दुमडला होता की, बघून तुम्हाला आलोक बिनहाडांचा आहे असं वाटलं असतं. तो निर्जीव दिसत होता, मला पैज लावायची असती तर मी नक्की सांगितलं असतं की, आलोक गेला आहे.

"आलोक जर यातून सहीसलामत वाचला, तर मी आमच्या या वेड्या दिवसांवर पुस्तकं लिहीन... खरंच लिहीन." मी शपथ घेतली.

जेव्हा डोक्यात खरंच गंभीर गोंधळ सुरू असतो आणि सलग पन्नास तास डोळ्याला डोळा लागलेला नसतो तेव्हा आपण स्वत:शीच असल्या आचरट शपथा घेतो...

रुग्णवाहिका एआयआयएमएसमध्ये आली... दिल्लीतल्या सर्वांत मोठ्या इस्पितळात. सलग दोन रात्री जागरण आणि रक्त पाहून मी बधीर झालो होतो. रुग्णवाहिका कुणी बोलावली, या इस्पितळात नेण्याचा निर्णय कुणी घेतला... मला काही कळलं नाही. बहुधा सुरक्षा पहारेकऱ्यांचं काम असावं. माझ्याभोवतीचा

प्रत्येकजण तातडीनं हालचाली करत होता.

एआयआयएमएसच्या 'इमर्जन्सी' विभागात बरेच वैद्यक व्यावसायिक होते. हे सरकारी इस्पितळ होतं त्यामुळे लोक भरपूर, मात्र सेवा फारशी नव्हती! रायन त्यातल्या काहीजणांना कार्यप्रवृत्त करण्यासाठी त्यांच्यावर खेकसला.

"नवव्या मजल्यावरून?" स्ट्रेचर ढकलणाऱ्या एकानं विचारलं. बहुधा त्याच्या मनात आलं असावं की, इतका जड वजनाचा देह अतिदक्षता विभागात नेऊन काही उपयोग होणार आहे का...

डॉक्टरनी आम्हाला अतिदक्षता विभागातून बाहेर जाऊन तिथे प्रतीक्षा करायला सांगितलं. डॅम... मला प्रतीक्षा करण्याचा कंटाळा आला होता. मी बाहेर लाकडी स्टुलावर बसलो होतो. आतमध्ये जीवनाशी झुंज देणाऱ्या रुग्णांचे नातेवाईक... माता, मुली, मुले, पिता माझ्या अवतीभवती बसले होते. मी झोप आवरण्याचा निकराचा प्रयत्न केला, पण त्याचा काही उपयोग झाला नाही.

दुपारी रायननं मला उठवलं. माझी सगळी डावी बाजू आखडली होती.

"तो यातून वाचेल!" डॉक्टर म्हणाले, "त्याची अवस्था फारच बिकट आहे... पण तो यातून वाचेल!"

"काय? कसं काय? म्हणजे... खरंच?"

"होय, तो सरळ कॉलेजच्या इमारतीशेजारच्या कारंज्यात पडला, तेसुद्धा ढुंगणावर. तुझा विश्वास बसतोय? डॉक्टर म्हणाले, त्याचा भरभक्कम पार्श्वभाग आणि सहा इंच पाणी यामुळे पडण्याचा जो तडाखा बसला असता, त्याची तीव्रता कमी झाली."

आलोक जाड्या होता ही सुदैवाची गोष्ट आणि कॉलेजच्या इमारतीशेजारी त्यांनी ते निरुपयोगी कारंजं बसवलं होतं हेही सुदैव. पायात अकरा ठिकाणी आणि हातात दोन ठिकाणी अस्थिभंग म्हणजे बरंच म्हणायचं! जाड्याचा खादाडपणा बघता, त्याची हाडं बहुधा एका दिवसात ठणठणीत बरी झाली असती.

"मला वाटलं, तो मरणार... मला खरंच वाटलं तो जाणार." असं म्हणून मी रायनला मिठी मारली आणि मला रडू कोसळलं. मला आपण आलोकसारखं का करतोय कळत नव्हतं. हे लाज वाटण्याजोगं होतं पण इस्पितळात खपून गेलं.

"तो शुद्धीवर आला?"

"फारसा नाही. पण त्याचं मुख्य कारण, त्याला दोन दिवस झोप मिळाली नाही हे आहे. चला आपण त्याच्या ढुंगणाला चिमटा काढू या." रायन म्हणाला.

आम्ही अतिदक्षता विभागात गेलो. आलोक गाढ झोपला होता.

"रुग्णाला विश्रांतीची गरज आहे." असं म्हणून परिचारिकेनं आम्हाला शान्त

राहण्याची खूण केली. आम्ही तिथून निघालो आणि बस पकडून कुमावनमध्ये आलो.

वाटेत बसमध्ये रायन मला म्हणाला, "तुला सांगतो हरी, मी जाड्याचा खूप ऋणी आहे."

"खरंच?" मी म्हणालो.

"तो नसता तर, मी कधी फाईव्ह पॉइंटपर्यंत पोचण्याइतकासुद्धा अभ्यास केला नसता."

मला वाटतं, त्याचं बरोबर होतं. केवळ त्याच्यामुळेच आम्ही पुस्तकं उघडली होती. आता तो इस्पितळात पडला होता. तर आमच्याजवळही अभ्यासाला कुठलं पुस्तकं नव्हतं.

"तुला वाटतं तो बरा होईल?" रायन म्हणाला.

"बरा होईल रायन.... बरा होईल." मी म्हणालो.

त्याचा स्वर अश्रू रोखत असल्यासारखा सद्‌गदित झाला होता.

"आय ॲम सॉरी." रायन म्हणाला.

'इट्स ओके... आपण यातून बाहेर पडू." मी म्हणालो.

आम्हा सर्वांनाच विश्रांतीची गरज होती आणि आता आमच्याजवळ त्यासाठी वेळच वेळ होता... चार महिने. जगातली सगळी विश्रांती घेण्यासाठी.

■

२२

रायनचं मनोगत

केवढा मोठा आघात!

डॅम. जाड्या अतिदक्षता विभागात मरणाशी झुंज देत होता. खरंच केवढं घोर संकट होतं! ऑपरेशन पेन्ड्युलम ही सगळी कल्पनाच चुकीची होती... असं आता मागे वळून पाहताना वाटतं. तुम्हाला सांगतो... हे सगळं वेगळं होऊ शकलं असतं. जर जाड्यानं एक रुपडा वाचवण्याच्या नादात तिथून फोन केला नसता तर... किंवा त्यापेक्षा तो जर बरोबर आलाच नसता, तर जास्त बरं झालं असतं. बाकी काही नाही, तरी तिथून उडी घेणं सोडून त्याला दुसरं काहीतरी सुचायला हवं होतं. आलोकला काय झालंय? तसंच हरीलाही? ही पोरं कधी मोठी होणार आहेत?

आता तुम्ही म्हणाल... माझी चूक मला कबूलच करायची नाहीय. रायन कुणावरही खापर फोडेल... आईवडिलांवर, मित्रांवर, कॉलेजवर... अगदी देवावरसुद्धा, पण दोष स्वतःच्या माथ्यावर घेणार नाही.

मी तुम्हाला दोष देणार नाही. तुम्ही हरीच्या बाजूनं वाचत आहात. त्यामुळे तो वाईट मुलगा कसा असेल, नाही का? एकूण पाहिलं तर हरी म्हणजे नुसता बोंबलभिक्या आयआयटीयन आहे... ज्याला नीट गुण मिळवता येत नाहीत, आयुष्य जगता येत नाही. तो दयाळू आहे आणि प्रेमाबाबत गोंधळलेला, दिसायला अनाकर्षक, त्याला आपल्या मित्रांनी एकत्र राहावं असं वाटतं, तोंडी परीक्षेत त्याचं ततपप होतं... कायकाय म्हणून सांगावं. काहीही उपयोग नाही, तरीही त्या माणसाबद्दल हळहळ वाटतेय ना?

तुमच्या कधी लक्षात आलंय का, आपले हे 'मिस्टर सॉरीबॉय' काही गोष्टींवर प्रकाश टाकू इच्छित नाहीत. उदाहरणादाखल सांगायचं तर तो त्याच्या आईवडिलांचा विषय कधी काढत नाही किंवा तोंडी परीक्षेत त्याची दांडी का उडते त्याबद्दल तो

कधीतरी प्रदीर्घ करुण कहाणी ऐकवेल असं तुम्हाला वाटतं असेल तर माफ करा, ते भाग्य तुम्हाला लाभणार नाही. तसंच तो नेहमी आलोकच्या कुटुंबाची टर का उडवतो याचं कारण तो कधी खुलं होऊ देणार नाही... आता आलोकचं कुटुंब टर उडवण्यासारखं आहे. पण म्हणून असं टर उडवणं काही संवेदनशीलतेचं लक्षण नाही.

नाही. तो या सगळ्या विषयांना हात लावणार नाही. मी या गोष्टींचा निदान उल्लेख तरी केला (हे फारच झालं. त्यामुळे तो लगेच संपादित करेल) पण त्याआधी मला पुन्हा आलोकबद्दल बोलायचं आहे. अहो, काही थेरडी तुम्हाला डिस्कोपुढे उभं करतात म्हणून कुणी नवव्या मजल्यावरून उडी मारत नाही की, आपल्या बहिणीला खपवण्यासाठी कुणी कार देऊ शकलं नाही तर आयुष्यभरासाठी अपयशी म्हणता येणार नाही. हा प्राणी इतका मूर्ख कसा? आणि तो जर इतका वेडापिसा झाला होता तर, त्यानं असं करण्याऐवजी मला ढकलून द्यायचं.

तुम्हाला सांगतो, काहीही असलं तरी मला आलोक आवडतो. होय, आम्ही मारामारी करतो, वादावादी करतो, कधीकधी मला घासू-पिरपिरीची चीड येते, पण दिवसाच्या अखेरीला हा प्राणी अगदी नि:स्वार्थी असतो. त्याला क्विझमध्ये चांगलं 'ॲव्हरेज' मिळवावं असंसुद्धा वाटत नव्हतं. त्याला तर 'आयआयटीयन'सुद्धा म्हणवून घ्यायचं नसतं (अर्थात, कुणाला असतं म्हणा!) हे सगळं तो वर्षानुवर्ष त्याच्या घरच्यांसाठी करतो. वयाच्या बाराव्या वर्षापासून तो त्याच्या वडिलांची सेवा-शुश्रूषा करतोय... पुस्तकं, औषधं आणि दु:खानं ठासून भरलेल्या खोलीत स्वत:ला कोंडून घेऊन. त्यामुळेच तो कधी 'मोठा' झालाच नाही. त्यामुळेच विशीत आल्यावरसुद्धा अजून उंउं रडण्यात त्याला काहीच वाटत नाही.

आणि त्यामुळेच तो कधी जीवनात मजा लुटू शकला नाही, पण याचा अर्थ त्याला मजा लुटायची नाही असा होतो का? तो आम्हाला का धरून राहिला आहे असं वाटतं तुम्हाला? किंवा तो आमच्याकडे परत का आला? कारण कुठेतरी त्याला ठाऊक होतं की, आपण वेंकट नाही. या मुलाला फक्त कलावंत व्हायचं होतं, पण तो होऊ शकला नाही, मात्र त्याला ते हवे होते. मी त्याला त्या हिडीस रॅगिंगमधून वाचवलं, त्याच्या दृष्टीनं ही नेहमी घडणारी गोष्ट नव्हती. त्यामुळे तो मला धरून राहिला, माझ्याशी भांडला, मला शिव्या दिल्या, माझ्यावर चिडला... त्याचवेळी त्याचा स्वत:शीच संघर्ष सुरू होता. तो स्वत:शीच भांडत होता, स्वत:लाच शिव्या देत होता, स्वत:वरच चिडत होता. मी त्याच्या ठाम धोरणांच्या मुळालाच हादरा दिला... कुणी सर्वस्व पणाला लावून आईवडिलांची काळजी वाहायचं कारण नाही, ही 'सिस्टिम' स्वीकारण्याची गरज नाही, आयुष्यात मौजेचं बलिदान देण्याची आवश्यकता नाही... अशा गोष्टी मी रुजवल्या. त्यानं

या गोष्टींना विरोध केला, पण त्याचवेळी त्याला हे आवडलंही. मी त्यांना अधिकाधिक प्रवृत्त करत गेलो. आणखी पुढे ढकलत राहिलो... पार पुढे जाईपर्यंत. देवा, कृपा करून तो जगू दे.

पण हरीचं काय? मला त्याला काही प्रश्न विचारायचे आहेत. उदाहरणार्थ, हरी, तुझ्या आईवडिलांचं काय? या पुस्तकात त्यांच्याविषयी प्रकरण येणार नाही? तुझ्या वडिलांबद्दल सांग. ते सैन्यात अधिकारी आहेत ना? आणि तुमच्या घरातला नियम टीव्ही नाही, संगीत नाही, मोठ्यानं हसायचं नाही? हे सगळं शिस्तीच्या चौकटीत बसण्यासाठी, बरोबर?

आणि तुझी आई– त्या दिवस-दिवस गप्प राहतात, बरोबर? एक मिनिट, मला त्याविषयी बोलायचं नाही. तुझ्या वडिलांनी कपाटात पट्टा टांगून ठेवलाय ना? हरी, अजूनही तो तुझ्या नजरेसमोर तरळतो? त्यांनी तुला उलट उत्तर द्यायचं नाही, असं सांगितलं होतं. तू जर वरिष्ठांना उलट उत्तर दिलंस, तर तुला शिक्षा... अगदी कडक. तोंडी परीक्षेत असंच होतं ना? हरी, त्या विचारानं अजूनही काळजावर वार होतात का रे?

ठीक आहे, मला वाटतं मीच हा विषय रेटतोय. हरीचं बरोबर आहे, त्याला काही विषयांवर बोलायचं नाहीय आणि एखादा माणूस पुस्तक लिहितोय म्हणजे त्यानं सगळं सहन केलं पाहिजे असं नाही. आणि हे पुस्तक आहे आयआयटी बद्दलचं– जिथे भविष्य घडतं असं ठिकाण. आणि भूतकाळाची कबर खोदण्यात अर्थ तरी काय आहे?

त्यामुळे मी पुन्हा 'आयआयटी' या मुद्यावर येतो. हरीनं एकदा मला त्याची मैत्री या विषयावरची मतं ऐकवली होती. (त्याच्या 'क्षमते'पेक्षा जास्त व्होडका पोटात गेल्यावर).

तो म्हणाला होता, "रायन तुझं मित्रांसाठी इतका त्याग करणं मूर्खपणाचं आहे. एका अर्थानं, तुझं हे आलोकसारखंच आहे... त्याचा जसा घरच्यांसाठी वेडेपणा चाललेला असतो तसं. तुम्हा दोघांनाही आपल्याला खरोखर काय हवंय तेच कळत नाही. तुम्ही त्यापासून दूर गेलाय."

गहन... गंभीर ना? म्हणून मी त्याला विचारलं की, तू तरी तुला हवंय ते मिळवलं आहेस ना? आणि त्यानं मान डोलावली.

"तुला काय पाहिजे आहे?" मी विचारलं.

"तुझ्यासारखं व्हायचं आहे."

"क्काय?"

मी ऐकलं ते बरोबर होतं?

"मला नेहा हवी आहे." एवढं बोलून भडवा झोपी गेला.

आता सांगा, याचं काय चाललंय?... हा इतरांसाठी जगू शकत नाही, पण याला इतरांसारखं व्हायचं आहे?

तुम्हाला सांगतो, गोंधळ आहे सगळा...

■

२३

काजू बर्फी

आमच्या निलंबित सेमिस्टरमध्ये, दोन महिन्यांनी आलोक कुमावनमध्ये परत आला. अजूनी प्लॅस्टर वगैरे होतंच आणि डॉक्टरांनी सांगितलं होतं की, प्लॅस्टर काढल्यानंतरही त्याच्या डाव्या पायात किंचितसा दोष राहील. माझ्या मते, जीवनदान मिळण्याच्या बदल्यात एवढी किंमत चुकवणं म्हणजे काहीच नव्हतं, मात्र आलोकच्या दृष्टीनं, आयुष्यभर त्याला त्या रात्रीचं कधीही विस्मरण घडणार नव्हतं.

आम्हाला नाहीतरी दुसरा काही उद्योग नव्हताच, त्यामुळे आम्ही त्याला भेटायला रोज रुग्णालयात जात होतो. आम्ही सेमिस्टरच्या कालावधीत घरी जाण्याबाबत कधी बोललोसुद्धा नाही. कसं कोण जाणे, पण आपण कुमावनमध्ये एकमेकांजवळ राहायला पाहिजे असं आम्हाला वाटत होतं. आमच्याशी कुणी फारसं बोलतही नव्हतं. जर बोललंच तर त्यांना फक्त आमच्याकडून सत्यकथा जाणून घ्यायची होती... आम्ही काय केलं, डिस्को कशी असते, आलोकनं उडी का घेतली, वगैरे वगैरे. त्यामुळे आम्हाला इस्पितळातल्या खेपांवर मर्यादा आणून आमच्या खोल्यांतच राहणं सोयीचं वाटत होतं.

आलोकनं त्याच्या 'उंच उडी'बद्दल त्याच्या घरच्यांना न सांगण्याची आम्हाला शपथ घातली होती. हळूहळू त्याची हाडं जुळून आली आणि एका महिन्यानं त्याला निदान लंगडी घालत संडासापर्यंत जाता येऊ लागलं आणि तिथे सोबत नेण्याच्या लज्जास्पद प्रकारातून त्याची सुटका झाली. डॉक्टरांनी आम्हाला त्याच्या 'पडण्या'बद्दल काही न बोलण्याची सूचना देऊनही एकदा रायन अगदी न राहवून म्हणालाच, "मूर्ख आहेस का काय?"

पण त्यावर आलोक गप्प राहिला. प्रोफेसर वीरा बरेचदा इस्पितळात चक्कर मारून गेले. त्यांनी आम्हाला धीर दिला.

...शेवटच्या सेमिस्टरमध्ये आम्हाला जादा अभ्यास देऊन आमच्या खात्यावर आवश्यक ती मार्कांची जमा होण्यासाठी प्रयत्न करीन असं ते सांगत असत. त्यांनी चेरियनशी दया दाखवण्याबद्दल बोलण्याचा अयशस्वी प्रयत्नसुद्धा केला होता.

प्रोफेसर वीरा आलोक कुमावनमध्ये आल्यानंतर भेटायलादेखील आले होते.

"मग काय व्याघ्रराज, आता तुम्ही तुमच्या गुहेत परत आलात." प्रोफेसर वीरा म्हणाले.

आलोक माझ्या बिछान्यावर, शरीराचा मधला भाग उशांवर टेकून बसला होता.

"सर, तुम्ही येण्याची तसदी घ्यायला नको होतं."

"त्यात काय विशेष..." असं म्हणून प्रोफेसर वीरांनी त्यांच्याजवळच्या पिशवीतून एक बॉक्स बाहेर काढली.

"ही घ्या मिठाई. आलोकच्या घरी परत येण्याप्रीत्यर्थ आणि अजून एका गोष्टींसाठी."

आलोकनं त्या बॉक्सकडे पाहिलं आणि जवळजवळ त्यांच्या हातातून हिसकावूनच घेतली. खाण्याचा विषय येतो तेव्हा हा जाड्या सगळ्या औपचारिकता वगैरे विसरतो. त्या बॉक्समध्ये काजू बर्फी होती... त्याचा अत्यंत आवडता पदार्थ.

"कॉशॉला सॉर..." त्यानं बर्फीचे तीन तुकडे तोंडात कोंबलेसुद्धा.

"जस्ट एन्जॉय गाईज्. तेरा हाडं मोडली होती... आणि दोन महिन्यांत घरी परत. ही गोष्ट आनंदोत्सव साजरा करावा अशीच आहे." प्रोफेसर वीरा आलोकच्या डोक्यावर थोपटत म्हणाले.

आम्ही आलोकच्या सुखरूप परत येण्यामुळे आनंदात होतोच, आता काजूबर्फी दिसल्यामुळे... फक्त आलोकनं ती बॉक्स एखादा सेकंद बाजूला ठेवली तर.

"सर, मिठाई आणण्याचं दुसरं कारण कोणतं?" अखेर रायननं विचारलं.

"हो, सांगतो. अरे, तुमच्यासाठी एक चांगली बातमी आहे." प्रोफेसर वीरा म्हणाले.

"कोणती? चेरियनला आणखी एक डिस्को करायचाय?" रायननं विचारलं.

"इझी रायन." प्रोफेसर वीरा म्हणाले, "हे सगळं तुम्हाला सोपं जात नाहीय, याची मला कल्पना आहे. पण या खेपेला मी डीनमार्फतच जुळवलं आहे."

"काय?" आलोकनं आणि मी एका सुरात विचारलं.

"तुम्हाला ल्यूब प्रोजेक्ट आठवतोय? वेल, प्रोफेसर चेरियननी पुढीस संशोधनाला कधीही मान्यता दिली नाही, पण मी डीनकडे गेलो आणि त्यांना सांगितलं की, आम्हाला चेरियन यांच्या सूचना लक्षात घेऊन आमच्या प्रस्तावात सुधारणा

करून, तो पुन्हा सादर करायचा आहे.''

''मी त्या भडव्याची कुठलीही सूचना लक्षात घेऊन काम करणार नाही.'' रायननं जाहीर केलं.

''रायन, जरा शान्त होशील का? सर, आम्ही तो प्रस्ताव पुन्हा सादर करायचा?'' मी विचारलं.

''इथे तर मेख आहे. जर त्यांनी आपल्याला प्रस्ताव पुन्हा सादर करण्याची परवानगी दिली, तर आपण आपल्या ल्यूब ॲडिटीव्ह्जमध्ये सामर्थ्य आहे, हे दाखवण्यासाठी प्रयोगशाळेत आणखी काही चांगले प्रयोग करू. म्हणजे एका अर्थानं, प्रस्तावाच्या टप्प्यात असताना थोडं संशोधन केल्यासारखं होईल.'' प्रोफेसर वीरा म्हणाले.

''आणि?'' रायननं डोळे बारीक करत विचारलं.

''आणि त्याचाच अर्थ असा की, तुम्ही या प्रयोगांमध्ये सहाय्य करू शकाल. मी डीनना विचारलं की, आम्ही केलेल्या कामात दुरुस्त्या करण्यासाठी तुम्ही या मुलांना प्रयोगशाळेत काम करण्याची परवानगी द्याल का... त्यायोगे तुमच्या वेळेचाही सदुपयोग होईल. आणि आनंदाची बातमी म्हणजे डीन कबूल झाले. मात्र, श्रेय मिळणार नाही या अटीवर.''

रायननं आलोकच्या हातातून मिठाईची बॉक्स हिसकावत त्यातून बर्फीचे दोन तुकडे काढून घेतले आणि तो सिगरेट शिलगवण्यासाठी खाली बसला.

''या सगळ्यात काय अर्थ आहे, कुणी सांगेल का? आपण काहीही कारण नसताना घासायचं...'' तो म्हणाला.

''त्याचा एक फायदा होऊ शकतो.'' प्रोफेसर वीरा रायनच्या तोंडातून सिगारेट काढून घेऊन ती जमिनीवर चिरडत म्हणाले, ''तुम्ही तुमच्या गुणपत्रिकेतल्या अनुपस्थितीबाबत नंतर स्पष्टीकरण देऊ शकाल. आणि कुणास ठाऊक, या खेपेला त्यांना प्रस्ताव आवडला तर, तुम्हाला पुढच्या सेमिस्टरमध्ये या कामाचा अतिरिक्त लाभ मिळू शकेल.''

''खरंच?'' आलोक म्हणाला, ''म्हणजे... आम्हाला इतर विद्यार्थ्यांसारखीच पदवी मिळवता येईल, चार वर्षांत?''

''वॉव! प्रोफेसर वीरा, तुम्ही यावर बराच विचार केला आहे.'' मी म्हणालो.

''चेरियन याला कधीही परवानगी देणार नाही. मी यात पडणार नाही.'' रायन म्हणाला.

''कदाचित ते परवानगी देणार नाहीत, पण जर काम चांगलं झालं आणि डीनना ते पसंत पडलं तर कुणी सांगावं? निदान, तुम्हाला फावल्या वेळात काहीतरी उद्योग होईल.''

"आम्हाला फावल्या वेळात करायला बरेच उद्योग आहेत." रायन म्हणाला.

"रायन, तू प्रोफेसर वीरांशी नीट बोलशील?" मी म्हणालो. डिस्कोपासून माझी रायनकडे बघण्याची दृष्टी बदलली होती. मला त्याला ऐकाव्याशा न वाटणाऱ्या गोष्टी ऐकवणं सोपं झालं होतं. त्यावर तो फारसा वितंडवादही घालत नसे.

"असू दे हरी. रायनचा कॉलेजशी संबंधित कशावरही विश्वास उरलेला नाही. पण मुलांनो, ही तुम्हाला मिळालेली एकमात्र संधी आहे. तुम्ही जर ल्यूब प्रस्तावावर आणखी काम केलंत, तर कुणी सांगावं, या खेपेला आपल्याला उद्योग क्षेत्रातला प्रायोजक मिळेल."

"सरांचं बरोबर आहे, रायन. आणि आम्ही हे तुझ्याशिवाय करू शकत नाही. हा तुझा प्रकल्प आहे."

"तुम्हाला हे काम खरंच करायचंय?" रायननं विचारलं.

"होय." आलोक आणि मी म्हणालो.

"पण, एका अटीवर." रायन म्हणाला.

"कोणत्या?" प्रोफेसर वीरा म्हणाले.

"मला राहिलेली काजू बर्फी मिळाली तर." रायन म्हणाला.

"मग दहा वाजता माझ्या प्रयोगशाळेत, आपण उद्या सुरुवात करूया." प्रोफेसर वीरा म्हणाले.

आम्ही हास्यात बुडालो.

■

२४

आम्हाला हे जमेल?

नेहा. माझी रात्रीची झोप उडवणारं नाव.

माझ्या इंजिनिअरिंगच्या पदवीवर काळं सावट घेरून होतं... खरी गोष्ट होती. आम्ही प्रोफेसर वीरांच्या प्रयोगशाळेत दिवसभर एका प्रकारच्या ग्रीसमध्ये दुसऱ्या प्रकारचं ग्रीस मिसळत (बहुधा निरर्थक) राबत होतो... खरी गोष्ट होती. कदाचित माझ्या गुणपत्रिकेत असे काही शेरे येण्याची शक्यता होती, ज्यामुळे मला चांगली नोकरी मिळणार नव्हती... खरी गोष्ट होती. मात्र यातल्या कुठल्याही गोष्टीमुळे माझी झोपबिप उडाली नव्हती. उलट, चार महिन्यांची सुट्टी म्हणजे झोपा काढण्याची पर्वणी होती. पण रात्रीच्या वेळी जिच्या आवाजाची, गंधाची, प्रतिमेची, भावनांची चाहूल हलकेच माझ्या अवतीभवती रेंगाळून माझी झोप पूर्ण उडत होती, अशी व्यक्ती म्हणजे नेहा.

मी तिला अकरा तारखेला फोन करून तिच्याशी बोलायचा प्रयत्न केला. पण तिनं दोन मिनिटांत फोन आदळला, तुझ्याकडून कधीही असली अपेक्षा नव्हती असं म्हणून. मला वाटतं, ती ज्याला लोफर म्हणायची, त्या व्यक्तीकडून तिच्या भलत्याच मोठ्या अपेक्षा होत्या.

तिनं फोन ठेवताच मी तिला लगेच दुसरा फोन केला आणि ही एकूणच सगळी कल्पना माझी नव्हती, या फंदात पडणं हा माझा गाढवपणा होता वगैरे समजवण्याचा निष्फळ प्रयत्न केला.

"हरी, तू मला वापरून घेतलंस. बाकीच्या सगळ्या पुरुषांसारखंच तू मला वापरून घेतलंस." ती म्हणाली.

बाकीच्या सगळ्या पुरुषांसारखं? म्हणजे तिचं असं किती पुरुषांबरोबर होतं... माझ्या मनात आलं. सध्या ती काहीतरी फेमिना-कॉस्मो असलं भंगार वाचत होती वाटतं!

मी फक्त मेजरची प्रश्नपत्रिका चोरायचा प्रयत्न करत होतो. मान्य आहे... दुसऱ्या किल्ल्या करून घेणं हे माझं नीच कृत्य होतं... पण मी ते केवळ सोयीचं होतं म्हणून केलं होतं. नाहीतर, रायननं कोणत्याही परिस्थितीत दुसरा मार्ग शोधला असताच. हे मी तिला सांगायचा प्रयत्न केला; पण ती 'तुम्हा पुरुषांना नाही समजायचं'वर अडून होती. मला वाटतं. तिलाच समजत नव्हतं. पण अजूनही मी तिच्यावर वेड्यासारखं प्रेम करत होतो.

"आणि तू डिस्कोसमोर मी तुला किल्ल्या दिल्या म्हणून सांगितलंस? मी.. हरी? डॅडना अजूनही ते खरं वाटतंय, तुला माहीत आहे?"

वॉव... चेरियनचा त्यावर विश्वास बसल्याचा मला एकप्रकारे आनंद झाला. नेहाला कसं समजावायचं? आमच्याजवळ दुसऱ्या किल्ल्या आहेत ही गोष्ट त्यांना समजली तर आम्ही खरेखुरे गुन्हेगार ठरलो असतो. बहुतेक आम्ही खरेखुरे गुन्हेगार होतो. पण आत्ता तो मुद्दा नव्हता.

तुम्हाला सांगतो... मुलींना समजावणं इतकं कठीण असतं. ती हे समजून घेऊ शकत नाही? मी गप्प बसावं का?

"नेहा, मी या सगळ्या गोष्टी केल्या, पण एका पातळीवर, तो मी नव्हतोच. तो तुझा हरी नव्हता." मी म्हणालो. माझ्या बोलण्याला काहीही अर्थ नव्हता, पण मुलींच्या बाबतीत असंच असतं. त्यांना असं गोंधळात टाका... त्या गुंत्यात त्या बरोबर सापडतात.

"मग हरी का? कशासाठी?"

"मला नाही सांगता येत. मी तुला फक्त एकदा भेटू शकतो?" मी विचारलं.

"अजिबात नाही. आता आपल्यात बोलण्यासारखं काहीही नाही."

एवढं बोलून तिनं फोन ठेवला आणि त्यानंतर दिवसभर फोनचा रिसिव्हर बाजूला काढून ठेवला. म्हणजे आता मला आणखी एक महिना प्रतिक्षा करावी लागणार होती... अजून बिनझोपेच्या तीस टक्क रात्री भोगाव्या लागणार होत्या.

त्यानंतर पुढची अकरा तारीख जवळ आली. मी फोन करण्यासाठी अतिआतुर होतो.

सकाळी दहा वाजता उठलो. आज अकरा तारीख उजाडली एकदाची... असं स्वत:शीच म्हणत मी ताबडतोब बाहेर पडलो. मला लवकर फोन करायचा होता आणि याखेपेला खरोखर चांगली वाक्यं बोलायची होती. जिना उतरत असताना मला एक वयस्क स्त्री जिना चढून वर येताना दिसली. कुणाची तरी आई असणार... माझ्या मनात आलं... पण तितक्यात मनात विचार चमकला... ओळखीचा चेहरा वाटतोय आणि माझ्या डोक्यात लख्ख प्रकाश पडला.. आलोकची आई!

"हॅलो आन्टी, मी... हरी." मी म्हणालो.

"ओह, हॅलो हरी बेटा. तुम्ही सगळेजण आहात कुठे? आलोक दोन महिन्यात घरी फिरकलेला नाही. म्हणून मला होस्टेलवर यावं लागलं. तो ठीक आहे ना?" आलोकच्या आईनं धापा टाकत विचारलं.

"अं? आलोक मजेत आहे आन्टी, प्रोजेक्टमध्ये बुडाला असणार." मी त्यांना आलोकला भेटण्यापासून कसं अडवावं याचा विचार करत म्हणालो.

"अंकल खाली ऑटोमध्ये आहेत. त्याला पटकन् बोलाव. आम्ही सगळेच त्याची काळजी करतोय." त्या म्हणाल्या.

"होय, आन्टी, बोलावतो." असं म्हणत मी वर धावलो.

आलोक बिछान्यावर मासिक वाचता वाचता चिप्स मटकावत होता. रायन त्याच्याशेजारी बसला होता. त्याच्या हातात अश्लिल मासिक होतं. आलोकची खोली रायनच्या सिगरेटच्या धुरात बुडून गेली होती.

"गाढवं आहात का तुम्ही? सकाळी सकाळी धुराडं आणि असली मासिकं..." मी तणतणत म्हणालो.

"तुला तणतणायला काय झालं? ताजतवानं असताना सर्वोत्तम गोष्टी का नाही करायच्या..." रायन म्हणाला.

"आलोक, तुझे आईवडील इथे आले आहेत." मी म्हणालो.

"काय?" आलोकच्या हातातल्या चिप्स खाली पडल्या.

"होय, तुझी मॉम जिना चढून वर येतीय. तुझा फोन न आल्यामुळे ती वेडीपिशी झाली आहे आणि चिंताक्रातसुद्धा."

"म्हणजे... ती इथे येतीय?" आलोक सिगरेटचा धूर घालवण्यासाठी हवेत हातवारे करत म्हणाला.

"होय... आणि मला वाटतं आता ती तुझी मोडकी हाडं बघणार."

"फक्." आलोक म्हणाला.

"बिछान्यातच पडून राहा. आम्ही तुझे पाय पांघरुणांत झाकतो." रायन हातातलं मासिक आलोकच्या गादीखाली कोंबत म्हणाला.

"शक्य नाही. कारण त्याचे डॅड खाली वाट बघत आहेत... एकुलत्या एक लेकराची." असं म्हणून मी चिप्सच्या पुड्यात हात घातला. आता या दोघांची धावाधाव बघणं मोठं मौजेचं होतं.

"फक्. फक्. फक्." आलोक उश्या व्यवस्थित ठेवायचा प्रयत्न करत म्हणाला.

"आणि मला वाटतं... शिव्याही बंद कराव्यास." मी म्हणालो.

मिनिटभरात आलोकच्या आईनं दार ठोठावलं. एका मिनिटात किती गोष्टी होऊ शकतात... आश्चर्याची गोष्ट आहे! रायननं रक्षापात्रं, अश्लिल मासिकं, व्होडकाच्या बाटल्या हलवल्या. अभ्यासाची पुस्तकं, असाईनमेंट्स टेबलावर नीट मांडली. घाणेरड्या मळक्या कपड्यांची रवानगी आधीच ओसंडून वाहणाऱ्या कपाटात झाल्यामुळे त्या बाबतीत झाकली मूठ राहिली.

"हॅलो, मॉम. व्हॉट अ प्लीझन्ट सरप्राईज." आलोक म्हणाला.

"आलोक. मी तुझ्याशी बोलणार नाहीय. तू आम्हाला पूर्ण विसरला आहेस." असं म्हणत त्यांनी अभ्यासाच्या टेबलावर मिठाईच्या बॉक्सेस ठेवल्या. माझ्या मनात आलं, आता लगेचच त्यावर तडाखा देणं बरं दिसेल का...

"मी बिझी होतो." आलोक म्हणाला.

"गप्प बस. दोन महिने झाले आहेत. तू त्या दिवशी डॅडबद्दल आणि दीदीच्या स्थळाबद्दल विचारण्यासाठी फोन केला होतास... त्यानंतर तुझा फोन नाही. काय झालं? तुला आमच्या प्रश्नांबद्दल बोलायचं नाहीय का?"

"नाही मॉम. हे प्रोफेसर वीरांचं असाईनमेंट आहे... त्यामुळे. यामध्येच आम्ही इतके बुडालो आहोत." आलोक म्हणाला.

"किती राबतोय माझा मुलगा..." आलोकची आई रायन आणि माझ्याकडे बघत म्हणाली.

"तुम्ही मुलं अधूनमधून थोडी विश्रांती घेत जा. आता एक सेमिस्टर झाली की नोकरी मिळेल." त्या म्हणाल्या.

रायन आणि मी खाद्यपदार्थांच्या खोक्यांवरची नजर न हटवता हसलो.

प्लीज आन्टी, 'तो खाऊ घ्या' असं म्हणा एकदा तरी!

"आलोक, तू पुढच्या वीकेन्डला घरी आलं पाहिजेस. बघ. डॅडसुद्धा ऑटोतून इथवर आले आहेत." त्या म्हणाल्या.

"तू ऑटो केलीस! सत्तर रुपये लागतात." आलोक म्हणाला.

"मग डॅडना कसं आणणार? आणि असू दे, माझा मुलगा आता लवकरच नोकरीला लागेल." आलोकच्या आई म्हणाल्या,

"आणि हरी, माझ्या हातचे लाडू घे ना."

त्यांचं वाक्यसुद्धा पूर्ण व्हायच्या आत रायननं आणि मी त्या खोक्यांवर झडप घातली.

"मॉम पण अजून..." आलोक म्हणाला.

"गप्प बस. बघ. दीदीनं तुझ्यासाठी नवी जीन्स पँट पाठवली आहे. तिनं पॉकेट मनीतून पैसे साठवले." त्या एक तपकिरी पुडकं त्याच्याकडे सरकवत म्हणाल्या.

“थँक्स मॉम. ही मी एखाद्या खास प्रसंगासाठी ठेवीन.”

“पण आत्ता नुसती घालून तर बघ. चल, उठ.” त्या म्हणाल्या.

“नको मॉम. मी नंतर घालीन.” आलोक म्हणाला.

“नंतर काय आहे? बसत नसेल तर आपण लगेच बदलून आणू शकू. आळशीपणा करू नकोस, चल, उठ.” त्या आलोकचा पाय हलवत म्हणाल्या. त्याला दुखत असणार याची मला खात्री होती.

“नको मॉम.” आलोक दात करकचून आवळत म्हणाला.

“ऊठ.” आलोकच्या आईनं त्याचं पांघरूण ओढून बाजूला करत आग्रह धरला. त्यांनी त्याचं पांघरूण ओढून बाजूला करायला नको होतं. कारण अजूनही आलोकच्या दोन्ही पायांना आणि मांड्यांना प्लॅस्टर होतं. डॉक्टरांनी त्याच्या पायांना टाके घातले होते, त्याठिकाणी अजूनही खुणा दिसत होत्या. अगदी आम्हालासुद्धा ते दृष्य पाहवत नव्हतं.

“अरे देवा.” आलोकच्या आईला प्रचंड धक्का बसला.

“मॉम प्लीज.” आलोक त्यांना बाजूला ढकलत म्हणाला. तिनं इथे यायलाच नको होतं असं त्याला वाटत होतं.

आलोकच्या आईला एकदम कसंसंच झालं. त्यांना खुर्चीत बसायला रायनचा आधार घ्यावा लागला. मी त्यांना पेलाभर पाणी दिलं.

“काय चाललंय काय? कृपा करून कुणी मला सांगेल काय?” त्यांनी विचारलं.

रायननं माझ्याकडे पाहिलं. आता आम्ही तिथून बाहेर पडायला हवं होतं.

“आम्ही खाली जातो. अंकलना हॅलो करतो आणि त्यांना आलोक प्रयोगशाळेत आहे असं सांगतो. ओके आन्टी?”

आलोकच्या आईनं मानेनंच होकार दिले. त्यांच्या डोळ्यांत आसवं दाटत होती. त्यांच्या कुटुंबातला एखादातरी पुरुष स्वत:च्या पायांवर उभा राहणार होता की नाही?

“फारसं काही नाही गं मॉम. त्या रात्री स्कूटरचा अपघात झाला...” आम्ही तिथून बाहेर पडून दार लावून घेतलं तेव्हा आलोक सांगत होता. तो खोटं बोलतोय हे त्याची आई ओळखणार, याची मला खात्री होती. स्कूटर अपघात झाला... आणि रायन व मी ठणठणीत, ही गोष्ट काहीशी अविश्वसनीय होती. अर्ध्या तासानंतर आम्ही त्यांना तिथून डोळे पुसत बाहेर पडताना पाहिलं. आम्ही ऑटोशेजारी उभं राहून आलोकच्या वडिलांशी बोलायचा प्रयत्न करत होतो. ते आनंदात होते, घराबाहेर पडण्याचं दुर्मिळ सुख अनुभवत असावेत.

“आलोक बिझी हं?” ते ओठ दुमडून बोलण्याचा प्रयत्न करत म्हणाले.

''होय. त्याचं महत्त्वाचं प्रोजेक्ट चाललं आहे,'' आलोकच्या आई ऑटोत बसत म्हणाल्या.

''बाय आन्टी.'' रायननं आणि मी निरोपादाखल हात हलवला.

''रोहिणी मॅडमकडे परत जायचं?'' आटोचालकानं ऑटो सुरू करत विचारलं.

''नाही, मेकॅनिकल इंजिनिअरिंग विभागाकडे घे.''

''आन्टी?'' आम्ही एका सुरात विचारलं.

''अशा काही गोष्टी असतात की, ज्या फक्त आईलाच जाणवतात... तिच्या मुलानं त्याबद्दल सांगितलं नाही तरी. घरी जाण्याआधी मला तुमच्या प्रोफेसर वीरांना भेटायचं आहे.''

रिक्षा भुर्रकन निघून गेली.

''त्यांना समजणार, त्यांना डिस्कोबद्दल कळणार,'' मी रायनचा खांदा गदागदा हलवत म्हणालो.

''कळू दे. त्यांना कळायलाच हवं,'' रायन माझ्याभोवती हात टाकत म्हणाला.

आलोकच्या आई गेल्यानंतर आम्ही सासीजमध्ये नाश्त्याला गेलो.

''आज मला फोन करायला हवा,'' मी म्हणालो.

''ती खरंच तुझ्यासाठी वेडी झालेली आहे?'' रायननं विचारलं.

''तिला भेटून महिना झाला. तिला माझी आठवण होत असेल?'' मी म्हणालो.

''मला नाही माहीत. हे सगळं आठवण-बिठवण होणं आणि तरीही त्याबद्दल काहीच न करणं... काय आहे हे?'' असं म्हणून रायननं त्याच्या जीन्सच्या खिशातून एक तपकिरी लखोटा बाहेर काढला.

सासीनं पराठे आणले. रायननं तो लखोटा टेबलावर ठेऊन गरमागरम पराठे खायला सुरुवात केली.

''इथे आलोक बरोबर नसताना खायला येणं किती वेगळं वाटतं. खाण्याची इतकी व्याकूळ निकड नसते.'' रायन म्हणाला.

''घरचं पत्र आहे?'' मी विचारलं.

''म्हणशील तर घरचं. आत्ता कुठे आहेत ते– लॉस एंजिल्स वगैरे कुठेतरी.'' रायन म्हणाला.

''तुझे आईवडील केव्हा पत्रं लिहितात?'' मी म्हणालो.

''दर आठवड्याला लिहीत असत, त्यानंतर दोन आठवड्यांतून एकदा. आता ते महिन्यातून एकदा लिहितात.'' रायन पिवळ्याधमक लोण्यात पराठ्याचा एकेक घास आकंठ बुडवून खात म्हणाला.

''तू पत्रांना उत्तर देतोस?'' मी विचारलं.

"नाही, फक्त कुरियरनं पत्र आलं तरंच. कुरियरनं पत्र आलं तर ते देणारा मुलगा मला तिथल्या तिथे चार ओळी खरडायला सांगतो."

"रायन असं काय करतोस? याला काय अर्थ आहे? ते परदेशात चार पैसे मिळवण्याचाच प्रयत्न करतायत, तू असा त्यांच्या विरोधात का आहेस?"

"मी त्यांच्या अजिबात विरोधात नाही. फक्त मला पर्वा नाही इतकंच. मला आणखी पराठा हवा आहे."

"गप्प बस. असं कसं असू शकेल? मग तू ही सगळी पत्रं का जपून ठेवतोस? मी पाहिली आहेत... तुझ्या व्होडकाच्या गुप्तस्थळी ठेवलेली."

रायननं खाणं थांबवलं.

"हे फारच गुंतागुंतीचं आहे. मला याबद्दल बोलायचं नाहीय."

"तुला 'माझ्याशी' बोलायचं नाहीय?"

"त्यांचं वागणं फारच विचित्र आहे. मी त्यांना सांगत असायचो की, माझ्या बोर्डिंग स्कूलनंतर आपण सगळे एकत्र राहूया. पण त्याच वेळी त्यांच्या व्यवसायानं आंतरराष्ट्रीय भरारी घेतली होती, त्यामुळे त्यांना परदेशात जावं लागलं. मला जे हवं होतं, ते वास्तवात कधीच उतरलं नाही. त्यामुळे मग... ठीक आहे. मला डॉलर चेक मिळतो, त्याबद्दल आभार. पण आम्हाला तुझी आठवण होते वगैरे भंपकपणा नकोय मला... जर तुम्हाला खरंच आठवण होते... तर तुम्ही त्यासाठी काय करता?"

"तू त्यांना डिस्कोबद्दल सांगितलंस?" मी विचारलं.

"तुला वेड लागलंय का?" रायन म्हणाला.

"तुला सांगतो, आयआयटीनंतर तुला त्यांच्या व्यवसायात काम करता येईल. म्हणजे मला असं म्हणायचं आहे की, आपल्या नोकऱ्यांचं चित्र काय असणार आहे ते तू जाणतोसच. पण तुला काळजी करण्याचं काही कारण नाही."

"अजिबात नाही." रायननं मुठी आवळल्या.

"कधीही नाही. मी पराठ्यांचं दुकान टाकेन, हमाली करेन, गाड्या पुसेन, पण त्यांच्याकडे जाणार नाही."

"ते तुझे आईवडील आहेत..."

त्यानं माझ्याकडे एक वाईट कटाक्ष टाकला.

"तुझे शतशः आभार. मी आलोककडे जातोय. तू तुझ्या पोरीबरोबर मजा कर."

"रायन, तुझा ल्यूब प्रोजेक्ट आता यशस्वी होऊ घातलं आहे, अशावेळी तू ते सोडून देशील का?" मी विचारलं.

"काय?"

"मला उत्तर दे." मी म्हणालो.

"मी आयआयटीमध्ये आल्यानंतर केलेली तेवढी एकमात्र चांगली गोष्ट आहे. ते माझं झपाटलेपण आहे, माझ्या घामाचं फळ आणि माझी श्रद्धा. नाही, मी ते सोडून कसं देईन?"

"कदाचित हा पॉटरी व्यवसाय म्हणजे तुझ्या आईवडिलांचं ल्यूब प्रोजेक्ट असेल." असं म्हणून मीही उठलो.

ते पत्र उचलून तो चालू लागला.

"रायन याचं उत्तर दे." मी ओरडलो.

त्यानं ते पत्र पुन्हा खिशात ठेवलं.

"नेहा, तूच आहेस ना?" फोनच्या दुसऱ्या टोकाला तीच असल्याची शतप्रतिशत खात्री असूनही मी विचारलं.

"हरी?" ती उद्गारली. ती फोनची वाट पाहत होती हे तिच्या आवाजातून लपत नव्हतं.

"तू फोन ठेवण्याआधी मी थोडं बोलू का?" मी अगदी प्रसंगोचित नम्र होत विचारलं.

"मी फोन ठेवत नाहीय. तुला काय बोलायचं आहे?" तिनं विचारलं.

"मला तुझी खूप खूप आठवण होते आणि... आय लव्ह यू, मी तुझ्या किती समीप आलो होतो आणि हे काय होऊन बसलं. मला तुझ्या वडिलांच्या विषयात 'ए' मिळवायचं होतं. मला वाटलं मी त्यांच्यावर छाप पाडू शकेन. कसं कोण जाणे, पण काहीतरी विचित्र मन:स्थितीत आम्ही ही ऑपरेशन पेन्ड्युलम मोहीम आखली आणि त्यांनी आम्हाला डिस्कोपुढे उभं केलं... आमच्या आयुष्याची वाट लावली... आणि आता तुलासुद्धा माझ्याशी बोलायचं नाहीय..." माझा आवाज गहिवरल्यामुळे अस्पष्ट झाला होता.

"हरी?"

"काय?"

"मलासुद्धा तुझी खूप आठवण झाली."

नेहाला रडू कोसळलं.

मलासुद्धा रडता यावं असं वाटत होतं, पण मी तिच्या शब्दांनी फारच आनंदित झालो होतो. मी मनातल्या मनात स्वत:लाच टाळी देत स्वत:चा आनंद ओसंडून न देण्याचा प्रयत्न केला.

स्वर गंभीर ठेव... स्वर गंभीर ठेव, मी स्वत:ला बजावत होतो.

"ओह नेहा, रडू नकोस." मी म्हणालो. बहुधा तिला आणखी रडवण्यासाठी. एखादी मुलगी तुमच्या आठवणीनं रडते... तेव्हा किती छान वाटतं, मी शब्दांत नाही सांगू शकत तुम्हाला.

"नाही हरी. मी तुला विसरू शकत नाही. तू हे सगळं का केलंस?" ती म्हणाली.

चला, ठीक आहे... इथवर प्रगती आहे... माझ्या मनात आलं. 'तू असं करूच कसं शकतोस?' वरून 'तू असं का केलंस?' पर्यंत... काही वाईट नाही. पटण्याजोगी नसतीलही पण माझ्याजवळ कारणं होती आणि ती सगळी काही आत्ताच द्यावी लागणार नव्हती.

"मला आणखी सांगायचं आहे. आपण भेटायचं का? फक्त दहा मिनिटं." मी म्हणालो.

"आपण भेटावं का? कारण डॅडनी मला तुला कधीही भेटणार नाही अशी शपथ घ्यायला लावली आहे." ती म्हणाली.

आता अशा प्रश्नाचं उत्तर कसं द्यायचं सांगा. मी डॅडची शपथ मोडता यावी यासाठी काहीतरी तर्कसंगत सांगण्याचा विचार करून पाहिला, पण एक कल्पना सुचेना.

"नेहा. मला तुझी खूप खूप आठवण होतेय." मी म्हणालो.

"मला सुद्धा. तू दोन वाजता आइस्क्रीम पार्लरमध्ये येशील?"

"शुअर. पण एका अटीवर." मी म्हणालो.

"कोणत्या?"

"आपण यावेळी स्ट्रॉबेरी आइस्क्रीम नाही घेतलं तर चालेल? मला चॉकलेट जास्त आवडतं." मी म्हणालो.

"गप्प बस, हरी." नेहाला हसू लपवता येईना. इथेच मी बाजी जिंकली. एका फोनमध्ये अश्रूंपासून ते हास्याच्या फवाऱ्यापर्यंत परिवर्तन. शिवाय एका छोट्याशा भेटीचं आश्वासन. मी सार्वजनिक फोन बूथवरच नृत्यमुद्रा केल्या, त्या पाहून तिथल्या बाकीच्या ग्राहकांना वाटलं, याला लॉटरी लागली.

"भेटूया तर." असं म्हणून मी फोन ठेवला. नाणं आत पडल्याचा आवाज आला. रुपया खर्चण्याचा कित्ती मस्त मार्ग!

नेहा आइस्क्रीम पार्लरमध्ये दोन तास थांबली. तिनं सांगितलेल्या दहा मिनिटांपेक्षा बारा पट जास्त वेळ. मी तिला सगळं सांगितलं. ती फार वेळ नाराज राहू शकली नाही. त्याचं एक कारण मी स्ट्रॉबेरी आणि चॉकलेट दोन्ही आईस्क्रीम्स आणली हे असावं... कदाचित मला भेटून तिला आनंद झाला असावा, हेही कारण असू

शकेल. आम्ही आठवड्याभरानंतर पुढची भेट निश्चित केली आणि 'पुढच्या भेटीचा तपशील आदल्या भेटीत ठरवण्याच्या' पूर्वप्रथेवर आलो. मला त्या वाया गेलेल्या सेमिस्टरमधला सगळा कंटाळवाणा वेळ घालवण्यास त्याची मदत झाली. आम्ही प्रोफेसर वीरांच्या प्रयोगशाळेत दिवसातले आठ तास काम करत होतो... कधीकधी दहा किंवा बारा ताससुद्धा. रायन खूप वेळ काम करत असे... सोळा सोळा तासांपर्यंत. त्यानं प्रयोगांसाठी त्याची स्कूटर खोलून ठेवल्यामुळे आम्हाला कॉलेजपरिसरात इकडेतिकडे फिरणं त्रासदायक झालं होतं, आलोक महिनाभर कुबड्या घेऊन फिरत होता, त्यानंतर त्याला लंगडत चालता येऊ लागलं होतं. प्रोफेसर वीरांना हा दुसरा प्रस्ताव खूप आवडला होता. ते डीनना आमच्या प्रगतीची खबरबात पुरवत होते. त्यांनी 'स्वच्छ' गुणपत्रिका किंवा आमच्या खात्यावरील अतिरिक्त जमा हे विषय कधीही काढले नाहीत, पण आम्ही काम संपवेपर्यंत त्याची फारशी शक्यताही नाही हे आम्ही ओळखून होतो. आम्ही सेमिस्टर संपण्याआधी एक आठवडा प्रोफेसर वीरांकडे अंतिम मसुदा सोपवला. दोनशे पानं झाली होती... या खेपेला या कामात आमचा तिघांचाही सहभाग होता– रायन, आलोक आणि मी.

"वॉव. चांगलं जाडजूड बाड आहे," प्रोफेसर वीरा म्हणाले.

"हा अक्षरशः संपूर्ण अभ्यासच आहे."

प्रोफेसर वीरा पानं उलटत म्हणाले, "चार महिने संपले यावर माझा विश्वासच बसत नाही.

"माझासुद्धा नाही. आता पुन्हा वर्गात तासांना बसण्याची वेळ येऊन ठेपेल," मी म्हणालो.

"आणि भरपूर ओझं. या खेपेला जमेची बाजू जास्तीत जास्त व्हायला पाहिजे. मी आता एकही तास बुडवणार नाही," आलोक म्हणाला.

"मी सुद्धा नाही. काय रायन?" मी म्हणालो.

"होय, मीसुद्धा येईन." रायन म्हणाला, "मग प्रोफेसर वीरा, आता आपण या बाडाचं काय करायचं?"

"वेल," प्रोफेसर वीरा तो प्रस्ताव त्यांच्या डेस्कवर ठेवत म्हणाले, "मी एकदा अखेरचं वाचन करतो आणि मोठ्या दुरुस्त्या नसतील, तर ते तसंच सादर करीन. छान काम केलंत, आता ओझ्यानं वाकलेली सेमिस्टर सुरू व्हायच्या आत एक आठवडा सुट्टी घ्या."

"आणि... क्रेडिट आणि गुणपत्रिका... सर." आलोकनं विचारलं.

"ते नंतर. तो प्रस्ताव स्वीकारला जाण्यावर अवलंबून आहे. फार आशेला लागू नका... पण आपण बघूया." प्रोफेसर वीरा म्हणाले.

आम्ही आमची तीन महिन्यांची कामगिरी त्यांच्याकडे सोपवून त्यांच्या ऑफिसमधून

बाहेर पडलो. त्याचा आम्हाला काहीही उपयोग होणार नव्हता,पण आम्ही त्यासाठी सर्वशक्तिनिशी प्रयत्न केले होते. शेवटची सेमिस्टर पाच जानेवारीला सुरू झाली... एका आठवड्यापूर्वी आणि त्यानंतर सहा दिवसांनी... अकरा तारखेला माझी नेहाशी दीर्घ भेट ठरली होती... ती अख्खा दिवस रिकामी असेल. माझ्या मनात आलं, तिनं आपल्याला पुन्हा घरी येऊ दिलं तर...

■

२५

पत्रांचा दिवस

आमचा शेवटच्या सेमिस्टरचा पहिला दिवस आम्हाला कॉलेजच्या पहिल्या दिवसासारखा वाटला. सकाळी आठ वाजता तास होता, त्यासाठी आम्ही साडेसहाला उठलो. रायननं आंघोळ झाल्यावर पुढे वीस मिनिटं केस काळजीपूर्वक विंचरण्यात घालवली.

तरीसुद्धा आम्ही तास सुरू होण्याआधी वर्गात पोचलो. प्रोफेसर सक्सेनांचा तास होता– रेफ्रिजरेशन ॲन्ड एअरकन्डीशनिंगचा म्हणजेच 'आरएसी'चा. ते ज्येष्ठ प्रोफेसर होते... विभागप्रमुखपदी पुढचा नंबर त्यांचाच होता. म्हणजे... चेरियन सोडून-बिडून गेले, निवृत्त झाले किंवा खपले तर. यापैकी कोणताच पर्याय लगेच घडण्यासारखा नसल्यामुळे प्रोफेसर सक्सेना शेवटच्या वर्षाच्या विद्यार्थ्यांना 'वस्तू कशा थंड राखायच्या' हे शिकवण्यात समाधान मानून होते. वर्गात प्रवेश करणारे आम्ही पहिलेच होतो. प्रोफेसर सक्सेना आधीच आले होते.

"सुस्वागतम्... सुस्वागतम्..." प्रोफेसर सक्सेना म्हणाले, "आता हे आश्चर्यच आहे. चौथ्या वर्षाचे विद्यार्थी तासाला लवकर येतील असं कुणाला वाटलं तरी असेल का?"

त्यांचं बरोबर होतं. शेवटच्या सेमिस्टरमध्ये मुलांना नोकरीच्या मुलाखतीसाठी आणि एमबीएच्या प्रवेशासाठी तयारी करण्यात जास्त रस असतो. आम्ही या खेपेला कोणत्या कंपन्या नोकरभरती करणार आहेत हे पाहायचीदेखील तसदी घेतली नव्हती, कारण यावर्षी पदवीची माळ आपल्या गळ्यात पडणार आहे की नाही, हेच आम्हाला ठाऊन नव्हतं.

"गुड मॉर्निंग, सर." रायन म्हणाला.

आम्ही पहिल्या रांगेत बसलो. आम्ही चार महिन्यांनी वर्गात बसलो होतो. याआधी कधी फळा इतका चांगला भासला नव्हता. तास कधी सुरू होणार?...

माझ्या मनात आलं.

"तुमची नावं काय?" प्रोफेसर सक्सेनांनी विचारलं.

"मी ही नावं ऐकली आहेत." आम्ही त्यांना नावं सांगितल्यावर ते म्हणाले. त्यांच्या कपाळावर आठ्यांची जाळी विणली गेली... ते आठवण्याचा प्रयत्न करत होते.

"सर, गेल्या सेमिस्टरला आम्ही डिस्कोसमोर होतो. तुम्ही समितीचे सदस्य होता." रायन म्हणाला.

"ओह, होय." प्रोफेसर सक्सेना म्हणाले, "बरोबर, चेरियन प्रकरण म्हणजे हा तुमचा अलीकडच्या काळातला पहिला तास असणार."

आम्ही गंभीरपणे मान डोलावली.

"त्यावरून लक्षात येतंय. मग, आता तुमची स्थिती काय आहे? तुम्ही वेळेत पदवीधर होणार?" प्रोफेसर सक्सेनांनी विचारलं.

त्यांच्या आवाजावरून त्यांना खरी आस्था आहे की, ते तास सुरू होण्याआधीचा वेळ काढतायत ते लक्षात येत नव्हतं.

"आमच्याजवळ पाच क्रेडिट्स कमी आहेत, सर."

"या सेमिस्टरच्या विषयांचं ओझं आहेच." आलोक म्हणाला.

"तुम्हाला किती विषय द्यायचे आहेत?"

"सहा." मी म्हणालो.

"वॉव, शेवटच्या वर्षांचे बहुतेक विद्यार्थी फक्त दोन देतात आणि त्यासाठी सुद्धा ते क्वचितच वर्गात येतात. आता तुम्हाला दिवसभर वर्गात राहावं लागेल." प्रोफेसर सक्सेना म्हणाले.

"होय सर. पर्यायच नाही." मी खांदे उडवत म्हणालो.

"तुम्ही चेरियनशी 'क्रेडिट्स'बद्दल बोलला आहात?" प्रोफेसर सक्सेनांनी विचारलं.

"प्रोफेसर वीरा आमच्यासाठी प्रयत्न करत आहेत." मी म्हणालो.

"हं... पद्धत फार कडक आहे. तुमचं जीपीए कमी असलं तरी तुम्हाला नोकरी मिळाली असती. सध्या बऱ्याच सॉफ्टवेअर कंपन्या आहेत, पण या डिस्कोमुळे तुमची सगळी पदवी वाया जाईल." प्रोफेसर सक्सेना म्हणाले.

थोड्या वेळात आणखी काही विद्यार्थी वर्गात आले. या विषयाला एकूण तीस विद्यार्थी बसणार होते, त्यापैकी आम्ही दहाजण वर्गात होतो. माझ्या डोळ्यांसमोर पूर्वीचे दिवस तरळले. दुसऱ्या-तिसऱ्या वर्षात असताना आम्ही सकाळी आठच्या तासाला कधीही हजर नसायचो. आता मात्र, मला तास कधी सुरू होतोय असं झालं होतं.

"थर्मोडायनॅमिक्सचा तिसरा नियम." प्रोफेसर सक्सेना फळ्याकडे वळत म्हणाले.

रायन, आलोक आणि मी... आम्ही तिघांनीही पेनं सरसावली आणि पुढे तासभर प्रोफसर बोलत होते त्यातला शब्दन् शब्द टिपून घेतला.

शेवटच्या सेमिस्टरमध्ये मी नेहाला दोन आठवड्यांनी भेटलो. मला 'डेट'साठी वेळ काढण्यासाठी पहिल्यांदाच असं झगडावं लागलं होतं. मला आठवड्याच्या अखेरीस पाच असाईनमेंट्स पूर्ण करायची होती, आगामी मायनर टेस्टसाठी उजळणी करायची होती ती वेगळीच. मला कुठल्याही विषयात नापास होणं परवडणारं नव्हतं. कसं काय कोण जाणे पण, आयआयटीमधल्या माझ्या अखेरच्या दिवसांत मला खूप काही शिकण्याची आच लागली होती... पण नेहाची भेट म्हणजे नेहाची भेट! त्यामुळे मी इरगॉनॉमिक्सच्या असाईनमेंटचे कागद पिना मारून एकत्र जुळवले आणि आइस्क्रीम पार्लरकडे धावलो.

"वीस मिनिटं उशीर! तू वीस मिनिटं उशीरा आला आहेस, तुझ्या लक्षात येतय का?" नेहा म्हणाली.

"सॉरी, हे असाईनमेंट..."

"आज मला लवकर परत जावं लागेल. डॅडचे मोठे भाऊ आणि त्यांच्या घरचे आमच्याकडे जेवायला येणार आहेत. डॅड त्यांच्या अगत्यासाठी वेडे होऊन तयारी करत आहेत. आणि तुला असाईनमेंटस् इतकी महत्त्वाची कधीपासून झाली?" नेहा नितंबावर हात ठेवून उभी होती.

"कुणास ठाऊक. मला कुठेही जागा ठेवायची नाहीय. मी तुझ्यासाठी आइस्क्रीम आणू?"

"नको... थँक्स. मी तुझी वाट बघत एक आइस्क्रीम आधीच खाल्लं आहे. आणि आज रात्री घरी नातेवाईक येणार आहेत म्हणजे शाही मेजवानी होणार... आणि मी कमी करायचा प्रयत्न करतीय." ती म्हणाली.

"काय कमी करायचा?"

"माझं वजन." ती म्हणाली.

"खरंच? का? तू छान दिसतेस." मी म्हणालो.

"मुळीच नाही. तू माझ्या कॉलेजमधल्या मुली बघायला हव्यास. ते जाऊ दे... तुझं कसं चाललंय?" ती म्हणाली.

"तास... तास... आणि तास. दररोज सकाळी आठ ते संध्याकाळी सहा. त्यानंतर ग्रंथालयात आणखी तीन तास. त्यानंतर असाईनमेंट्स आणि उजळणी... म्हणजे आणखी दोन तास. मला वेड लागायची वेळ आली आहे. पण काय करणार? याआधी अभ्यासाचा इतका कधी ताण आला नव्हता."

“रायन आणि आलोक?” तिनं विचारलं.

“त्यांच्या डोक्यावरही असंच ओझं आहे. आणि तरीसुद्धा आम्हाला क्रेडिट्स अजून कमीच पडत आहेत.” मी म्हणालो.

“तुमच्या सीटूडीचं काय झालं... कोऑपरेट टू डॉमिनेट...”

“तो सगळा भंपकपणाच होता. तसं चालत नाही नेहा... नाही चालत. आत्ता मी अगदी बुडून गेलो असेन, पण निदान मी काहीतरी शिकतोय तरी. मी असाईनमेंट्स नुसती उतरवून काढून इथल्या पद्धतीवर मात करत नाहीय. हे असं नसतं.”

“वॉव, माझा लोफर अगदी गंभीर झाला आहे तर. असं नसतं तर कसं असतं?” नेहानं खट्याळपणे विचारलं... सुचिन्ह.

“हे ज्ञानविषयक असतं. पद्धतीमध्ये दोष असले तरीही... आणि सदैव त्या साल्या रायनचं ऐकत राहायचं नसतं.” मी म्हणालो.

“तू पूर्ण शहाणा होऊ लागला आहेस. मला माझ्या लोफरची सारखी आठवण होते.” ती म्हणाली.

मी बोलणं थांबवून तिच्या डोळ्यांत पाहिलं. त्यानंतर अकस्मात उठून तिच्या ओठांचं चुंबन घेतलं.

“हरी! तुला वेड लागलंय का? इथले लोक मला ओळखतात.” ती म्हणाली.

“लोफर आहे अजून हे तुला सांगण्यासाठी.” मी म्हणालो.

“होय, पण, हे बघ मी काय आणलं आहे.” असं म्हणून तिनं पर्समधून एक कागद बाहेर काढला.

“हे तुझ्या भावाचं पत्र आहे.” मी म्हणालो.

“होय, त्याचं अखेरचं पत्र. हे तू तुझ्याजवळ ठेव.” ती म्हणाली.

“का?” मी विचारलं. कारण ही विचित्रच भेटवस्तू म्हणायची!

“मला माहीत नाही. डॅडचा आता माझ्यावर अजिबात विश्वास नाही. ते जाता-येता माझी खोली तपासत असतात. मला हे पत्र त्यांच्या हाती लागायला नकोय.”

“असं होय? ते तुला फार त्रास देतात का?” मी विचारलं.

“फार नाही. मी त्यांच्याशी फारसं बोलतच नाही. मी त्यांना तुमच्याविषयी बोलताना त्या दिवशी ऐकलं आहे.”

“काय? कुठे?”

“मी तुला सांगेन. मग तू माझं पत्र ठेऊन घेशील?”

“मी पत्र माझ्याकडे ठेवीन हे तुला माहीत आहे. ते काय म्हणाले?”

“त्या दिवशी डीन शास्त्री घरी आले होते. ते दोघं या प्रस्तावाबद्दल बोलत होते.”

''ल्यूब प्रोजेक्ट.'' मी म्हणालो.

''हो, तसंच काहीतरी. प्रोफेसर वीरांनी त्यांना एकेक प्रत दिली आहे. डीन शास्त्री त्यातल्या निष्कर्षांनी अगदी प्रभावित झाले आहेत.''

''तुझे डॅड काय म्हणाले?'' मी विचारलं.

''तुला ऐकवेल असं वाटत नाही.'' ती म्हणाली.

''नाही, सांग मला.'' मी चक्क ओरडलो, या मुली मूळ मुद्यावर यायला इतका वेळ का खातात?

''ते म्हणाले.... हा प्रयत्न ठीऽऽऽक आहे. पण त्यांनी डीन शास्त्रींना 'या मुलांवर विश्वास ठेवू नका' असं सांगितलं. ते म्हणाले, 'कुणास ठाऊक? एकदा त्यांनी लबाडी केली आहेच, आता निष्कर्ष काढतानाही तशीच केली असू शकेल, त्यांना फक्त क्रेडिट्स हवी आहेत...' एवढंच बोलणं झालं.''

''बकवास आहे. सगळा बकवास. नेहा, तुला सांगतो, आम्ही यासाठी किती घासलं आहे.''

''मला माहीत आहे. पण ते असंच म्हणाले. आणि डीन शास्त्रींनी त्यांना 'यावर आणखी विचार करा' असं सांगितलं.''

मी ते पत्र टेबलावर ठेवलं. समीरचे अखेरचे शब्द... त्यानं आयआयटीत यावं या वडिलांच्या इच्छेला तो इतका वैतागला की त्यानं मरणाला कवटाळलं. आपल्या अंगावरून आगगाडी धडधडत जाताना किती यातना होत असतील... माझ्या मनात विचार आला.

''दोन मोठ्या स्ट्रॉबेरी ब्रिक्स प्लीज.'' मी आवाज ऐकला.

''हॅलो चेरियन साहेब. काय... आज रात्री घरी भरपूर पाहुणे दिसतायत?'' काऊन्टरवरच्या मुलानं विचारलं.

''होय, माझा भाऊ कॅनडाहून येतोय. त्याला आइस्क्रीम फार आवडतं.'' मी प्रोफेसर चेरियन यांचा आवाज ओळखला.

मी जागीच थिजलो... फ्रीजमधल्या सगळ्या स्वादांच्या आइस्क्रीमसारखा. नेहासुद्धा थिजली. आम्ही त्यांच्या बरोब्बर समोर बसलो होतो, तिथून बाहेर पळणंही शक्य नव्हतं. आम्ही मूकपणे प्रार्थना करत होतो... त्यांनी आम्हाला पाहू नये अशी इच्छा करत होतो. पण तो चेरियन होता. स्टीलच्या काऊन्टरवर पडलेलं प्रतिबिंब पुरेसं होतं.

''नेहा!'' ते आमच्या दिशेनं वळले. त्यांच्या स्वरानं पार्लरमधलं सगळं आइस्क्रीम वितळलं.

नेहाच्या तोंडून शब्दही फुटला नाही. मी जागचा हललो नाही. मी गेल्या वेळी चेरियनना पाहिलं होतं तेव्हा ते डिस्कोप्रमुख होते. आता पुन्हा ते माझी वाट

लावतील? मी अजून आइस्क्रीमसुद्धा मागवलं नव्हतं.

चेरियन माझ्या शेजारी येऊन बसले. माझं हृदय अशा वेगानं दौडत होतं की, जणू ते माझ्या देहाबाहेर पडून पार्लरमधून सटकणार होतं.

"तू धाडसी आहेस. यू ब्लडी रास्कल... तुझं धाडस मोठं आहे." चेरियन माझ्यावर नजर रोखून म्हणाले.

नेहानं घसा साफ करून बोलायचा प्रयत्न केला पण त्यांनी तिला गप्प बसण्याची खूण केली.

"सर, मी फक्त... सर... फक्त मला... सर केवळ योगायोगानं तिची भेट झाली." मी एकाच वेळी बोलत आणि विचार करत म्हणालो.

"तू मला पुन्हा गंडवतोयस?" चेरियन टेबलावर दाणकन् मूठ आपटत म्हणाले. ती मूठ पत्रावरच बसली आणि पत्र जवळजवळ फाटलं.

"डॅड जपून." तिनं त्यांची रागीट मूठ बाजूला ढकलायचा प्रयत्न केला.

"हे काय आहे?" चेरियननी विचारलं.

नेहानं हातानं पत्र झाकलं.

"काही नाही. डॅड, काही नाही." ती म्हणाली.

"हे काय आहे, यू रास्कल?" चेरियन माझ्याकडे बघत म्हणाले. त्यांची मूठ अजूनही त्या पत्रावरच ठाम अडून होती.

"तू माझ्या मुलीला जाळ्यात अडकवण्यासाठी प्रेमपत्रं लिहितोस. मी तुला तिच्यापासून लांब राहायला सांगितलं होतं. म्हणजे एक डिस्को पुरेशी झाली नाही वाटतं?"

"हे समीरचं पत्रं आहे." मी म्हणालो.

"हरी, गप्प बस." नेहा झटकन् म्हणाली.

मी हे का सांगितलं मला माहीत नाही, पण मी त्याचा पुनरुच्चार मात्र करणार नव्हतो.

"त्यानं काय लिहिलं आहे?" प्रोफेसर चेरियननी विचारलं.

नेहा आणि मी काहीच बोललो नाही.

"नेहा, हात बाजूला घे." चेरियन तिच्यावर नजर रोखत म्हणाले. नेहानं हात मागे घेतले आणि आसवं टिपली. चेरियननी ते पत्र उचलून शान्तपणे वाचायला सुरुवात केली.

त्यांनी शान्त राहण्याचा आटोकाट प्रयत्न केला, पण त्यांचे डोळे आक्रसले... त्यांची बोट कापू लागली. त्यांनी ते पत्र पुन्हा वाचलं... आणखी एकदा वाचलं... त्याची पारायणं केली. त्यांनी आणलेल्या आइस्क्रीमच्या दोन्ही ब्रिक्स वितळून टेबलावर थारोळं होऊ लागलं होतं. पण आमच्या लेखी त्यांच्या मनातली थारोळी

जास्त महत्त्वाची होती. त्यांनी चष्मा काढला आणि कधी कल्पनेतसुद्धा आलं नव्हतं अशी गोष्ट पाहायला मिळाली. त्यांचे डोळे भिजले होते. होय... आमचे विभागप्रमुख, माझ्या आयुष्याची वाट लावणारी व्यक्ती माझ्यासमोर होती आणि त्यांचे डोळे चक्क भिजले होते. त्यांच्या डोळ्यांच्या कडा ओलांडून दोन टपोरी आसवं ओघळली आणि मी... रडणाऱ्या चेरियन कुटुंबासोबत बसलो होतो. मीसुद्धा त्यांची 'साथ' देऊ शकलो असतो पण मी त्या मन:स्थितीत नव्हतो, शिवाय आइस्क्रीम पार्लर्स हे काही सामुदायिक रुदनाचं ठिकाण नव्हे.

"डॅड, तुम्ही ठीक आहात ना?" नेहानं अश्रू पुसत विचारलं.

तिचे वडील अनावर होऊन रडत होते. एका मोठ्या माणसाला असं रडताना पाहणं मोठं विचित्र होतं... म्हणजे... त्यांनी आपल्याला रडवणं अपेक्षित असतं... त्यामुळे. माझ्या मनात आले, आत्ता रायन इथे हवा होता.

"डॅड, आपण घरी जाऊया." नेहा उभी राहिली.

चेरियननी मुलीच्या म्हणण्याप्रमाणे केलं. मी नेहाला आइस्क्रीमची पिशवी दिली... आता ते आइस्क्रीम पातळ झालं होतं. तिचे वडील त्या पत्राची चुंबनं घेत होते.

ते पार्लरमधून बाहेर पडले. मला नेहाशी पुढच्या भेटीबद्दल ठरवण्याची संधीच मिळाली नाही. नेहा वडिलांना घेऊन गेली. ते गाडीत पुढच्या सीटवर बसून अजूनही रडत होते.

"सर, त्या आइस्क्रीमचे पैसे तुम्ही देणार आहात?" काऊन्टरवरच्या मुलानं मला विचारलं.

"म्हणजे, चेरियनच्या डोळ्यांत पाणी होतं. खरोखर रडत होता?" रायनचा विश्वासच बसत नव्हता.

"ढसाढसा रडत होते... दोन्ही हात चेहऱ्यावर घेऊन आणि तिथून बाहेर पडेपर्यंत रडत होते... अश्रू नुसते घळाघळा ओघळत होते. डॅम इट. मला त्या आइस्क्रीमच्या दोन ब्रिक्सचे पैसे द्यावे लागले."

"काही बिघडलं नाही, ते दृष्य तेवढ्या किंमतीचं होतंच. मला पुन्हा जर हे दृष्य पाहायला मिळणार असेल, तर मी चार ब्रिक्सचे पैसे देईन. यस. त्यालासुद्धा भोगावं लागतंय. यस!" रायन आनंदान नाचला.

"रायन हा गंमतीचा विषय नाही. त्यांना धक्का बसला असणार." आलोक म्हणाला.

"मग? मला काय त्याच्याशी? पण माझी संधी हुकली. मी तिथे असायला हवं होतं." रायन म्हणाला.

"आता आपण उद्याची असाईनमेंट्स करूया का?" मी विचारलं.

"हो." आलोक म्हणाला. "प्रस्तावाबाबत काय ठरलं आहे?"

"मला माहीत नाही, नेहानं मला सांगितलं की, चेरियन तितकेसे उत्सुक नाहीत. आपण पुढच्या आठवड्यात कधीतरी प्रोफेसर वीरांशी बोलूया."

"कंपन्या आल्या आहेत. मी नोकरभरतीविषयक सूचनाफलक पाहिला. सॉफ्टवेअर क्षेत्रातल्या बऱ्याच नव्या कंपन्या आहेत." आलोक म्हणाला.

"इतक्यात तिकडे बघण्यात काही अर्थ नाही. जर 'क्रेडिट्स' मिळाली नाहीत तर, आपल्याला त्याबाबत विचार करायला आणखी वर्षभर मिळेल." मी असाईनमेंटसाठी नवंकोरं शीट उलगडत म्हणालो.

मी पहाटे चार वाजता झोपलो. चेरियनचा ते पत्र वाचल्यानंतरचा चेहरा माझ्या नजरेसमोर तरळत होता. रायन म्हणाला तसं, ते दृष्य नक्कीच मजेशीर होतं. पण त्याचबरोबर शोकपूर्णसुद्धा होतं. चेरियन यांच्यासारखा खंबीर माणूस असा कोसळू कसा शकतो? ही सगळी खंबीर माणसं खरोखर कशाची बनलेली असतात? आणि नेहानं ज्या पद्धतीनं त्यांना घरी नेलं... तिचं त्यांच्यावर खूप प्रेम असलं पाहिजे आणि चेरियनचंसुद्धा त्यांच्या मुलावर खूप प्रेम असणार, जरी त्यांनी त्याला जीवन संपवण्याइतकं वेडं व्हायला भाग पाडलं असलं तरी. सगळ्या आईबापांचं आपल्या मुलांवर प्रेम असतं? रायनचं काय? त्याचं त्याच्या आईवडिलांवर प्रेम होतं? त्यांचं रायनवर प्रेम होतं.

आणि मग मी उठलो. पहाटे चार वाजता. मला पत्र लिहावं असं आत्यंतिक वाटत होतं. कदाचित सकाळच्या या पत्रानं घडवलेला हाहाकार माझ्या मनाला भिडला असावा. मी कुमावनमधून बाहेर पडलो आणि संगणक केंद्रात गेलो. चोवीस तास अहोरात्र चालू असणाऱ्या त्या केंद्रात विद्यार्थी अखंड काम करत असतं. नोकऱ्यांच्या मुलाखतीच्या संधी येत होत्या... होय, पण आमच्यासाठी नव्हे.

प्रिय डॅड आणि मॉम,

मी रायन. हे लिहितोय त्याबद्दल क्षमा करा. मला फक्त सध्या माझ्या आयुष्यात सध्या काय चाललंय ते लिहायचं आहे. आणि ते सगळंच काही चांगलं नाहीय. पण मी तुम्हाला नाही सांगितलं तर दुसऱ्या कुणाला सांगणार...

मी जवळजवळ दोन तास लिहीत होतो. मी काही फार तारतम्यानं लिहिलं असं नाही, पण मी बऱ्याच गोष्टी लिहिल्या. आमचे जीपीए, डिस्को, आमची कलंकित गुणपत्रिका, प्रोफेसर वीरा, आमचं लटकलेलं ल्यूब प्रोजेक्ट असं बऱ्याच

गोष्टींबद्दल. त्यांचं माझ्यावर मला सोबत घेऊन राहण्याइतकं प्रेम कधीच कसं नव्हतं याबद्दलसुद्धा लिहिलं. मी रायन असल्याचं भासवून लिहितोय... त्याची जीवनकथा, त्याची अगदी आतल्या कप्प्यातली गुपितं टाईप करतोय, हे बरोबर नाही हे मला कळत होतं. थोडक्यात सांगायचं तर रायनला हे समजलं तर तो मला ठार मारेल. पण तरीही मी सकाळ उजाडेपर्यंत लिहितच होतो. माझ्या मते चांगलं लिहिलं होतं... रायनपेक्षा चांगलं तर नक्कीच. अखेर मी प्रिंट काढली तेव्हा दहा पानं भरली. रायनची सही ठोकणं अगदी सोपं होतं आणि त्याचे आईवडील कुठे त्याची सही ताडून बघणार होते! मी रायनच्या खोलीतून त्यांचा पत्ता गुपचूप मिळवला होता. त्या पत्राला तीस रुपयांची तिकिटं लावावी लागली.

"कुठून येतोयस?" मी खोलीवर परतलो तेव्हा रायननं मला पाहून विचारलं.

"कुठे नाही, जरा फिरून आलो." मी म्हणालो.

खोटं बोलणं वाईट असतं?

■

२६

डॅडींची भेट

त्या दिवशी प्रोफेसर सक्सेनांचा तास सुरू असताना मध्ये व्यत्यय आला. शिपायानं त्यांना एक निरोप आणून दिला. प्रोफेसर सक्सेनांनी तो वाचून वर्गात बघत विचारलं, ''हरी, रायन आणि आलोक कोण?''

आम्ही पहिल्या रांगेत बसलो आहोत हे व्यवस्थित माहीत असूनही त्यांनी विचारलं.

आम्ही यथावकाश हात वर केले.

''प्रोफेसर चेरियन यांच्याकडे जा. त्यांनी तुम्हाला लगेच बोलावलं आहे.''

मी शान्त राहण्याचा प्रयत्न केला, पण माझं काळीज प्रचंड वेगानं धडधडत होतं... जणू त्याला स्वत:चं मन असावं. आता काय होईल... ल्यूब प्रोजेक्टची अखेर? की चेरियन आणखी एक डिस्को बोलवतील? नेहाला आईस्क्रीम घेऊन दिल्याबद्दल ते मला पोलिसांच्या स्वाधीन तर करणार नाहीत? मी त्यांच्याही आईस्क्रीमचे पैसे दिले आहेत, हे त्यांच्या लक्षात आलंय का? चेरियनच्या ऑफिसमध्ये पोचेपर्यंत माझ्या मनात असे अप्रासंगिक विचार घुमत होते. चेरियनच्या ऑफिसमध्ये गेल्यावर तिथे नवं कुलूप लावल्याची माझ्या मनानं नोंद घेतली.

चेरियनच्या ऑफिसमध्ये, त्यांच्या शेजारी डीन शास्त्री आणि प्रोफेसर वीरा बसले होते. कुणीही आम्हाला 'बसा' म्हटलं नाही.

''सॉरी, तुम्हाला वर्गातून मध्येच बोलवून घ्यावं लागलं, पण आम्ही एकत्र असताना तुमच्याशी बोलावं असा विचार केला.'' डीन शास्त्री म्हणाले.

प्रोफेसर मंडळी एकत्र म्हणजे वैताग... माझ्या मनात आलं. आम्ही गंभीर आणि अर्थपूर्ण मौन धारण करून होतो.

''आम्ही तुमचं प्रोफेसर वीरांसोबत केलेलं काम नजरेखालून घातलं, तुमचा

प्रस्तावही पाहिला. तुम्ही निलंबित सेमिस्टरमध्ये यावर काम केलं आहे, ही गोष्ट आमच्या लक्षात आली आहे.'' डीन शास्त्री म्हणाले.

आम्ही प्रोफेसर वीरांकडे पाहिलं.

''होय सर, त्यांनी माझ्या प्रयोगशाळेत तीन महिने काम केलं आहे.'' प्रोफेसर वीरा म्हणाले.

''आता प्रोफेसर वीरांनी अशी विनंती केली आहे, तुमच्या सातव्या सेमिस्टरमधील गैरहजेरीचं कारण शिस्तभंग न दाखवता 'संशोधनकार्यासाठी अनुपस्थिती' असं दाखवावं बरोबर?''

त्या खोलीत एक शब्दसुद्धा न बोलण्याचं आम्ही स्वत:लाच वचन दिलं होतं. डीन शास्त्रींचा प्रश्न अगदी साधा होता, पण आम्हाला आणखी संकटाला निमंत्रण द्यायचं नव्हतं.

''डीन शास्त्रींच्या प्रश्नाचं उत्तर द्या.'' प्रोफेसर वीरांनी फर्मावलं.

''होय, सर.'' आलोक म्हणाला.

मी चेरियनच्या नजरेला नजर चुकूनही दिली नाही, पण त्यांचं मौन हातापायातलं बळ घालवत होतं. या सगळ्यातली अत्यंत महत्त्वाची व्यक्ती काहीच का बोलत नव्हती?

''मग, तुम्हाला स्वच्छ... निष्कलंक गुणपत्रिका मिळेल, बरोबर?'' डीन शास्त्रींनी विचारलं.

आलोकने, रायनने आणि मी मान डोलावली.

''वेल, या प्रकरणातला अंतिम निर्णय तुमच्या विभागप्रमुखांचा असतो आणि तुम्हाला चांगलं ठाऊक आहे, तुमच्या चुका माफ करण्यायोग्य मुळीच नाहीत. पण यावेळी, प्रोफेसर चेरियननी तुमची सातवी सेमिस्टर 'संशोधन सेमिस्टर' म्हणून दाखवण्यास मान्यता दिली आहे.''

''क्काय?'' आम्ही तिघंही एका सुरात उद्गारलो.

कधीकधी सुवार्तासुद्धा धक्कादायक असू शकते!

''होय, प्रोफेसर चेरियननी मान्यता दिली आहे. अभिनंदन! आणि तुमची कामगिरी उत्तम झाली आहे.'' प्रोफेसर वीरा म्हणाले.

मी प्रथमच चेरियन यांच्याकडे पाहिलं. त्यांचा चेहरा अजूनही थिजलेलाच होता, जणू ते त्या खोलीत हजरच नसावेत तसा स्तब्ध. त्यांना झालंय तरी काय? त्यांनी 'ग्रास' तर ओढलं नसेल, माझ्या मनात आलं. काही का कारण असेना... मला त्यांचा विचार बदलण्याच्या आत तिथून बाहेर पडायचं होतं.

''थँक यू सर. थँक यू सो मच.'' आलोक म्हणाला.

''थँक यू सर. आम्ही जाऊ सर?'' मी म्हणालो.

"शुअर. आम्हीही निघतोच आहोत." डीन शास्त्री म्हणाले.

ते आणि प्रोफेसर वीरा उठले.

"बाय द वे, ही सेमिस्टर कशी चालली आहे?" डीन शास्त्रींनी विचारलं.

"ठीक चालली आहे सर. अजून आम्हाला पाच क्रेडिट्स कमी पडत आहेत." मी उत्तरलो.

"कशामुळे कमी पडत आहेत?" डीन शास्त्रींनी विचारलं.

"आमचे चार वर्षांत पदवी पूर्ण करण्याएवढे विषय देऊन झालेले नाहीत. त्यामुळे आम्ही कुठल्याही नोकरीसाठी किंवा प्रवेशासाठी अर्ज करू शकत नाही." मी म्हणालो.

"तुम्ही सगळे विषय घेतले आहेत?" डीन शास्त्रींनी विचारलं.

"अर्थातच. आम्ही दिवसभर पूर्णवेळ तासांना हजर असतो." रायन म्हणाला.

"वेल, हाही विभागाशी संबंधित प्रश्न आहे. त्यामुळेच मी मुलांना सांगत असतो, शिस्तभंगाची कारवाई ओढवून घेऊ नका." असं म्हणून डीन शास्त्री तिथून बाहेर पडले.

प्रोफेसर वीराही माझ्या खांद्यावर थोपटून निघून गेले.

"थँक यू सर." मी चेरियनना म्हणालो. मी असं का केलं, माझं मलाच कळलं नाही... बाहेर पडताना फेकायला हे वाक्य चांगलं वाटलं इतकंच.

"हरी, एक मिनिट थांबशील..." प्रोफेसर चेरियननी प्रथमच तोंड उघडलं.

"शुअर," मी म्हणालो. आलोक आणि रायननं तिथून बाहेर पडण्यापूर्वी माझ्याकडे चमत्कारिक कटाक्ष टाकले.

"बस," चेरियन त्यांच्यासमोरच्या खुर्चीकडे बोट दाखवत म्हणाले. त्यानंतर ते दार लावायला उठले.

त्यांनी मला कशाला थांबायला सांगितलं असेल? ते मला ठार करतील का काय?

"मग... पाच क्रेडिट्स कमी पडतायत, अं?" चेरियन म्हणाले. म्हणजे त्यांच्या खोलीत झालेलं संभाषण ते ऐकत होते तर.

"होय सर." मी म्हणालो.

"तू प्रोफेसर वीरांसोबत केलेलं सगळं काम मी या सेमिस्टरमध्ये मंजूर केलं, तर तुला प्रयोगशाळेतील कामाची क्रेडिट्स मिळू शकतात."

आता 'मी मंजूर केलं तर' याचा अर्थ काय धरायचा? माझ्या नशिबाचे दोर त्यांच्या कसे हातात आहेत या गोष्टीचं ते मला स्मरण देत होते की काय? जाऊ दे सालं. सर, मला माहीत आहे. आत्ता तरी मी स्वच्छ... निष्कलंक गुणपत्रिका मिळाल्याच्या आनंदात आहे. कदाचित खूप खूप वर्षांनी एखाद्या दिवशी मला

नोकरी मिळेलही. जाऊ मी आता?

"तू कसला विचार करतोयस?" चेरियननी विचारलं.

"अं... काही नाही सर," मी विचारांच्या आवर्तातून घाईघाईनं भानावर येत म्हणालो.

"मी म्हणालो मी तुला प्रयोगशाळेतल्या कामाची क्रेडिट्स देऊ शकतो... तू जर या सेमिस्टरमध्ये या प्रोजेक्टवर काम करायला तयार असशील तर. मला माहीत आहे, आधीच तुझ्यावर अभ्यासाचं प्रचंड ओझं आहे." चेरियन म्हणाले.

चेरियनचं डोकं बिकं फिरलं होतं की काय? ते काय म्हणाले? ते माझी पदवी मला देऊ करत होते. आणि काय? मी प्रयोगशाळेत काम करायला तयार असेन तर. अरे, पाच जादा क्रेडिट्स मिळत असतील तर मी पुढचे चार महिने प्रयोगशाळेतच राहायलासुद्धा तयार होतो. वेळच्या वेळी पदवी पदरात पडणार असेल तर माझी ल्यूब्रिकंट्स खाऊन जगायची तयारी होती.

"मला वाटतं, आम्ही प्रयोगशाळेत आणखी जास्त काम करू, सर," मी म्हणालो.

"छान. मी प्रोफेसर वीरांशी बोलतो, ते तुम्हाला काय काम देतात बघूया. सगळं काही सुरळीत पार पडलं. तर आम्ही या सेमिस्टरमध्ये तुम्हाला पाच क्रेडिट्स देऊ."

"सर, आम्हाला सगळ्यांना? म्हणजे आलोक आणि रायनलासुद्धा?"

"हो, अर्थातच," प्रोफेसर चेरियन म्हणाले.

"थँक यू सर." मी कपाळावरचा घाम टिपत म्हणालो. हा काही खराखुरा वास्तवातला क्षण वाटत नव्हता.

"थँक यू, हरी," चेरयननी मला निरोप दिला.

"कशाबद्दल?" मी म्हणालो.

"काही नाही. मला वाटतं तू प्रोफेसर सक्सेनांच्या तासाला जावंस आणि नोकऱ्यांच्या मुलाखतींच्या तयारीला लाग." चेरियन म्हणाले.

"हो सर." मी उठलो.

"आणि त्या मुलाखतींमध्ये माझ्या तोंडी परीक्षेत केलंस तसं करू नकोस!" असं म्हणून प्रोफेसर चेरियन हसू लागले. मी त्यांच्या हसण्यात कुठे कुजकेपणा आहे का ते जाणण्याचा प्रयत्न केला, पण त्यांचं हास्य खरंच निखळ वाटत होतं. मीसुद्धा त्यांच्यासोबत हसू लागलो.

"राईट सर," असं म्हणून मी वेडपटासारखा दात काढत त्यांच्या खोलीतून बाहेर पडलो.

आम्ही डिस्कोपासून पिणं थोडं कमी करायचं पक्कं ठरवलं असलं तरी, चेरियनची ही बातमी दणदणीत आणि आनंदानं बेहोश करणारी होती.

''दुसरी बाटली उघड,'' आलोक म्हणाला, ''आज मी तुला सांगतोय... दुसरी बाटली उघड.''

''टेक इट इझी, जाड्या. आपल्याला अजून असाईनमेंट्स करायची आहेत, प्रयोगशाळेतलं काम आहे. त्या नोकरीच्या मुलाखती वेगळ्याच,'' मी म्हणालो.

''कसं काय? हरी, तू हे कसं काय जमवलंस?'' रायन म्हणाला. एव्हाना त्याचं विमान उंच गेलं होतं.

''मी काहीही केलं नाही. मी खरंच सांगतो, मला वाटलं त्यांना वेड लागलंय. पण त्यांनी असं सांगितलं एवढं खरं,'' मी खांदे उडवत म्हणालो.

''तू अगदी जबरदस्त आहेस बाबा,'' असं म्हणत रायननं पुढे येऊन माझ्या गालाचा पापा घेतला. त्यानं असं केलेलं मला अजिबात आवडत नाही.

''मग आलोक, पुढची मुलाखत कुठे आहे?'' मी रायनला दूर ढकलत म्हणालो.

''ओके गाईज्, हे बघा,'' आलोकनं कंपन्यांच्या माहितीपत्रकांनी गच्च भरलेली फाईल बाहेर काढली.

''आपण फाईव्ह-पॉइंटर आहोत, लक्षात आहे का? त्यामुळे यातल्या बहुतेकशा कंपन्या अंतिम यादी करताना आपलं नावसुद्धा घेणार नाही.''

''मला त्याची पर्वा नाही. तू मला मिळू शकण्याजोगी नोकरी सांग,'' रायन म्हणाला.

''सॉफ्टवेअर, यंदा हे क्षेत्र जोरात आहे. ते कळपानं लोक भरतात आणि त्यांच्याकडे अंतिम यादी जीपीएवर ठरवत नाहीत,'' आलोक म्हणाला.

''आय लव्ह सॉफ्टवेअर.'' रायन म्हणाला.

''मुलाखत कधी आहे?'' मी विचारलं.

''वेल, एक चांगली तीन आठवड्यांत आहे. तुझं काय मत आहे? आपण सगळे अर्ज करूया? कुणी सांगावं, आपण सगळे एकत्र राहू,'' आलोक म्हणाला.

''आपण एकत्र राहू,'' मी ग्लास उंचावत म्हणालो.

''चिअर्स... टू फाईव्ह क्रेडिट्स...'' आम्ही एका सुरात जल्लोष केला.

सकाळी सहा वाजता गजर झाला. मुलाखतीचा दिवस उजाडला होता. त्या सेमिस्टरमध्ये प्रथमच आम्ही पहिल्या तीन तासांना दांडी मारली. गेले काही आठवडे प्रोफेसर वीरांच्या प्रयोगशाळेत आणखी तीन तास उरस्फोड सुरू होती.

आधीचा चौदा तासांचा भरगच्च ओझ्याचा दिनक्रम होताच.

पण आज सॉफ्टवेअर कंपनीची मुलाखत होती. आमच्यासारख्या कमी जीपीए असणाऱ्या विद्यार्थ्यांना नोकरी मिळवण्याची सर्वोत्तम संधी.

"ऊठ जाड्या, आपण या मुलाखतींना नीट तयार होऊन जायला हवं." मी ओरडलो.

"आपल्याला ही नोकरी मिळेल?" आलोकनं विचारलं.

"तू बिछान्यावरच लोळत राहिलास तर नाही," रायन त्याची गोधडी ओढून काढत म्हणाला.

आयआयटीवाले मुलाखतींसाठी खरंच नटूनथटून तयार होतात. मी चार वर्षांत प्रथमच टाय लावला. तो टाय विचित्रच होता. काळ्यावर भगवे ठिपके असलेला की भगव्यावर काळे... मी विसरलो. पण तो टाय लावलेल्या गेल्या वर्षीच्या एका विद्यार्थ्याचं कल्याण झाल्यामुळे कुमावनवासी तो टाय 'लकी' मानत होते. रायनकडे आईवडिलांनी पाठवलेला इटालियन रेशमी टाय होता. भडवा! गेले काही आठवडे रायनला येणाऱ्या भेटी वाढल्या होत्या. हा माझ्या पत्राचा तर परिणाम नव्हे?

सध्या रायनची स्कूटर विनाइंजिन असल्यामुळे आम्हाला कॉलेजमध्ये जाण्यासाठी ऑटो करावी लागली. कारण पायी चालत जाऊन आम्हाला शर्ट-पँटची कडक इस्त्री बिघडवायची नव्हती.

रायननं बोट दाखवलं, "टेक्नोसॉफ्ट सॉफ्टवेअर इन्टरव्ह्यूज हिअर' असा फलक होता. मुलाखतीसाठी आम्ही पन्नासवर मुलं होतो. माझ्या वर्गातली सगळी मुलं नटूनथटून तयार होऊन आली होती, जसे काही आम्ही स्वत:च्या लग्नाला आलो होतो.

"निम्म्या वर्गाला आधीच नोकऱ्या मिळाल्या आहेत. ही आपल्यासारख्या कमी मार्कवाल्यांसाठी सर्वोत्तम संधी आहे," आलोकनं सुस्कारा सोडला.

मी आठवायचा प्रयत्न केला... कमी मार्कवाला... अन्डरपरफॉर्मर या शब्दाशी माझं नातं कधी बरं जुळलं? आम्ही विचका करून ठेवला होता त्या पहिल्या क्विझच्या वेळी? की पहिल्यावहिल्या जीपीएच्या वेळी? डिस्कोसमोर उभं राहिलो तेव्हा? मला वाटतं या 'गटा'त स्थान मिळवण्यासाठी आम्ही बरीच 'कामगिरी' बजावली होती.

आमच्या तिघांत, रायनची मुलाखत प्रथम होणार होती. त्यानंतर आलोक आणि मग मी. मुलाखतीआधी आम्ही 'ॲप्टिट्यूड टेस्ट' दिली. त्यामध्ये अगदी साधे बुद्ध्यांक ठरवतानाचे असतात तसले प्रश्न होते, कुठलाही आयआयटीवाला व्होडकाची एक बाटली रिचवल्यानंतर आरामात उत्तरं देऊ शकेल असे प्रश्न.

“ही मुलाखत आहे. इथे ते लोक काय करायचं ते ठरवतात.” आलोक म्हणाला.

आम्ही आमच्या गुणपत्रिका सादर केल्या. सातव्या सेमिस्टरचा रकाना रिकामा होता. त्यावर ‘रिसर्च ॲबसेन्स’ अशी अक्षरं झळकत होती. बाकीच्या सेमिस्टर्समधली कामगिरी अगदीच सामान्य होती. बरेच ‘सी’ आणि ‘डी’ विखुरलेले होते.

“बेस्ट ऑफ लक, रायन,” आलोक आलिंगन देत म्हणाला.

“जपून, इस्त्री मोडू नकोस,” रायन म्हणाला.

रायन वीस मिनिटांनी बाहेर आला.

“कशी काय झाली?” आलोकनं विचारलं.

“कुणास ठाऊक. मला वाटतं फार काही चांगली नाही. त्यांनी मला फक्त माझ्या कमी ग्रेड्सबद्दल विचारलं आणि मला ही नोकरी का करायची आहे वगैरे,” रायन म्हणाला.

“मग तू काय सांगितलंस.” मी म्हणालो.

“सांगितलं काहीतरी. बघूया आता,” रायन म्हणाला.

त्यानंतर आलोक गेला. त्याच्यानंतर लगेच माझा नंबर होता.

मुलाखतीच्या दालनात एका तिशीतल्या माणसानं माझं स्वागत केलं.

“हाय, मी कमल देसाई. तू हरी, बरोबर?” तो म्हणाला.

“होय सर,” मी म्हणालो.

“बस. बस. आणि मला सर म्हणू नकोस, कमल म्हण.”

मी शान्तपणे खाली बसलो. कमलनी माझी फाईल चाळली आणि ते गुणपत्रिकेशी थबकले.

“हंऽऽऽ... ५.४८ एकूण, काय झालं?” त्यांनी थेट माझ्या डोळ्यात पाहिलं.

हा क्षण मला नेहमीचं ‘दुखणं’ येण्यास अगदी सुयोग्य होता. पण या खेपेला मी तसं होऊन दिलं नाही. कसं कोण जाणे, पण रायनची योजना फसलेली पाहिल्यापासून, आलोकची उडी आणि चेरियनना रडताना पाहिलं तेव्हापासून मला या विस्तीर्ण जगताची अजिबात भीती वाटत नव्हती.

“मी पहिल्या सेमिस्टरमध्ये अगदीच विचका केला, सर... आय मीन कमल. आणि आयआयटीमध्ये पहिली संधी हुकली की पुन्हा मूळ पदावर येणं खरोखरच कठीण असतं.”

“दॅट इज व्हेरी इन्टरेस्टिंग. पहिल्या सेमिस्टरमध्ये काय झालं?” कमलनं विचारलं.

"नाही सांगता येणार. पण कॉलजजीवनाची थोडी मजा लुटावी असं वाटलं. मला वाटतं... आयआयटी तशा प्रकारचं कॉलेज नाही," मी म्हणालो.

"होय, आयआयटी खरोखर वेगळ्या प्रकारची असतात. मला सांग, तुला आयआयटी आवडतं?" कमलनी प्रश्न केला.

हा भलताच गुगली प्रश्न होता. मला असा प्रश्न यापूर्वी कुणी विचारला नव्हता. माझ्या मनात आलं, पटकन् सांगून टाकावं... मला तिथल्या प्रत्येक क्षणाची किती मनस्वी चीड होती ते... पण मी सांगितलं नाही. मला पहिला दिवस आठवला... रायननं माझी बाकू आणि त्याच्या कोकच्या बाटल्यांपासून सुटका केली होती तो दिवस. त्यानंतर चार वर्षं उलटली होती, आता लवकरच हे ठिकाण सोडून जाण्याचा दिवस येऊन ठेपेल. मला इथे खरंच आवडत होतं का?

"मला सांगता येणार नाही. विसरून जाव्यात अशा काही गोष्टी आहेत, पण मला इथेच माझे जिवलग मित्र लाभले आणि हे ठिकाणच मला नोकरी मिळवून देईल अशी आशा आहे," मी म्हणालो.

कमल हसले. दहा वर्षांपूर्वी ते सुद्धा असेच विद्यार्थी असतील. माझ्या मनात आलं, तेव्हा त्यांचं जीपीए कसं असेल? आयआयटीचं हे असं असतं, माणूस पाहिला की तुमच्या मनात येतं... याचं जीपीए किती होतं? म्हणजे तुम्हाला त्या माणसाला पारखायला जीपीएची गरज लागते. किती दुःखाची बाब आहे.

कमलनी मला आणखी काही प्रश्न विचारले, मला सॉफ्टवेअर क्षेत्रात का यायचं आहे याविषयी. च्यायला, मला नोकरी मिळवून देईल अशा कुठल्याही क्षेत्राचा मी मुकाच घेईन... आणि ही माझ्यापुढची एक संधी होती.

"इट वॉज व्हेरी इन्टरेस्टिंग टॉकिंग टू यू. ठीक आहे," कमल मला दारापर्यंत सोडायला आले.

"इन्टरेस्टिंग टॉकिंग टू यू..." मी त्यांचे शब्द मनाशी तीनदा घोळवले. याचा अर्थ काय असेल? मी चमत्कारिक प्राणी असून इथे माझी वर्णी लागणं शक्य नाही हे सांगण्याचा सभ्य, सुसंकृत मार्ग? की माझी करुणाजनक फाईल त्यांना खरोखरच आकर्षक वाटली?

आम्ही निकालांची प्रतिक्षा करत तासभर बाहेर बसलो होतो, आणि तेव्हाच माझ्या ध्यानात आलं, माझ्या आयुष्यानं चांगलं वळण घेतलं आहे.

"हरी... तू आणि मी जिंकलो! तुला मुंबईत आणि मला दिल्लीत ऑफर आहे," आलोक माझा शर्ट हिसकत म्हणाला.

मी बधीर झालो... पुढे पाच मिनिटं मला काही बोलताच येईना. सूचनाफलक

पाहायला धावणाऱ्या विद्यार्थ्यांच्या गर्दीत मी अक्षरश: चिरडलो होतो. मी विचारांत हरवून गेलो होतो. अवघ्या काही दिवसांपूर्वी, मी पाच क्रेडिट्स मिळवण्यासाठी एक जादा वर्ष काढण्याचे बेत आखत होतो... मला कलंकित गुणपत्रिका मिळणार होती आणि आता मात्र माझ्यापुढे मार्ग खुला झाला होता. माझ्याजवळ नोकरी होती.

"मला मिळाली नाही," रायन म्हणाला.

"काय?"

काहीतरी गफलत असणार. आलोकला आणि मला नोकरी मिळली आणि रायनला नाही... हे कसं शक्य आहे?

"काय झालं?" मी विचारलं.

"कुणास ठाऊक. फक् मॅन, फक्-फक्-फक्." रायन आमच्यापासून दूर जात म्हणाला.

"तो कुठे चालला आहे?" आलोक म्हणाला.

"कुणास ठाऊक?" मी म्हणालो.

क्षणभर मी माझ्या नोकरीचा विषय विसरलो. रायनला नोकरी मिळाली नाही? तो तर सर्जनशील, आत्मविश्वासपूर्ण, हुशार होता. मला जसं व्हायचं होतं, त्याचं तो मूर्तीमंत रूप होता. त्याला कॉलेजमध्ये सर्वात कमी ग्रेडस् असतीलही, पण तो रायन आहे, हॅलो?

"आपल्याला नोकरी मिळाली हरी, सिक्स ग्रँड अ मन्थ." आलोक म्हणाला.

"अं? होय." मी रायनचा विचार काही वेळ बाजूला सारत म्हणालो, "म्हणजे आता आपण केवळ 'फाईव्ह पॉइंट समथिंग' नाही, तर आता आपण 'फाईव्ह पॉइंट समबडीज' आहोत."

त्या रात्री आलोक त्याच्या आईवडिलांशी फोनवर दोन तास बोलला. मला वाटतं. त्यानं ते सगळं पत्रच त्यांना वाचून दाखवलं. त्याच्या आईनं सगळे तपशील नोंदवले. बेसिक पगार, प्रवासभत्ता आणि अर्थातच अतिशय आवश्यक मुद्दा वैद्यकीय सुविधा. आलोक थरारून गेला होता.

मी अजूनही बधीरच होतो. जेव्हा आपल्या बाबतीत चांगलं काही घडतं ना, तेव्हा काहीतरी विचित्रच भावना घेरते... हे स्वप्न तर नाही ना, असं काहीतरी मनात येतं. आत्ता टेक्नोसॉफ्टच्या कमल देसाईंचा फोन येईल आणि ते म्हणतील... हा सगळा कटू विनोद होता! शिवाय नोकरी मुंबईत होती.

"तुला काय झालं? तुला फारसा आनंद झालेला दिसत नाही," आलोक फोन बूथमधून बाहेर येत म्हणाला.

"झाला आहे ना, झाला आहे, पण मुंबईला जावं लागणार. नेहाचं काय?"

मी म्हणालो.

"तिचं काय? तू आयआयटीनंतरही इथेच राहणार आहेस काय?" आलोकनं भाबडेपणानं विचारलं. जणू नेहा म्हणजे माझ्या अभ्यासक्रमातलाच भाग असावा.

"का नाही?" मी बूथच्या जाळीत बोटं अडकवत म्हणालो.

आलोकनं खांदे उडवले. त्याच्याशी बोलण्यात काही अर्थ नव्हता. त्याऐवजी त्यानं नोकरीत आम्हाला मिळणाऱ्या दन्तसुविधा यावर चर्चा केली असती.

"रायन कुठे आहे?" मी विचारलं.

"मला वाटतं तो प्रयोगशाळेत गेला आहे. तो मला प्रोफेसर वीरांशी बोलायचं आहे असं म्हणत होता," मी म्हणालो.

"त्याचंही कुठेतरी जमावं. मला वाटतं मी आनंदानं अगदी थरारून न जाण्याचं हे एक कारण आहे." मी म्हणालो.

"त्याला मिळणं कठीण आहे. त्याला फक्त ५.०१ आहे आणि वर्गात त्याचा नंबर शेवटचा आहे. त्यामुळे त्याला नोकरी मिळणं कठीण आहे," आलोक म्हणाला.

"पण तो इतका हुशार आहे. हे ल्यूब प्रोजेक्ट त्याचंच तर आहे मुळात," मी म्हणालो.

"जीपीए महत्त्वाचं असतं," असं म्हणून आलोक चालू लागला.

आणखी महिनाभर उलटला तरी रायनला नोकरी मिळाली नव्हती. आमची सेमिस्टर भलतीच वेगाने संपत होती, विशेषत: आम्ही अंतिम तारखांचा भोज्जा गाठण्यासाठी धडपडत होतो तेव्हापासून तर काळाने प्रचंड वेग धारण केला होता. रायन कंपन्यांकडे अर्ज करत होता, पण त्याला फक्त दोनच मुलाखतींचं बोलावणं आलं. वर्गात शेवटच्या क्रमांकावर असलेल्या मुलाला नोकरी मिळणं नेहमीच सर्वात कठीण जातं. त्या दिवशी कमल देसाईंनी प्रामाणिकपणाची कदर केली नसती, तर माझी अवस्था रायनहून काही वेगळी नसती.

"मुलांनो, तुम्ही मनाला लावून घेऊ नका. रायन, तू प्रयत्न करत राहायला हवंस," प्रोफेसर वीरा बजावून सांगत होते. आम्ही प्रयोगशाळेत होतो.

रायनच्या स्कूटरचं इंजिन सर्वशक्तिनिशी धावत होतं. आजच्या मिश्रणाला काहीतरी वेगळा घाणेरडा वास होता. आख्ख्या प्रयोगशाळेत तो वास पसरला होता. माझ्या मनात आलं, हे आमच्या ल्यूब्रिकन्टचं सर्वोत्तम अंतिम मिश्रण असू नये म्हणजे झालं!

"प्रोफेसर वीरा, मला शक्य नाही. त्याचा काही उपयोग होत नाहीय," रायन इंजिनमधून बाहेर पडणाऱ्या धुराकडे बघत म्हणाला.

"नक्कीच होईल. पण मला खात्रीनं वाटतं की, तू सॉफ्टवेअरमधल्या पाट्या टाकण्याच्या नोकरीपेक्षा जास्त चांगल्या गोष्टींसाठी जन्माला आला आहेस," प्रोफेसर वीरा म्हणाले.

"तुम्हाला काय म्हणायचं आहे?" रायननं विचारलं.

"मला म्हणायचं की, तू संशोधनक्षेत्रात काम करावंस. सॉफ्टवेअरमधल्या नोकरीत काय ठेवलं आहे? तिथे तुम्ही परदेशी लोकांसाठी स्वस्तात राबणारे करारावरचे मजूर असता. रायन, तुला तिथे आवडेल असं तुला खरंच वाटतं?"

"मला आवडेल," आलोक म्हणाला.

"मी रायनला विचारतोय. तुम्ही सगळे मित्र आहात, पण तुम्हाला प्रत्येकाला निरनिराळ्या गोष्टी हव्या असू शकतात," प्रोफेसर वीरा म्हणाले.

"म्हणजे कशा? मी दुसरं काय करू शकतो?" रायननं विचारलं.

"तुला माझा आरए म्हणून काम करायला आवडेल?" प्रोफेसर वीरांनी विचारलं.

"रिसर्च असिस्टंट... संशोधन सहाय्यक. मी तुला दोन वर्षांचा करार करून देईन. पैसे जास्त देणार नाही... दरमहा दोन हजार रुपये. पण तू कॅम्पसमध्ये राहून ल्यूब्रिकन्टवरचं संशोधन पुढे चालू ठेवू शकशील."

मी रायनच्या चेहऱ्याकडे पाहिलं. दोन हजार रुपये... म्हणजे आमच्या पगाराच्या एक तृतियांश. रायन हे स्वीकारू शकेल?

"कल्पना चांगली आहे खरी," अखेर रायन म्हणाला.

"ही अतिशय उत्तम कल्पना आहे आणि आपल्याला तुझ्या उत्पादनाला व्यापारी रूप देऊ इच्छिणारा गुंतवणूकदार भेटला तर कुठल्याकुठे जाशील. कुणी सांगावं!" प्रोफेसर वीरा म्हणाले.

रायननं माझ्याकडे पाहिलं. का कोण जाणे, पण त्याला त्याच्या वतीनं मी निर्णय घ्यावा असं वाटतंय, असं मला जाणवलं. मी त्यावर जेवढा विचार करायला हवा होता तितका न करताच उत्तरलो, "मला वाटतं, रायन, तुला या कामातच आनंद मिळेल आणि मला खात्री आहे, तुला एक दिवस यासाठी गुंतवणूकदार नक्की मिळेल."

"या उत्पादनासाठी कमीतकमी दहा कोटींचं मार्केट आहे. तुला रॉयल्टी मिळेल... मला नक्की माहीत नाही... पण दहा टक्के धर. अर्थात, आपल्याला कारखान्यासाठी सुरुवातीला गुंतवणूक करणारं कुणी भेटलं तर." प्रोफेसर वीरा म्हणाले.

"मी करीन सर," रायन स्मित करत म्हणाला.

"सर, मला तुमचा आरए समजा."

"यस!" मी त्याला टाळी दिली.

"मला वाटतं आता आपण सर्वजण अधिकृत नोकरदार झालो," आलोक म्हणाला, "आता आपण पार्टी करूया?"

"अर्थातच करा. पण व्होडका... जरा जपून," प्रोफेसर वीरा हसत-हसत म्हणाले.

■

२७

फाईव्ह पॉइंट समवन

पदवीप्रदान कार्यक्रमाचा दिवस उजाडला... आयआयटीमधला आमचा अधिकृत अखेरचा दिवस. आम्हाला अगदी शेवटपर्यंत झगडावं लागलं, पण अखेर आम्ही साध्य केलं! आम्ही शेवटच्या सेमिस्टरच्या सगळ्या विषयांत पास झालो होतो, प्रयोगशाळेतलं काम संपवलं होतं आणि काहीतरी नोकरीसुद्धा मिळवली होती. कुठलाही आयआयटीवाला चार वर्ष घालवल्यावर कमीतकमी एवढी अपेक्षा ठेवतोच, पण आमच्या दृष्टीनं मात्र तो एक चमत्कारच होता. गेल्या काही आठवड्यांत मी नेहाशी बोललोसुद्धा नव्हतो. मला नोकरी मिळाली तेव्हा एकदाच फक्त तिला फोन केला होता, त्यावेळी ती रडली होती. त्याची कारणं म्हणजे–

(अ) मला नोकरी मिळाल्याचा आनंद आणि

(ब) ती नोकरी मुंबईला होती.

मुली एकाच वेळी दोन निरनिराळ्या कारणांसाठी कशा रडू शकतात हे समजून घेणं सोपं नसतं. पण मी तिला फारसा आग्रहही केला नाही. नेहासुद्धा म्हणाली की, आपण अलीकडे भेटलो नाही ते बरंच झालं... चेरियनना पुन्हा सापडलो तर त्यांनी भडकायला नको. स्पष्टच सांगायचं तर, मलाही ते बरं वाटलं. (मात्र प्रत्यक्षात मी बराच देखावा केला) कारण साला इतका सगळा अभ्यास. मी चेरियनला त्या दिवसानंतर... म्हणजे मला माफ करण्याइतके ते झिंगलेले होते, त्या दिवसानंतर पाहिलं नव्हतं. पण आज ते मला पुन्हा दिसणार होते. कारण, विभागप्रमुखांचं पास होऊन बाहेर पडणाऱ्या विद्यार्थ्यांपुढे भाषण असतं. आम्ही पास होऊन बाहेर पडणाऱ्या बॅचमध्ये होतो आणि हीच गोष्ट आनंदोत्सव साजरा करावा अशी होती.

आलोक, रायन आणि मी... आम्ही तिघांनीही पदवी प्रदान समारंभासाठी

गाऊन चढवले होते. नेहमीप्रमाणेच रायन सर्वांत देखणा दिसत होता.

“मी पुढे बसणार नाही. पुढे बसून गाढ झोपता येत नाही.” मी कार्यक्रमासाठी सभागृहात पाऊल टाकताच सांगून टाकलं.

“नाही, हा आपला शेवटचा दिवस आहे. मला सगळं काही पाहायचं आहे.” आलोक आग्रहपूर्वक म्हणाला.

“मग तू चष्मा लाव नीट,” रायन म्हणाला.

आलोकनं पहिल्या रांगेत बसण्याचा आग्रह धरला. आम्ही व्यासपीठाकडे तोंड करून बसलो. आम्ही अभ्यागतांच्या गॅलरीकडे मागे वळून पाहिलं.

“माझी मॉम आणि दीदी आहेत बघ. ते बघ, डॅडसुद्धा आले आहेत.” आलोक एका चाकाच्या खुर्चीच्या दिशेनं हात हलवत म्हणाला.

“तुझे आईवडीलसुद्धा आले आहेत ना?” मी रायनला विचारलं.

“होय, ते काल रात्री आले आहेत. मी त्यांना येऊ नका म्हणून सांगितलं होतं, पण ते आलेच. ते बघ, तिसऱ्या रांगेत बसले आहेत,” रायननं अगदी अभिमानानं दाखवलं.

होय, ते आले होते. इतर तीनशे विद्यार्थ्यांच्या आईवडिलांसारखेच. त्या भव्य सभागृहात सर्वजण जमले होते... उगीचच अभिमानानं फुगून.

मला नेहा दिसली. ती वडिलांबरोबर आली होती. ती इतर शिक्षकांच्या कुटुंबियांसमवेत पुढे बसली होती. मी तिच्याकडे पाहून हात हलवला तर दहा प्रोफेसरांनी मला उलट हात केला.

“हरी, खाली बस. आता सुरू होईल,” आलोक मला खाली खेचत म्हणाला.

प्रोफेसर चेरियन व्यासपीठावर येताच सगळे हलणारे हात, कुजबूज विरली. सगळं सभागृह एखाद्या थडग्यासारखं स्तब्ध झालं.

“गुड मॉर्निंग. मेकॅनिकल इंजिनिअरिंगचा विभागप्रमुख या नात्यानं मी या पदवीप्रदान समारंभात सर्वांचं स्वागत करतो. या देशाला हुशार मेकॅनिकल इंजिनिअर्सची नवी बॅच देताना आम्हाला खूप अभिमान वाटतोय. मी दरवर्षी हे भाषण देतो... जवळजवळ दहा वर्षं मी हे भाषण देत आलोय,” एवढं बोलून प्रोफेसर चेरियन घोटभर मिनरल वॉटर पिण्यासाठी क्षणभर थांबले.

“दहा वर्षं हा माणूस इथे आहे.” आलोक कुजबुजत म्हणाला.

“वर्गामागून वर्गांना... छळायला.” रायननं भर घातली.

“श्श्य!” मी म्हणालो.

“आणि दरवर्षी मी एकच भाषण करतो... आमच्या सर्वोत्तम विद्यार्थ्यांचं अभिनंदन करतो... त्यांनी भविष्यात अशीच कामगिरी घडवावी असं सांगतो.

खरं तर, मी मागच्या वर्षीचं भाषण बघून पुढचं भाषण लिहितो. मात्र, यावर्षी मी काहीतरी वेगळं बोलणार आहे. खरं तर, माझ्याजवळ भाषण लिहिलेलं नाही. मी फक्त तुम्हाला एक गोष्ट सांगणार आहे.''

उपस्थितांमध्ये कुजबूज सुरू झाली. चेरियननी गोष्टीबिष्टी सांगणं कुणालाही अपेक्षित नव्हतं. पहिले कोण आले ते जाहीर करा, सर्वांना शुभेच्छा द्या आणि कार्यक्रम संपवा... त्याऐवजी हे काय?

''कोणे एके काळी आयआयटीमध्ये एक विद्यार्थी होता. तो अतिशय बुद्धिमान होता... आणि चारी वर्षं त्याचं जीपीए दहा पॉइंट होतं... खरी गोष्ट आहे. त्याला फारसे मित्र नव्हते... कारण त्याला इतकं उत्तम जीपीए टिकवायचं होतं... मित्रांच्या पायात फार वेळ जातो.''

उपस्थितांनी आज्ञाधारकपणे स्मित केलं.

''पण त्याला सहाध्यायी होते. या बुद्धिवान मुलाला वाटायचं की, वर्गातली बाकीची मुलं आपल्याइतकी हुशार नाहीत, ती स्वार्थी आहेत, त्यांना जास्तीत जास्त पैसा मिळवायचा आहे किंवा कमीतकमी परिश्रमांत अमेरिकेला जायचं आहे. आणि त्या मुलांनी नेमकं तसंच केलं. त्यातली काही मुलं बहुराष्ट्रीय कंपन्यांत काम करू लागली, काही परदेशी गेली. त्यातल्या काहींनी अमेरिकेत आपल्या स्वतःच्या कंपन्या सुरू केल्या– बहुतांशी संगणक आणि सॉफ्टवेअरशी संबंधित. लक्षात घ्या, ही गोष्ट वीस वर्षांपूर्वीची आहे, त्यामुळे तेव्हा संगणक ही सर्वस्वी नवी गोष्ट होती.

प्रोफेसर चेरियन पुन्हा पाणी प्यायला थांबले.

''यांना काय सांगायचं आहे?'' आलोक म्हणाला.

''कुणास ठाऊक. मी तुला पहिल्या रांगेत बसायला नको म्हणून सांगत होतो. आता आपल्याला झोपता पण येणार नाही,'' रायन म्हणाला.

''पण तो बुद्धिमान मुलगा मागे राहिला. कारण त्याची तत्वं. त्याला आपल्या शिक्षणाचा उपयोग वैयक्तिक स्वार्थ साधण्यासाठी करायचा नव्हता. त्याला देशासाठी काहीतरी करायचं होतं. त्याला संशोधन करायचं होतं. म्हणून तो आयआयटीतच राहिला. अर्थात, आयआयटीमध्ये संशोधनपर प्रोजेक्ट मंजूर होणं हे टेलिफोनचा शोध लावण्यापेक्षाही कठीण...'' प्रोफेसर चेरियन म्हणाले. त्यावर श्रोतृवृंदातील शिक्षकवर्ग हसला.

''त्यामुळे आपल्या या बुद्धिमान विद्यार्थ्याचा अपेक्षाभंग झाला. तरीही तो प्रयत्न करतच राहिला, पण इथे प्रोफेसर होण्यापलीकडे कुणी फारसं काही करू शकत नाही. दहा वर्षं सरली. एके दिवशी त्याच्या कॉलेजमधले मित्र त्याच्या घरी आले. त्यातला एक सात पॉइंट जीपीएवाला मित्र... आता त्याची स्वतःची

सॉफ्टवेअर कंपनी होती. त्याच्या कंपनीची उलाढाल दोनशे दशलक्ष डॉलर्सवर जाऊन पोचली होती. दुसरा मित्र एका टूथपेस्टच्या बहुराष्ट्रीय कंपनीचं प्रमुखपद भूषवत होता. तो बीएमडब्ल्यू गाडीतून आला होता. अर्थात या गोष्टींची तत्वनिष्ठ बुद्धिमान मुलाला पर्वा नव्हती किंवा निदान तो तसं समजत होता.

"तुम्ही एव्हाना ओळखलं असेलच, तो बुद्धिमान मुलगा म्हणजे मी. आणि त्यावेळी मला असं वाटलं होतं की, इतरांनी त्यांच्या वैयक्तिक आयुष्यात अधिक मिळवल्यानं काही फरक पडत नाही. मी अजूनही त्यांच्यापेक्षा उत्तम जीपीए असणारा, त्यांच्यापेक्षा हुशार, त्यांच्यापेक्षा बुद्धिमान होतो. त्या दिवशी मी ठरवलं, माझ्या मुलाला आयआयटीत प्रवेश मिळायलाच हवा. मला त्यानं आमच्या कुटुंबाची सामर्थ्यवान बौद्धिक परंपरा पुढे चालवावी असं वाटत होतं. सामर्थ्यवान बौद्धिक परंपरा... मी असंच म्हणत असे. पण हा केवळ माझा मोठा अहंकार होता. माझ्या मुलाला वकील व्हायचं होतं, त्याला गणिताचा तिटकारा होता. मी त्याला गणिताचा तिटकारा वाटतो या गोष्टीचा तिटकारा केला. मी माझ्या वर्गातल्या विद्यार्थ्यांना जसं दामटत असतो, तसं त्यालाही दामटलं. पहिल्या वेळी तो प्रवेश मिळवण्यात अपयशी ठरला तेव्हा मी त्याला जगणं नकोसं करून सोडलं. तो दुसऱ्यांदा अपयशी ठरला तेव्हा तर मी त्याचं जीवन नरकमय करून सोडलं. त्यानंतर तो तिसऱ्यांदा अपयशी ठरला. या खेपेला त्यानं स्वत:चा शेवट केला."

उपस्थित श्वास रोखून ऐकत होते. विद्यार्थ्यांमध्ये आणि काही शिक्षकांमध्येही कुजबूज सुरू झाली.

"तुम्हा सर्वांना माहीत आहे, मला एक मुलगी आहे, पण मला एक मुलगा सुद्धा होता. पाच वर्षांपूर्वी तो रेल्वे रुळावरच्या अपघातात वारला. त्यावेळी आम्हाला तो अपघात होता असं वाटलं होतं, पण हे..." चेरियननी समीरचं पत्र वर काढलं, "माझ्या मुलाचं पत्र... मला काही दिवसांपूर्वी मिळालं. हे पत्र त्यानं मृत्यूच्या दिवशी माझ्या मुलीला लिहिलं आहे. त्यानं आयआयटीत प्रवेश मिळू न शकल्यामुळे स्वत:चं जीवन संपवलं. त्यानं माझ्यामुळे स्वत:चे प्राण घेतले." एवढं बोलून चेरियननी दीर्घ विश्राम घेतला. त्यांनी चष्मा काढून डोळे टिपले. श्रोत्यांमध्येही नि:स्तब्ध शान्तता होती. चेरियनचे हुंदके ऐकू येत होते.

"तो रडतोय." रायन म्हणाला.

"मी तुला सांगितलं होतं. हे तर तेव्हाच्या तुलनेत काहीच नाही..." चेरियननी बोलायला पुन्हा प्रारंभ करताच, मी बोलणं थांबवलं.

"तुमच्या आयुष्यातल्या या खास दिवशी मी ही दु:खद कहाणी ऐकवतोय... त्याबद्दल मी सर्वांची माफी मागतो. मी स्वत:शीच ठरवलं होतं की, जर मी माझी

चूक जाहीरपणे कबूल केली तर कदाचित माझा मुलगा मला माफ करेल. आणि मला या बॅचमधल्या एका विद्यार्थ्याचे आभारही मानायचे होते, कारण त्याच्यामुळेच मला सत्य उमगलं. तो विद्यार्थी म्हणजे माझ्या मुलीचा मित्र हरी. तो इथे पहिल्या रांगेत बसला आहे.''

''वॉव!'' आलोक आणि रायन एका सुरात म्हणाले. सगळ्या नजरा माझ्याकडे होत्या. मी अख्ख्या आयुष्यात लाजेनं इतका चूर चूर कधीही झालो नव्हतो. अशा प्रकारचा प्रसिद्धीझोत कुणालाच नकोसा वाटतो. मला त्यांनी हा विषय ओलांडून दुसरीकडे वळावं असं वाटत होतं, पण त्यांनी तसं केलं नाही.

''तुम्हाला हरी आणि त्याचे मित्र आलोक आणि रायन यांच्याबद्दल सांगतो. ते कमी मार्कवाले आहेत... अन्डर परफॉर्मर्स. मी जीपीए कमी असणाऱ्या मुलांसाठी हा शब्द नेहमी वापरत असतो. आणि या तिघांचंही जीपीए कमी आहे... फाईव्ह पॉइंट समथिंग म्हणजे कमीच म्हणायचं. बरोबर?'' चेरियननी चेष्टेच्या सुरात विचारलं.

''माझ्या मुलीला हे पत्र हरीकडे विश्वासानं सोपवावंसं वाटलं. तिनं माझं सांगणं जुमानलं नाही. ती माझ्याशी खोटं बोलली, माझ्याकडे दुर्लक्ष केलं, ते केवळ त्याला भेटण्यासाठी. आतमध्ये कुठेतरी असं वाटतंय की, तुमच्यासमोर उभ्या असलेल्या या दहापैकी दहा मिळवणाऱ्या प्रोफेसरचं चुकलं. खरंच चुकलं.''

मी चेरियनचं बोलणं लक्षपूर्वक ऐकत होतो. मला थोडं वाईटसुद्धा वाटलं आणि प्रथमच जाणवलं, की यांना हृदय असावं.

''आणि तेव्हाच मला कळून चुकलं की, जीपीएमुळे चांगला विद्यार्थी घडतो, पण चांगला माणूस नव्हे. आम्ही इथे जीपीएवरून लोकांची पारख करतो. तुमचा जीपीए नऊ मग तुम्ही सर्वोत्तम. तुमचा जीपीए पाच... मग तुम्ही कुचकामी. मी कमी जीपीएवाल्यांना इतकं तुच्छ लेखायचो की, जेव्हा रायननं त्याचा ल्यूब्रिकन्ट्सवरचा संशोधन प्रस्ताव माझ्याकडे सादर केला, तेव्हा मी त्याचं मूल्यमापन तो न वाचताच केलं होतं. पण या मुलामध्ये खरोखरच काहीतरी आश्वासक आहे. मी तो प्रस्ताव दुसऱ्यांदा पाहिला. तुम्हाला सांगतो... यामध्ये गुंतवणूक करणाऱ्या कुणाही गुंतवणूकदाराचं नशीब फळफळेल.''

''हरी, ऐकलंस?'' रायन विचारत होता.

मी मान डोलावली.

''एनीवे, भविष्याच्या उंबरठ्यावर पाऊल ठेवणाऱ्या तुम्हा सर्व विद्यार्थ्यांना माझा एवढाच संदेश आहे, पहिली गोष्ट स्वत:वर विश्वास ठेवा आणि तुमची ओळख तुमच्या कामगिरीवर अगर नोकरीतल्या बढतीवर ठरू द्या, जीपीएवर

नव्हे. या गोष्टीपेक्षाही आयुष्यात बरंच काही असतं– तुमचं कुटुंब, तुमचे मित्र, तुमच्या आंतरिक इच्छाआकांक्षा, ध्येयं आणि या प्रत्येक क्षेत्रातल्या तुमच्या भूमिकेला जे गुण मिळतील, ते माणूस म्हणून तुमची ओळख ठरवतील.

"दुसरं म्हणजे– इतरांचं मूल्यमापन पटकन् करून मोकळे होऊ नका. माझ्या मुलाला आयआयटीत प्रवेश मिळाला नाही, म्हणून तो कुचकामी ठरला असं मला वाटलं. पण तुम्हाला सांगतो... मीच कुचकामी बाप ठरलो. आयआयटीमध्ये प्रवेश मिळणं ही महान गोष्ट आहे, पण तिथे प्रवेश न मिळणं म्हणजे काही जगबुडी झाली असं नाही. तुम्ही सर्वजण आयआयटीचं बिरुद लाभल्याचा अभिमान जरूर बाळगा, पण कधीही या कॉलेजमध्ये नाही एवढ्या मुद्यावरून कुणाचीही पारख करू नका."

श्रोत्यांमधून टाळ्यांचा प्रचंड गजर घुमला.

"आणि शेवटचा मुद्दा... स्वत:ला फार गांभीर्यानं घेऊ नका. आम्हा प्रोफेसर मंडळींना याबाबत अधिक दोष द्यायला हवा. आयुष्य किती छोटं आहे, त्याचा भरभरून आनंद लुटा. या कॅम्पसमधल्या जीवनातला एक सर्वोत्तम भाग म्हणजे तुम्ही जोडता ते मित्र. मैत्रीच्या या रेशीमगाठी जीवनभरासाठी घट्ट गुंफा. होय, मी कहाण्या ऐकल्या आहेत. कधीकधी मला वाटतं की, मलासुद्धा मित्र असता तर... कमी जापीएवालासुद्धा चालला असता. रात्रीच्या वेळी कॉलेजच्या गच्चीवर व्होडकाचा आस्वाद घेणं किती छान वाटत असेल!"

अख्ख्या सभागृहाने चेरियनना टाळ्यांच्या कडकडाटात उभं राहून दाद दिली.

टाळ्यांचा गजर वाढतच होता... माझ्या कानांखाली, माझ्या खांद्यावर.

"एऽ आळशी घोड्या, ऊठ." रायन माझ्या खांद्यावर इतकं जोरजोरानं बडवत होता की, माझ्या स्वप्नानं 'पॉज' घेतला आणि ते खराब ध्वनिचित्रफितीसारखं धूसर झालं.

"काय?" मी डोळे चोळत उठलो.

"मी आहे, मी. मग श्रीयुत हरी, मला सांगा. इतके सगळे प्रश्न करून परिश्रमपूर्वक आयआयटीत प्रवेश मिळवल्यानंतर पदवीप्रदान कार्यक्रम हुकवताना कसं काय वाटतंय?"

तो रायनचा उद्धट स्वर होता.

"किती... किती वाजले आहेत?" मी मान उंचावून गजराच्या घड्याळाकडे पाहिलं. घड्याळात सात वाजले होते... पण बाहेरचा तळपता सूर्य... चित्र विरोधाभासयुक्त होतं.

"तुझं घड्याळसुद्धा या जागेला विटलेलं दिसतंय. साडेअकरा वाजले आहेत.

आपण दोघंही तिथे पदवीप्रदान समारंभ चालू असताना इथं गाढ झोपलो होतो.'' रायन चेहरा वाईट करत म्हणाला.

मी बिछान्यातून बाहेर येऊन बाल्कनीत गेलो. संपूर्ण होस्टेल रिकामं होतं.

सालं... मी पदवीप्रदानाच्या दिवशी झोपलो होतो? श्शीऽ चेरियन खरे रडलेच नाहीत होय?

''फक्!'' मी रायनच्या भाषेत म्हणालो, ''फक् म्हणजे आता ते आपल्याला पदवी देणार नाहीत?''

''अर्थातच देतील. फक्त एवढंच झालं आहे, की, बाकीचा सगळा वर्ग चेरियनशी हस्तांदोलन करत होता आणि आईवडील टाळ्या पिटत होते, त्यावेळी आपण तिथे नव्हतो.''

मी आता दात घासत बसण्यात काही अर्थ आहे की आधी सासीजमध्ये जावं... अशा विचारात होतो.

''सासीज?'' रायननं मनकवडेपणे विचारलं.

अहो, पदवी मिळवण्यासाठी चार वर्ष वेड्यासारखी चमत्कारिक अवस्थेत काढली आणि आता तीच पदवी पदरात पाडून घेण्याची वेळ आली तेव्हा, रायन आणि मी... दोघंही पायजम्यावर... पुढ्यातल्या पराठ्यांवर लोण्याची वर्तुळं रेखाटतोय. खरोखर माझी ही पदवी मिळायची लायकी नाही!

''हरी, डॅड म्हणाले आहेत की, त्यांना ल्यूब्रिकन्ट प्रोजेक्टमध्ये पैसे गुंतवायचे आहेत. ते प्रोफेसर वीरांच्या संपर्कात आहेत.'' रायन सांगत होता.

सासी हळूच आमच्याकडे बघत होता. आम्ही त्या समारंभात असायला हवं होतं ही गोष्ट त्यालासुद्धा माहीत होती.

''दॅट्स ग्रेट.''

''अगदी भंपक कल्पना आहे. मी त्यांना सांगितलं, मला तुमचे पैसे नकोत.'' रायन म्हणाला.

''तू मूर्ख आहेस का?''

''आणि त्यावर ते काय म्हणाले असतील? ते म्हणाले की, त्या पत्रावरून आम्हाला असं वाटतं की तुझं डोकं ठिकाणावर येईल.'' रायन म्हणाला.

''कसलं पत्र?'' मी चेहरा निर्विकार ठेवण्याचा आटोकाट प्रयत्न करत विचारलं.

''हे पत्र.'' रायन एक जाडजूड लखोटा दाखवत म्हणाला, ''आणि ओळख बघू. मला या लखोट्यावर काय दिसलं असेल?''

होय, तेच पत्र होतं. त्या लखोट्यावर मी चिकटवलेली तीस रुपयांची तिकिटं होती.

''म्हणजे तू त्यांना पत्र लिहिलंस तर?'' मी अजूनही काहीच न घडल्यासारखी

सहजता दाखवत होतो.

"ठीक आहे. श्रीयुत हरी, आता आव पुरे करा. तू हे टायपिंग वगैरे सगळे कष्ट घेतलेस, निदान पत्रांवर पत्ता लिहिताना तुला खबरदारी घेता येत नव्हती? या तुझ्या किडमिड्या अक्षरावरून कळतंय." रायन म्हणाला.

"काय?" मी म्हणालो.

च्यायला, मी या गोष्टीचा विचार करायला हवा होता.

त्यानंतर रायननं मला कितीतरी ठोसे लावले.

"गाढवा, तू इतका भावूक कधी झालास?"

मी त्याच्या ठोश्यांपासून सुटका करून घेण्याची धडपड करत होतो. आम्हा दोघांनाही हसू फुटलं. मी त्याच्या डोळ्यांत पाहिलं. त्याच्या डोळ्यांत दुःखाची नव्हेच, उलट आनंदाची छटा होती. पण, लगेचच ती बदलली... आणि गंभीर भाव उमटले. होय, रायन त्यालाही हे हवं असल्याचं कधीच कबूल करणार नाही.

"तू लिहायला नको होतंस." तो म्हणाला.

"ओह वेल, मी त्या दिवशी प्यायलेलो असणार. आणि तुझे आईवडील चांगले आहेत असं मला खात्रीनं वाटतं. एनीवे, हे चांगलं प्रोजेक्ट आहे. तुझ्या डॅडींना यातून पैसे मिळतील."

मी त्या भव्यदिव्य चित्रावर लक्ष केंद्रित करायला हवं होतं... ते पत्र लिहिण्याबद्दलच्या क्षुल्लक बाबीवरून विषय चिघळू न देता.

"त्यांना नक्कीच मिळतील. मला खात्री आहे, प्रोफेसर वीरांनी त्यांचं अर्थसहाय्य स्वीकारलं आहे."

"प्रोफेसर वीरा हे समजून उमजून करत आहेत." मी शहाणपणाचा सल्ला दिला.

"साला, हा आलोक कधी परत येणार आहे? तुला आपण फार कशाला मुकलो असं वाटतंय?"

"सगळे पदवीप्रदान कार्यक्रम सारखेच. चेरियन नऊ पॉइंटवाल्यांना पदकं देणार. पाच पॉइंटवाले पार्श्वभूमीवर 'एक्स्ट्रॉ'सारखे उभे राहून पदवी घेणार." रायन म्हणाला.

तितक्यात दूरवर एक आकृती आमच्या दिशेनं सरकताना दिसली.

"आलोक!" मी जोरात हाक मारली.

"भडव्यांनो! आता देशाला इंजिनिअर्सची एक बॅच मिळाली आणि तुम्ही पराठे चापताय." आलोक म्हणाला.

"असू दे. जाड्या, तुला हवाय की नाही?" रायननं आपली बशी पुढे करण्याची दुर्मिळ मुद्रा घेतली.

“अर्थातच हवा आहे. चेरियनचं भाषण चांगलं तासभर झालं.” आलोक प्रचंड शीण आल्याचं दर्शवण्यासाठी जीभ बाहेर काढत म्हणाला.

“आईवडील कुठे आहेत?” रायननं विचारलं.

“त्यांना शिक्षकांच्या क्लासमध्ये जेवणाचं निमंत्रण आहे. मी तुम्हाला शोधायला आलो.” आलोक म्हणाला.

“चेरियन खूप बोलले का? ते माझ्या स्वप्नात आले होते.” मी म्हणालो.

“खरंच? आणि मला वाटत होतं की, तुझ्या स्वप्नात फक्त त्याची मुलगीच येते... बिनकपड्यांची.” रायन चिडवत म्हणाला.

“गप्प बस.” मी आलोककडे वळत म्हणालो.

“मग काय म्हणाले ते?”

“काही नाही. तेच ते नेहमीचं... आयआयटीवाले सर्वोत्तम... हेच तुणतुणं. मात्र त्यांनी एका गोष्टींचा उल्लेख केला.” आलोक म्हणाला.

“कोणत्या?” रायन आणि मी एका सुरात किंचाळलो.

“हेच की, आपण इथल्या पद्धतीबद्दल विचार करण्याची गरज आहे. कधीकधी कामाचा प्रचंड दबाव असतो. परीक्षांची संख्या कमी करणं, प्रोजेक्टची वाढवणं वगैरे काहीतरी... मला खरं तर नीट समजलं नाही... मी डुलकी घेत होतो.” आलोक म्हणाला.

“थकलास बाबा...” रायन खुर्चीत मागे रेलत म्हणाला.

“होय, खरं आहे. निदान मी आयआयटीतल्या माझ्या अखेरच्या दिवशी तरी...” आलोक सद्‌गुणी मुलासारखं म्हणाला.

‘अखेरचा दिवस...’ आलोकचे शब्द माझ्या मनात घुमत होते. अहो, हे संपावं यासाठी आम्ही केवढी प्रतीक्षा करत होतो. अगदी ऐटीत.. स्टायलीत वगैरे नसेल, पदकं आणि टाळ्यांच्या गजरात सन्मानित होऊन नसेल, पायजम्यावर; रस्त्याच्या कडेच्या टपरीवर पराठे चापत का होईना, पण आमची स्वप्नपूर्ती झाली होती. होय, आम्ही तिघंही आयआयटी पदवीधर झालो होतो. आम्ही काही ‘टाईम’ मासिकाच्या मुखपृष्ठावर झळकणाऱ्यांपैकी नसलो तरी निदान आम्हाला ‘तरून गेले’ एवढं तरी म्हणता येणार होतं.

‘होय, हे संपलं!’ मी स्वत:लाच पटवण्याचा प्रयत्न करत होतो.... पण कुठेतरी मला याचं दु:खही वाटत होतं.

“हे खरंच संपलं म्हणायचं, अं?” रायननं माझ्याच मनातले विचार बोलून दाखवले.

“होय, संपलं. आता खऱ्याखुऱ्या जगात पाऊल ठेवण्याची वेळ आली... समारंभात सांगितलं तसं.” आलोक नाटकीपणे म्हणाला.

माझ्या मनात आलं. नेहाची कधी भेटच व्हायला नको होती. तिच्यापासून दूर जाणं वेदनादायी होतं.

“तू नेहाशी बोललास?” रायननं मनकवडेपणे विचारलं.

“बोलीन. आम्ही आज रात्री भेटणार आहोत.” मी सहजपणे म्हणालो.

“चेरियनना माहीत आहे?” आलोकनं विचारलं.

“मला नाही वाटत तसं.” मी म्हणालो.

“त्यांनी बाकीच्या बाबतीत कडक धोरण सोडलं असलं तरी अजून नेहा आणि मी एकत्र... छे छे.”

“आणि आपलं काय?” रायन म्हणाला.

आम्ही एकमेकांकडे पाहिलं. खरंच, हे कठीणच होणार होतं. आयआयटीमधल्या वाईट गोष्टींची अखेर होणार होती, तसंच चांगल्या गोष्टींचीही?... असं का? आता होस्टेल सोडावं लागणार, दररोज मित्रांना भेटता येणार नाही!

“आपली मैत्री राहील... कायमची... सदैव.” मी फिल्मी थाटात शपथ घेत सामुहिक आलिंगन देण्यासाठी उठलो.

“पुरे, पुरे, हे सभ्य ठिकाण आहे.” रायन म्हणाला आणि आम्ही शरमेनं हसत पुन्हा खाली बसलो.

हे आमचे आयआयटीतले अखेरचे एकत्र क्षण होते. त्यानंतर आमची आयुष्यं बदलली. पण मला तिकडे वळायचं नाही. काहीही झालं तरी हे आयआयटी विषयीचं पुस्तक आहे. आणि नेहाच्या व माझ्या भेटीत काय होईल तेही मला माहीत नव्हतं, म्हणजे त्या भेटीत काय घडलं ते मी आता तुम्हाला सांगू शकतो. पण मला त्या विषयांकडे वळायचं नाही. होय, त्या रात्री आम्ही भेटलो, आमचं परस्परांवर प्रेम असल्याचं वगैरे वगैरे बोललो. त्यानंतर आम्ही एकमेकांच्या संपर्कात राहायचं वगैरेसारख्या व्यावहारिक गोष्टींवरही बोललो आणि आम्ही एकमेकांना सदैव भेटत राहण्याचं वचन दिलं.

पण 'सदैव' म्हणजे खूप मोठा टप्पा असतो हो... आयआयटीमधल्या चार वर्षांपेक्षासुद्धा दीर्घ टप्पा. आत्ता आणि सदैव या दरम्यान बरंच काही घडू शकतं आणि ते घडेलही– त्या विषयी आपण या पुस्तकात बोलत नाहीये. पदवीप्रदान समारंभ संपला. आमच्या सामानाची बांधाबांध झाली... आम्हा तिघांचे आयआयटीमधले ते अखेरचे एकत्र क्षण होते.

त्यानंतर आलोकनं दिल्लीत नोकरीला सुरुवात केली. रायन आणि मी त्याला छळायला नसल्यामुळे तो स्वत:मध्ये आकंठ बुडाला. परिणामी, त्याच्या सॉफ्टवेअर कंपनीनं त्याला सहा महिने अमेरिकेला पाठवलं. त्याच्या तिथल्या कामात त्याला डॉलर्समध्ये वेतन मिळू लागलं, त्यामुळे त्याच्या कुटुंबातलं दु:ख

एका झटक्यासरशी पुसलं गेलं. गुप्तांच्या दाराशी नवी कोरी, दिमाखदार गाडी उभी राहिली. मला त्याच्या बहिणीशी लग्न करावं या विचाराचा मोह पडत होता. आलोकच्या वडिलांना शुश्रूषेसाठी पूर्णवेळ परिचारिका लाभली आणि त्याची आईही नोकरी सोडून खाजगी शिकवण्या घेण्याच्या विचारात आहे. त्यांची मनोवस्था चांगली राहावी यासाठी त्यांनी नोकरी करत राहणं आवश्यक आहे असं मला वाटतं, पण माझं कोण ऐकतंय?

रायन प्रोफेसर वीरांसमवेत काम करू लागला आहे. त्याच्या वडिलांनी दिलेल्या पैशातून दिल्लीपासून दोन तासांच्या अंतरावर कारखान्याची उभारणी सुरू आहे. बांधकामावर जवळपासचे स्थानिक खेडूत मजूरीवर ठेवले आहेत, त्यात काही बायकाही आहेत. हा हलकट भडवा... तिथे देखरेख करायला सारखा जात असतो. मला वाटतं त्याला बाकी कशापेक्षा रूपकुंवर नावाच्या कुणीतरी भुरळ घातली आहे... बहुतेक काहीतरी अघटित घडू घातलं आहे.

मी मुंबईला गेलो. आयुष्यातल्या बहुतांश जबाबदाऱ्याप्रमाणेच मला याचाही तिरस्कार होता. मी दाटीवाटीच्या शहरांत राहू शकत नाही.. आणि नेहापासून दूरही राहू शकत नाही. पहिल्या तीन महिन्यांत, माझा निम्मा पगार शहराच्या टोकाला असणाऱ्या खुराड्याचं भाडं भरण्यात संपला आणि उरलेल्या निम्म्यातला बहुतेकसा नेहाला फोन करण्यात गेला.

मला तिची फार फार आठवण होत होती. तिचा केशसंभार... तिचं हसणं... तिचे डोळे... तिचं माझा हात धरणं... आणि सगळं सगळं. मला रायन आणि आलोकची आठवण होत होती. पण ते वेगळं. मी नेहासाठी झुरत होतो.

तिचा फॅशन डिझायनिंगचा अभ्यासक्रम संपला होता. तिला एका स्थानिक डिझायनरकडे काम करण्याची संधी आली होती. मला वाटत, ती इथं मुंबईत काहीतरी काम शोधायचा प्रयत्न करतीय. ते जमू शकेल... कारण हे शहर इतकं फॅशनवेडं आहे.

दरम्यान, पुढच्या महिन्यात मी दिल्लीला जातोय, आलोकच्या दीदीच्या लग्नाला. आम्ही सर्वजण भेटणार आहोत– आलोक, रायन, नेहा आणि मी. त्या आशेवर मी आत्ताचे दिवस ढकलतोय. तुम्हाला सांगतो, हे विचित्र वाटेल, पण मी आयआयटीतून पास होऊन बाहेर पडलो असलो तरी, अजून माझा आत्मा तिथेच आहे... होस्टेलच्या कॉरिडॉरमध्ये किंवा सासीजकडे किंवा कॉलेजच्या गच्चीवर...

■

निराळ्या अनुभव विश्वाची सफर घडवणारी...
नर्मविनोदाचा शिडकावा करणारी...

वन नाईट @ द कॉल सेंटर

चेतन भगत । अनुवाद : **सुप्रिया वकील**

लेखकाला रात्रीच्या प्रवासात एक तरुण, देखणी मुलगी सहप्रवासी म्हणून भेटते. वेळ घालवण्यासाठी, ती त्याला एक गोष्ट सांगू इच्छिते, मात्र ती त्याला अट घालते, की त्या गोष्टीवर त्यानं दुसरं पुस्तक लिहायचं. लेखक सुरुवातीला ते मान्य करायला धजत नाही; पण त्याला ती गोष्ट जाणून घ्यायचं औत्सुक्यही असतंच. त्यानंतर ती मुलगी लेखकाला कॉल सेंटरमध्ये काम करणाऱ्या सहा लोकांच्या एका रात्रीची कथा सांगते.

'फाईव्ह पॉइंट समवन' नंतर चेतन भगत यांचं तितकंच चर्चेत आलेलं हे पुस्तक वाचकांना निश्चितच निराळ्या अनुभवविश्वाची सफर घडवेल. नर्मविनोदाचा सुखद शिडकावा देणारी ही कादंबरी सद्य:स्थितीवर भेदकपणे प्रकाश टाकत वाचकांना नक्कीच अंतर्मुख करेल.

बिझनेस, क्रिकेट आणि धर्म याभोवती गुंफलेली कहाणी

द थ्री मिस्टेक्स ऑफ माय लाईफ

चेतन भगत । अनुवाद : **सुप्रिया वकील**

'फाईव्ह पॉइंट समवन' आणि 'वन नाईट @ द कॉल सेंटर' यानंतरची चेतन भगत यांची ही तिसरी कादंबरी. चेतन भगत यांच्या चित्रदर्शी शैलीतली ही कादंबरी वाचकांना त्या विश्वात नेऊन खिळवून ठेवते. लेखकाच्या खुसखुशीत भाषेमुळं ही कादंबरी अधिक वाचनीय बनली आहे.

तीन मित्र...

स्वत:च्या इच्छा-आकांक्षा, स्वप्नं असणारे; वास्तव जीवनाच्या धगीचा सामना करत त्याला तोंड देणारे...

सत्य घटनांच्या संदर्भाशी सुरेख मिलाफ साधणारी ही कादंबरी. सध्याची पिढी, त्यांच्यापुढचे प्रश्न, सद्यपरिस्थिती यांचा वेध घेतानाच; बिझनेस, क्रिकेट व धर्म याही विषयांची सुरेख गुंफण करून वाचकांना एक विलक्षण अनुभूती देते.